D1772345

கருமிளகுக் கொடி

கருமிளகுக் கொடி

டாக்டர் வி. சந்திரசேகர ராவ் (1959–2017)

பிரகாசம் மாவட்டத்தில் பிறந்தார். 1990இல் இவரின் முதல் கதை ‘நைட் டியூட்டி’ வெளிவந்தது. ‘ஜீவனி’, ‘லெனின் ப்ளேஸ்’, ‘மாயலாந்தரு’, ‘துரோகவிருக்ஷம்’ ஆகிய கதைத் தொகுதிகளையும் ‘ஐது ஹம்ஸலு’, ‘ஆகுபச்சனி தேசம்’, ‘நல்லமிரியம் செட்டு’ ஆகிய நாவல்களையும் எழுதியுள்ளார். 2014இல் விசாலாந்திரா பிரசுராலயத்தார் இவரின் 31 கதைகளைத் தேர்ந்தெடுத்து வானொலி நாடகமாக்கி வெளியிட்டனர்.

‘ஐது ஹம்ஸலு’ நாவலுக்கு 1999ஆம் ஆண்டு ஆட்டா விருது (அமெரிக்க தெலுங்கு சங்கம்) கிடைத்தது. ‘ஆகுபச்சனி தேசம்’ சதுர நாவல் போட்டியில் விருது பெற்றது. ‘நல்லமிரியம் செட்டு’ (கருமிளகுக் கொடி) நாவல் நவீன நாவல் போட்டியில் வெற்றிபெற்று விருது பெற்றது. 1999இல் ‘பூ…’ கதைக்கு தனா விருது கிடைத்தது. இவரின் கதைகள் ஆங்கிலம், தமிழ் போன்ற மொழிகளில் மொழிபெயர்க்கப்பட்டிருக்கின்றன. இவர் ஐஆர்எஸ் முடித்துப் பணியில் இருந்தவர்.

க. மாரியப்பன் (பி. 1976)
மொழிபெயர்ப்பாளர்

திருநெல்வேலி மாவட்டம் கல்லிடைக்குறிச்சியைப் பூர்வீகமாகக் கொண்டவர். ஆந்திரப் பிரதேசம் குப்பம் திராவிடப் பல்கலைக்கழகத்தில் தமிழ்மொழி – மொழிபெயர்ப்பியல் துறையில் உதவிப் பேராசிரியராகப் பணிபுரிந்துவருகிறார். தெலுங்கு இலக்கியங்களைத் தமிழுக்கு மொழிபெயர்த்து வருகிறார். 'மஹாவித்துவான்', 'அத்தங்கி மலை' ஆகியவை இவரின் மொழிபெயர்ப்பு களாகும். 'அத்தங்கி மலை' மொழிபெயர்ப்பு நூலுக்கு 2023இல் அருட்செல்வர் நா. மகாலிங்கம் மொழிபெயர்ப்பு விருது கிடைத்தது. மஹாவித்துவான் என்ற இவரின் தெலுங்கு மொழிபெயர்ப்பு நூலுக்குத் திருப்பூர் இலக்கிய விருது 2023இல் வழங்கப்பட்டது. ஒப்பியல் இலக்கியம், பக்தி இலக்கியம், சங்க இலக்கியம் குறித்துத் தீவிரமான அவதானிப்போடு எழுதியும் பேசியும் வருகிறார்.

டாக்டர் வி. சந்திரசேகர ராவ்

கருமிளகுக் கொடி

தமிழில்
க. மாரியப்பன்

காலச்சுவடு பதிப்பகம்

● அன்பார்ந்த வாசகருக்கு,

வணக்கம்.

காலச்சுவடு நூலை வாங்கியமைக்கு நன்றி.

நூலின் உள்ளடக்கம், உருவாக்கம், அட்டைப்படம் இன்ன பிற அம்சங்கள் பற்றிய உங்கள் கருத்துகளையும் ஆலோசனைகளையும் காலச்சுவடு வரவேற்கிறது. தகவல், எழுத்து, வாக்கியப் பிழைகள் தென்பட்டால் அவசியம் தெரிவித்து உதவுங்கள். நூல் தயாரிப்பில் கடும் குறைபாடு இருப்பின் மாற்றுப் பிரதி உங்களுக்குக் கிடைக்கக் காலச்சுவடு ஏற்பாடு செய்யும்.

மின்னஞ்சல்: publisher@kalachuvadu.com

காலச்சுவடு நாகர்கோவில் அலுவலகத்துக்குக் கடிதம் அனுப்பலாம்.

தங்கள்
எஸ்.ஆர். சுந்தரம் (கண்ணன்)
பதிப்பாளர் – நிர்வாக இயக்குநர்

NALLAMIRIAM CHETTU by Dr V. Chandrasekara Rao

Copyright © Dr K. Prasuna

கருமிளகுக் கொடி ❖ நாவல் ❖ ஆசிரியர்: டாக்டர் வி. சந்திரசேகர ராவ் ❖ தமிழில்: க. மாரியப்பன் ❖ மொழிபெயர்ப்புரிமை: க. மாரியப்பன் ❖ முதல் பதிப்பு: செப்டம்பர் 2024, இரண்டாம் பதிப்பு: அக்டோபர் 2024 ❖ வெளியீடு: காலச்சுவடு பப்ளிகேஷன்ஸ் (பி) லிட்., 669, கே.பி. சாலை, நாகர்கோவில் 629001

karumiLakuk koTi ❖ Novel ❖ Author: Dr V. Chandrasekara Rao ❖ Translated by: G. Mariappan ❖ Translation © G. Mariappan ❖ Language: Tamil ❖ First Edition: September 2024, Second Edition: October 2024 ❖ Size: Demy 1 x 8 ❖ Paper: 18.6 kg maplitho ❖ Pages: 200

Published by Kalachuvadu Publications Pvt. Ltd., 669, K.P. Road, Nagercoil 629001, India ❖ Phone: 91-4652-278525 ❖ e-mail: publications @kalachuvadu.com ❖ Printed at Adyar Students xerox Pvt. Ltd., No. 275 Habibullah Road, Triplicane high Road, Opp Triplicane Post Office, Triplicane, Chennai 600005

ISBN: 978-81-19034-76-5

10/2024/S.No. 1256, kcp 5345, 18.6 (2) rss

முன்னுரை

சில குறிப்புகள்

மொழியாக்கம் சார்ந்த சொல்லாடல்கள் பரவலாக நிகழத் தொடங்கியிருக்கும் வேளை இது. இத்தருணத்தில் தெலுங்கிலிருந்து ஒரு தலித் நாவல் தமிழுக்கு அறிமுகப்படுத்தப்பட்டிருப்பது ஆர்வத்தைத் தூண்டுகிறது. தெலுங்கிலிருந்து தமிழுக்குச் செய்யப்படும் மொழியாக்கங்களில் புதியதொரு குரலை, புதியதொரு இலக்கியப் போக்கை, புதியதொரு மனவுலகைக் கொண்டுள்ள எழுத்துகளை அறிமுகப்படுத்த வேண்டும் என்ற பிரக்ஞை குறைவாகவே இருந்துவந்தது. இதைச் சரிசெய்யும் வகையில் க. மாரியப்பன், முதலில் தும்மல ராமகிருஷ்ணாவின் சிறுகதைகளைத் தமிழில் தந்தார். இச்சிறுகதைகள் ஒரு காலகட்டத் தின் ஆவணம். அடுத்து, விசித்திரமான மனிதர்களை அடையாளங்கண்டு, விதவிதமான எடுத்துரைப்பு களை முன்வைக்கும் பி. அஜய்ப்ரசாத் என்னும் எழுத்தாளரை அறிமுகப்படுத்தினார். இப்போது டாக்டர் வி. சந்திரசேகர ராவின் நாவல். இது சற்று மாறுபட்ட தலித் நாவல். பார்வைக் கோணத்திலும் எடுத்துரைப்பிலும். நாவலின் பிரதான பாத்திரம் ராஜய்யாவின் மகள் கமலியின் பார்வையில் விவரிக்கப்படுகிறது. நாவலின் எடுத்துரைப்பு, அரசியல் தளத்தில் கருத்துகளின் உணர்வுகளின் மோதல்களாக நின்றுவிடாமல் கனவுகளுக்குள், தொன்மங்களுக்குள், ஆன்மாவின் அடியாழத்துச் சஞ்சலங்களுக்குள் நுழைந்து, வசீகரமான தீவிரமிக்க செறிவான பிரதியைத் தருகிறது. எடுத்துரைப்பில் ஒருவிதச் செவ்வியல்

தன்மை சேர்ந்துவிட, விபூதிபூஷனை, அதின்முகோபாத்யாவை, மார்க்கேஸை நினைவூட்டும் எழுத்து கிடைத்துவிடுகிறது.

சமூகத்தின் மற்ற ஆதிக்க சாதிக்காரர்களுக்கு எதிராக, அதிகார வர்க்கத்திற்கு எதிராக, அரசியல் ஒடுக்குமுறைக்கு எதிராக அல்லல்படும் தலித் வாழ்வில் குவிமையம் கொள்ளாமல், சந்தர்ப்பவாதமான ஒரு தலித் தலைவரின் சுயநல வேட்கை யால், சுயமரியாதையுணர்வும் அதிகார எதிர்ப்புணர்வும் விழிப்புணர்வுமுள்ள குடும்பத்தினர் வதைபட்டு விரக்தியுற்று ஒன்றுமில்லாதுபோவதை நாவல் விவரிக்கிறது.

பரந்துபட்ட களத்திலான முரணும் மோதலும் அவலமும் இந்த நுண்ணிய தளத்தில் உணர்த்தப்பட்டுவிடுவதுதான் சந்திரசேகர ராவின் தனிச் சிறப்பு.

தலித்துகள் தமக்கான விடுதலையைப் பெற எதிரிகளுடன் போராடும் முன்பு, குடும்ப அமைப்பிலுள்ள அதிகாரத்தை, இறுக்கத்தை, நொறுக்கித் தள்ள வேண்டிய நிர்ப்பந்தத்தைக் கவனப்படுத்தும் இத்தெலுங்கு நாவலைத் தமிழாக்கம் செய்துள்ள க. மாரியப்பன் தொடர்ந்து தன் அக்கறைகளை, ஆர்வங்களை நிறைவேற்றுவது திராவிட மொழிகளுக்கிடையே சீரிய உரையாடலை நிகழ்த்தத் துணை நிற்கும்.

04.04.2023   வாழ்த்துகளுடன்
                      சா. தேவதாஸ்

1

நான் பிரத்யேகமாக நினைக்கும் நாளிது. மெல்லிய மழைச்சாரல் விழுந்தாலும் சூரியன், வானத்தில் பழுப்புநிறத் தீப்பிழம்புகளைச் சிதறடிப் பதும், இப்படி மழையும் வெயிலும் சேர்ந்து வரும் சமயங்கள், சிறுவயதில் எவ்வளவோ ஆனந்தத்தைக் கொடுத்தன. பிள்ளைகள் எல்லாரும் சேர்ந்து சத்தமாக, "வானா! வானா! வல்லப்பா வானா!" (தெலுங்கில், குழந்தைகளின் மழைப்பாட்டு) என்று கத்திப் பாடிக்கொண்டு, ஒருபுறம் வியர்வை, மறுபுறம் மேலிருந்து மழை, அப்படியே நனைந்து கொண்டு அம்பேத்கர் ஜங்ஷன் பக்கம் ஓடினேன். கடைசி வகுப்பைக் கட் அடித்துவிட்டு, பையில் மறைத்துவைத்திருந்த பதாகையை வெளியே எடுத்தேன். "தண்டோரா நம்முடைய புதிய ஒளி" [தண்டோரா இயக்கம் – மாதிகா (அருந்ததியினர்) சாதியினரின் இடஒதுக்கீட்டுப் போராட்ட இயக்கம்] – என்ற பதாகையை மேலே உயர்த்திப் பிடித்துக்கொண்டேன். இந்தப் புதிய அனுபவம் அற்புதமாக இருந்தது. ஜூன் மாதம். வெக்கையாக இருந்தது. நாளை மாலை அம்பேத்கர் சென்டரில் ஊர்வலம் இருக்கிறதென்று ராத்திரியில் தம்பி சொன்னான். "தண்டோரா என்றால் என்ன?" என்று அப்பாவித்தனமாகக் கேட்டேன். நீண்ட நேரம் விவரித்தான். கொஞ்சம் புரிந்தது. கொஞ்சம் புரியவில்லை. ஆனால் இது அப்பாவுக்கு விருப்பம் இல்லாத விஷயம் என்பது மட்டும் புரிந்தது. பயம், நடுக்கம் இதற்கிடையில் புரட்சி செய்ய வேண்டும் என்பதே தீவிரமான விருப்பம். இருநூற்றுக்கும்மேல் இளைஞர்களும் பெண்களும் இருந்தார்கள். அனைவரும் கல்லூரியில் படிப்பவர்களே. கிராமங்களிலிருந்து நிறைய பேர் வந்திருந்தனர். லுங்கிகள், தோளில் துண்டுகளைப் பார்ப்பதற்கு

சினிமாவில் தோன்றும் மனிதர்களைப்போல இருந்தனர். அலறல்கள், கத்தல்கள், பாடல்கள், தப்பட்டையைத் தாள லயத்தோடு அடித்துக்கொண்டிருந்தனர். "இது நம் மரபான நாட்டுப்புற வடிவம்" என்று தம்பி காதில் முணுமுணுத்தான். கோஷங்கள், பாடல்கள், தப்பட்டை அடித்தல், ஆடல்கள், இவையெல்லாம் புதுமையாகவும் விருப்பமாகவும் தோன்றின. கிராமத்திலிருந்து வந்த பெண்கள், மூட்டைகளில் சுமந்துவந்த வேர்க்கடலையை (வேகவைத்தது) வெல்லத் துண்டுகளோடு, பிள்ளைகளுக்குப் பகிர்ந்து கொடுத்தார்கள். நானும் தம்பி ரூமியும் அருகருகே நின்றிருந்தோம். தம்பி அதீத உற்சாகத் தோடு காணப்பட்டான். அவனை நான் இதுவரை இப்படி எப்பொழுதும் பார்த்ததில்லை. "எங்களைப் பிரித்துவிடுங்கள், இப்பொழுதே இங்கேயே" என்ற பதாகை அவன் கைகளில் இருந்தது. சாமி வந்தவன் போன்று கத்திக்கொண்டிருந்தான். "ரூமி! நீதானா, நீயேதானா," என்று பலமுறை நினைத்துக் கொண்டேன் நான். கூட்டத்தின் நடுவிலிருந்து "பாடை" மேலே எழுந்தது. ஏதோ ஒரு தலைவரின் உருவபொம்மை. எல்லாரும் முகத்தில் சோகபாவத்தை வரவழைத்துக்கொண்டு, "ஐயோ! என்ன பெத்த ராசா!" என்று அழுதுகொண்டும் மார்பில் அடித்துக்கொண்டும் இருந்தனர். "நீயும் அழு" என்று தம்பி என்னைக் கைகளால் குத்தினான். எனக்குச் சிரிப்பு வந்தது. "போயிட்டாயே... அப்பா" என்றேன். கடவுளே, நான்தானா, எவ்வளவு என்ஜாய் செய்தேனோ, அப்படியான ஒரு சிறந்த மாலைப்பொழுது இது. இப்படி உற்சாகமாக, மகிழ்ச்சியாகக் கழிந்த மாலைப்பொழுது, இந்த இடைப்பட்ட காலங்களில் என் வாழ்க்கையில் என்றும் எனக்கு வாய்த்ததில்லை.

வீடு, சிதறிய கனவாய்க் கிடந்தது. அப்பா சீறிக் கொண்டிருந்தார். வீட்டுக்குள் நுழையும்போதே கையிலிருந்த புத்தகத்தை வீசியெறிந்தார். பூந்தொட்டியைக் கால்களால் எட்டி உதைத்தார். அது உடைந்து துண்டு துண்டானது. மலர்க்கொடிகள், தரையில் சிதறிக்கிடந்தன. அப்பொழுதுதான் கட்சி அலுவலகத்திலிருந்து வந்திருந்தார் போல் தெரிந்தது. அம்மா, தண்ணீர்க் குவளையையும் காஃபி கோப்பையையும் எடுத்துக்கொண்டு எதிரில் வந்தாள். அவர் கண்களில் இருந்து வெளியே வருகிற அக்னி ஜூவாலையின்முன் சாம்பலாய் எரிவதற்குத் தயாராய் நிற்பதுபோல நின்றாள் அம்மா. அப்பா நேருவின் அடையாளமான தொளதொள என்ற நீண்ட முழுக்கைச் சட்டையையும் நேரு பைஜாமாவையும் அணிந்திருந்தார். இன்றைக்குப் புதிதாக காந்தித் தொப்பி கூடத் தலையின் மேல் இருந்தது. (ஜில்லா கமிட்டி அளவிலான கூட்டம் இருக்கிறது

என்று அம்மா முன்பே சொன்னாள்). இந்த அரசியல்வாதி அப்பா, வீட்டில் சகிப்புத் தன்மையற்ற ஓர் அவதாரம். பத்து வருடங்களுக்கு முன்பு சும்மா வேடிக்கைக்காகக் கவுன்சிலருக்கு மனு தாக்கல் செய்த அப்பா, இப்பொழுது முழுநேர அரசியல்வாதியாய் மாறியிருந்தார். மனிதரிடம், மொத்தத்தில் யூகிக்க முடியாத அளவிற்கு மாற்றம் வந்திருந்தது. கம்பீரமாக இருப்பது, திடீரென்று முகத்தில் சிரிப்பை வரவழைத்துக்கொள்வது, பார்ப்பவர்கள் அனைவரையும் முறைவைத்து அழைப்பது, தன்னைச்சுற்றி எந்த மனிதரும் இல்லையென்றால் கவலைப்படுவது அவரின் வழக்கமானது. வாரத்திற்கு ஒருமுறை, பத்திரிகையில் கட்டுரை வருவதால் (இப்பொழுது அவர் பிரபலமான தலித் கட்டுரையாளர்), பழைய காலத்து ராஜய்யா, இப்பொழுது ராஜசுந்தரமாக மாறியிருந்தார். ஒவ்வொரு சிறிய நிகழ்வையும் அவர் கவனித்துக் கொண்டிருந்தார். தெருக்களில் செல்லும்போது சுற்றிலும் இருக்கிற மனிதர்களின் முகங்கள் பணிவு, கௌரவம், ஆச்சரியம் போன்றவற்றை வெளிப்படுத்துகின்றனவா, இல்லையா என்று கவனித்தார். நீண்டகாலமாகப் பழைய ஓட்டை சைக்கிளைத் தன் உடலின் ஒரு பாகமாகக் கொண்டிருந்த மனிதர், காரில் தவிர, பொதுவாகச் சாலையின்மேல் பாதம் படுவதற்கு விருப்பப்படுவது இல்லை. எங்கள் சமூகத்தில் அவர் புதிய தெய்வம். கறுப்பாக, மண்ணின் மைந்தராக இருக்கும் மனிதர் நவீன மனிதராக அவதாரம் எடுத்திருந்தார். இந்த நவீன மனிதர் அழகான மூக்குக் கண்ணாடி வழியாக (மெல்லிய கண்ணாடி) உலகத்தைப் பொறுமையற்றுப் பார்க்கிறார். இப்பொழுது, அவர் பேசும் மொழியும் மாறிப்போனது. அவர் பேசும் நூற்றுக் கணக்கான வார்த்தைகளில், பெரும்பாலும் ஆங்கிலமே, கொஞ்சம் தெரியுமளவுக்குத் தெலுங்கு. அம்மா, தம்பி எல்லாரும் இயல்பாக, சுதந்திரமாக, ஆடிப்பாடித் திரிந்த பழைய ஓட்டு வீடு இப்பொழுது மறைந்துபோய்விட்டது. ஒரு டூபிளக்ஸ் வீடு. வெறும் கால்களால் நடக்கலாம் என்றால் பயத்தைத் தரும் வீடு. பாதங்களை இடித்துக் காயத்தை ஏற்படுத்திவிடுமோ என்பது போன்ற வீடு. வீடு முழுக்க ஓவியங்கள், நூற்றுக்கணக்கான புத்தகங்கள். பெரிய பெரிய வித்வான்கள், தினமும் கச்சேரி செய்வது போன்று பாடுகிற ஸ்டீரியோக்கள். நாங்கள் இந்தப் புதிய வீட்டில், அகதிகளாகப் பயத்துடன் வாழ்கிறோம். கிராமத்திலிருந்து வரும் எங்கள் உறவுகளைப் பின்பக்கத்து அறையிலேயே தங்கவைக்கிறோம். [அவர்கள் வந்தபொழுதே எங்களுக்கு விடுமுறை, எங்களுக்கு விருப்பமான கோங்குரா மாமிசம் (புளிச்சகீரையுடன் மட்டன் சேர்த்து செய்வது), பொரி உருண்டைகளை, கொய்யாக்காய்களை அப்பொழுதே தின்கிறோம்] அம்மா, முகம்மலர்ந்து தன்னுடைய பாஷையில்

(திருட்டு மவனே! என்று ரூமியை அன்புடன் திட்டுவாள்) மறுபடியும் என் அம்மாவாகக் காட்சி தருவாள். என்னென்னவோ கதைகள், வெட்டிப்பேச்சுகள், கிராமத்தில் இருப்பதைப்போலவே எங்கள் காதுகளில் சேர்ந்து கூச்சத்தைத் தரும்.

அப்பா, அவ்வப்பொழுது எங்களை விருந்துகளுக்கு அழைத்துச்சென்று, அங்கிருக்கும் பிள்ளைகளை எங்களுக்குக் காண்பித்து, "பார்! அந்தப் பிள்ளைகள் எவ்வளவு கண்ணியமாக இருக்கிறார்கள். ட்ரை டூ பிகேவ் லைக் டீசண்ட் பீப்பிள்" என்று பாடம் எடுப்பார். இந்தத் தண்டோரா இயக்கத்திற்கு அப்பா எதிரானவர் என்று ரூமி சொன்னான். எனக்கு, அவன் ஏதோ ஒரு விவரத்தைச் சொல்கிறான் என்று மட்டும் புரிந்ததே தவிர, எதுவும் அர்த்தமாகவில்லை. அரசாங்கம் சும்மா இருக்காது என்று சொன்னான். அரசாங்கத்தில் அவரும்கூட ஓர் அங்கமே என்றான். நேற்று செய்தித்தாளில், தண்டோராவுக்கு எதிராக அவர் எழுதிய நீண்ட கட்டுரை வந்திருந்தது. இன்று அப்பா, அக்னி சர்ப்பம் போலப் புசுபுசுவென்று நெருப்பைக் கக்கிக் கொண்டிருந்தார். அந்தப் புசுபுசுவில் விஸ்கி வாசனையும் வந்தது. நான், சற்று அப்பாவியாக இருப்பதற்கு முயற்சிசெய்தேன். முகத்தை வெறுமனே, சூனியமாக வைத்துக்கொண்டு, கண் இமைகள் திறக்காத, அப்போதுதான் வயிற்றில் இருந்து வந்த கோழிக்குஞ்சு போலக் காணப்படுவதற்கு முயன்றுகொண்டிருந்தேன்.

அப்பாவின் முகம், முன் எப்பொழுதோ புகைப்படத்தில் பார்த்த, பெரிய தலைவரின் முகம்போல் இருந்தது. அப்பா, மனித உரிமைகளுக்காகப் போராடும் 'மனித உரிமை ஆணையத்தில்' உறுப்பினராகப் பணிசெய்துள்ளார். அவர் மாதம் ஒருமுறை, ஒரு பத்திரிகையைக் கொண்டுவருவார். அதில் அப்பா சொற்பொழிவு செய்யும் புகைப்படம் இருக்கும். அந்தப் புகைப்படம், ஒருமுறை காம்ரேட் மாவோ போல, ஒருமுறை ஆபிரகாம்லிங்கன் போல, ஒரு முறை நீண்ட நாட்களுக்கு முன்பு இறந்துபோன தலித்தலைவர் போலக் காட்சிதருவது, எனக்கு இன்னும் ஆச்சரியம் தரும். எல்லா உருவத்திலும் அவர் காட்சி கொடுப்பதும், அவரைத் தெய்வம் என்று எல்லாரும் அழைப்பதும், எனக்கும் அம்மாவிற்கும் அப்பா, மனிதர் இல்லையோ என்ற சந்தேகம் மீண்டும் மீண்டும் வந்துவிடும். அப்பா, இந்த மனித உரிமைகள் குறித்து என்னிடமோ ரூமியிடமோ எப்பொழுதும் பேசாதது ஆச்சரியமே. அவையெல்லாம் எங்களுக்குத் தேவையில்லாத விசயம் என்று சொல்லிவிடுவார்.

அப்படிப்பட்ட அப்பா, இன்றைக்கு வீட்டிற்குள் வந்த வுடனேயே டிராகன் போல, இல்லையென்றால் நெற்றிக் கண் திறந்து நெருப்பைக் கக்கும் சிவன்போல நுழைந்தார். புத்தகத்தை

வீசியெறிந்து, கையில் வைத்திருந்த ப்ரீஃப்கேஸை வீட்டின் மத்தியில் எறிந்து, அம்மா கொடுத்த தண்ணீர்க் குவளையை வேகமாகத் தரையில் வீசி, (காஃபியை அம்மாவின் முகம்மேல் ஊற்றிவிடுவாரோ என்று பயத்தில் நான் நடுங்கிப்போனேன்), இரண்டு கைகளைப் பலமாக ஆட்டிக்கொண்டு, முகத்தை இறுக்கமாக வைத்து, "ரூமி இங்க வா! சாயங்காலம் எங்க போனடா," என்று சத்தம்போட்டுக் கத்தினார். ரூமி, வீசியெறிந்த புத்தகங்கள் பக்கம், உடைந்த கண்ணாடிக் குவளையைப் பார்த்துக்கொண்டிருந்தான். "அம்பேத்கர் சென்டருக்குப் போயிருந்தேன்" என்றான். நான் பயத்தோடு ரூமியைப் பார்த்தேன். இவன், எதுவும் வாயைத் திறக்காமல் இருந்தால் நன்றாக இருக்குமே என்று தோன்றியது. அப்பாவின் முகம் படிப்படியாக மாறி சுவாசம் உக்கிரமாக மாறியது. கண்கள் சிவந்தன. கோபம் உச்சிக்கு ஏறியது. "தண்டோரா ஊர்வலத்திற்குப் போனேன்" என்றான், நீரை மெல்லுவதுபோல. பாரமாகப் பெருமூச்சுவிட்டு, அப்பா அறையை முழுவதும் நோட்டமிட்டார். கொஞ்சநேரம், மேலே பார்த்தார். கோபத்தில் அங்கும் இங்கும் நடந்தார். கால்களால் மேசை மேலிருந்த பூச்சாடியை உதைத்தார். பேப்பர் வெயிட்டை ரூமியின் மேல் எறிந்தார். அது ரூமி பக்கத்திலிருந்து விலகிப்போய் ஜன்னல் கண்ணாடியை உடைத்தது. கண்ணாடி உடைந்து, கண்ணாடித் துண்டுகள் அனைத்தும் தரையின் மேல் விழுந்தன. "தண்டோரா என்றால் உங்களுக்கு எதற்கு இஷ்டம் இல்லை" என்றான் ரூமி.

"அய்யோ! ரூமி! பேசாதடா, செத்தநேரம் சும்மா இருடா!"

அப்பா கோபமாக முஷ்டியை இறுக்கி, மேசைமேல் வேகமாகக் குத்தினார். ரூமியின் முகம் புதிதாக இருந்தது. அவனின் இளம்முகத்தில் வழக்கத்திற்கு மாறான ஒன்று பிரகாசித்தது. அவனிலிருந்து ஓர் இளைஞன் வெளியே வருகிறான். அம்மா, அவன் கைகளைப் பற்றி சமையலறைக்குள் இழுத்துச் செல்ல முயன்றாள். ரூமி, அம்மாவின் கைகளில் இருந்து, தன் கைகளை விடுவித்துக்கொண்டான். அந்த இடத்திலிருந்து அவன் நகரவில்லை. அப்பா கோபத்தில் ஆடிக்கொண்டிருந்தார். நான், கதவுக்குப் பக்கத்திலேயே நின்றிருந்தேன். மேலே, மின்விசிறியிலிருந்து காற்று அலை அலையாக வீசியது. அம்மாவின் முகத்தில் பயம் வெளிப்படையாகத் தெரிந்தது. உடைந்த கண்ணாடித் துண்டுகளை எடுத்துக்கொண்டிருந்தாள்.

அறை அமைதியாக இருந்தது. அப்படியும் இப்படியுமாக, அலைஅலையாக வீசுகிற மின்விசிறியின் சப்தத்தைத் தவிர. அவ்வளவு விசாலமான வீட்டில், எனக்கு மூச்சு வரவில்லையோ

என்ற உணர்வு. சுற்றி இருக்கிற சுவர்கள், முன்னால் நகர்வது போன்ற உணர்வு. சுவர்மேல் இருந்த புகைப்படங்களெல்லாம் கண்களுக்குத் தெரியாமல் போவதை நான் கவனித்தேன். முக்கியமாகத் தாத்தாவின் புகைப்படம். வேட்டி, துண்டு, அந்தப் பழங்காலத்து மனிதர், எப்பொழுதும் அந்தப் புகைப்படச் சட்டகத்திலிருந்து என்னைக் கருணையோடு பார்த்துக் கொண்டிருப்பவர். இன்றைக்குச் சுவர் முழுவதும் காலியாக இருந்தது அம்பேத்கர், ஜெகஜீவன்ராம் புகைப்படங்களும்கூட. அந்தச் சுவர்கள், அப்படியே முன்னுக்கு நகர்ந்து நகர்ந்து, நாங்கள் எல்லாரும் நசுங்கிவிடுவோமோ என்ற பயம் வந்தது.

“போங்க உள்ளுக்கு, என்ன பெரிய ஹீரோன்னு நெனைப்பா” என்று அம்மா எங்களை விரட்டினாள். “நீங்க வாங்க! முட்டாப் பயபுள்ளைகளுக்குத் தெரிஞ்சும் தெரியாத வயசு” என்றாள் அப்பாவை நோக்கித் திரும்பி. “போயி, அப்பாவுக்கு காஃபி போட்டு எடுத்துட்டு வா” என்று அம்மா என்னை நோக்கிப் பார்த்தாள்.

அம்மா, கீழேகுனிந்து தரைமேல் உடைந்து கிடந்த கண்ணாடிகளைப் பொறுக்கினாள். ரூமி அம்மாவின் பக்கம்வந்து அமர்ந்து கண்ணாடித் துண்டுகளை எடுத்துக் கொடுத்தான். “உனக்கெதுக்குய்யா, கையில குத்திடப்போகுது” என்றாள். குப்பைத் தொட்டியை எடுத்து, அம்மாவின் பக்கத்தில் வைத்தான். உடைந்த கண்ணாடித் துண்டுகளை அதனுள் போட்டு, அவற்றோடு சேர்த்துத் தன் சட்டைப்பையில் வைத்திருந்த தண்டோரா நோட்டீசை எடுத்து, அதனுள் மறைத்துவைத்தான்.

அந்தக் காட்சி, எனக்கு மிகவும் அசாதாரணமாக இருந்தது. திரைப்படத்தில் திடீரென்று காட்சிமாறுவதுபோல, அம்மா – ரூமி இருவரும் எதுவும் நடக்காததுபோலத் தரையில் அமர்ந்து, கண்ணாடித் துண்டுகளைப் பொறுக்கிக் கொண்டிருந்தார்கள். அப்பா, நாற்காலியில் அமர்ந்து காஃபி குடித்துக்கொண்டிருந்தார். சில நிமிடங்களுக்கு முன்பு இருந்த கோபம், பதற்றமெல்லாம் கனவில் நிகழ்ந்த நிகழ்ச்சி போலவும் மறந்து போனது போலவும் காணப்பட்டது.

நான் அறைக்குள் போனேன். ஜன்னல் அருகில் அமர்ந்தேன். உயரமாக வளர்ந்த தென்னை, ஜன்னலில் இருந்து எட்டிப் பார்த்தது. பால்கனி சுவரில் சிக்கி வளர்ந்த மல்லிக்கொடி, ரம்மியமாக வாசம் வீசியது. ஜன்னல் வலைக்கு அப்பால் கொசுக்கள் சூழ்ந்துகொண்டு ‘உம் . . .’ என்று சப்தம் கொடுத்துக் கொண்டிருந்தன. விசாலமான வீடு இது. வீட்டைச் சுற்றிலும் உள்ள முற்றத்தில், ஒரு சிறிய கிராமமே வாழமுடியும். அவ்வப்

பொழுது எனக்கு ஒரு கனவு வரும். எங்கள் முற்றத்தில் நூற்றுக்கணக்கான ஜனங்கள் கூடி, ஒரு புராதனமான பாட்டைப் பாடுவதுபோல. அந்தப் பாட்டு ஒரு சோகப் பாட்டு. எங்கள் முன்னோர்களின் பாட்டு. சாவுக்குப் பாடும் பாட்டு. மார்பில் அடித்து அழும் பாட்டு. இரவு முழுவதும் வட்டமாகச் சுற்றி, அந்த மனிதர்கள் நூற்றுக்கணக்கானோர் அந்தப் பாட்டைப் பாடிக்கொண்டே இருக்கிறார்கள். கனவு முடிந்தாலும்கூட, அந்தப் பாட்டு என் காதுகளில் கேட்டுக்கொண்டிருக்கிறது. அதிகாலையிலேயே அந்த மனிதர்களின் அடிச்சுவடுகளை முற்றத்தில் தேடிப்பார்க்கிறேன். கால் தடங்களின் தடயம் எதுவும் தெரியவில்லை. ஆனால் முற்றத்தில் இருக்கிற காகிதப்பூச் செடியின்மேல் தொங்கிக்கொண்டிருக்கிற நீலநிறப்பூவில், அந்தப் பாட்டின் காட்சி தெரிந்தது. அந்தப் பூப்புதர்களின்மேல் எங்கள் முன்னோர்களின் ஆன்மாக்கள் வாழ்வது போன்று தோன்றும். வீடுமுழுவதும் இந்தப் பூக்கள், செடிகள் நிறைந்திருக்கும் இந்த இடம் முழுவதும், எனக்கு எவ்வளவோ இஷ்டம். கொஞ்சம் ரோஜாக்கள் நெருக்கமாக இருந்தாலும், காகிதப்பூக்கள், செம்பருத்திப்பூக்கள் எனக்கென்னவோ பிடிக்கும். அதிகாலையில், இன்னும் கண்களைத் திறக்காத மலர் மொட்டுக்களின் அருகில் அமர்ந்தால், அவை தூக்கத்திலிருந்து எழுந்திருக்க அடம்பிடிக்கிற பிள்ளைகள்போலத் தோன்றும். இந்தச் செடிகளெல்லாம், அம்மாவின் உலகம். அவையெல்லாம், அம்மாவின் நூற்றுக்கணக்கான பிள்ளைகள். பிள்ளைகளுக்குப் பால்கொடுப்பதுபோல், அந்தச் செடிகளின் பக்கத்தில் குனிந்து உட்கார்ந்து அவற்றிடம் அரட்டை அடித்துக்கொண்டு, தண்ணீர் ஊற்றி, “இத்தனை வேலைக்காரங்க இருக்கும்போது” என்று அப்பா சலித்துக்கொள்வார். என் ஜன்னலிலிருந்து, என் அறைக்குள் நுழையப் பார்க்கும் குண்டுமல்லி, எனக்குப் பிடித்த மானது. சாயங்காலம் பிடுங்கிய மல்லிகை மொட்டுக்களைத் தரைமீது போட்டு, ஒவ்வொரு மொட்டாக எடுத்து மாலையாகக் கோத்தாள் அம்மா... அந்தக் காட்சி எவ்வளவோ நன்றாக இருக்கும். அந்த வெளிர்நிற மலர்களைப் பளிங்கு பதித்த தரையின்மீது போடாதே என்று அம்மாவிடம் சொல்ல வேண்டும்போல் தோன்றியது. அந்தத் தரையின் தன்மைக்கு மொட்டுகள் உருகிவிடுமோ என்று தோன்றியது.

கிராமத்திலிருந்து நிறைய பெண்கள் அம்மாவைக் காண வருவார்கள். அம்மா அவர்களுக்குச் சாப்பாடுபோட்டு, பஸ்சுக்குக் காசு, பழைய துணிகள் (முக்கியமாக அம்மாவின் சேலைகள்) கொடுப்பாள். அவர்கள் போகும்பொழுதெல்லாம் பூக்களைப் பறித்துக்கொண்டு செல்வார்கள். “பாரு உன் நம்பிக்கைத் துரோக

நண்பர்களை" என்று அம்மாவிடம் சொல்லத் தோன்றும். அப்பாவைப் பார்க்கவருபவர்கள்கூட, சிபாரிசுக்காக, மாற்றலுக்காக வருபவர்கள், செல்லும்வழியில் மஞ்சள்கலந்த பச்சை சாமந்திப் புதர்களை மிதித்துச் செல்வார்கள். அவ்வப்பொழுது தலைவர்களும் வருவார்கள். அவர்கள் உள்ளே அப்பாவிடம் பேசிக்கொண்டிருக்கும்பொழுது, உடன்வந்தவர்கள் வெளியே முன்னும் பின்னுமாக நடந்து, சிகரெட் பிடித்து, அந்தத் துண்டுகளைச் செடிப்புதர்கள் மேல் வீசிக்கொண்டிருப்பார்கள்.

ஒரு மாலைப்பொழுது, லேசாக இருட்டிய பிறகு, ஒரு வெள்ளைநிற டொயோட்டா கார் வீட்டுக்கு வந்தது. அதிலிருந்து இரண்டுகோட்சூட் அணிந்தமனிதர்கள் இரண்டு சூட்கேஸ்களோடு அப்பாவின் அறைக்குச் சென்றார்கள். (அந்த சூட்கேஸ்கள் முழுக்கப் பணக்கட்டுக்கள் இருக்கிறது என்று ரூமி சொன்னான்). அவர்கள் இருவரும் உள்ளே நுழைந்ததும், அவர்களோடு வந்திருந்த ஒருவன், வெளியே பதற்றமாக அங்கும் இங்கும் நடந்து, அந்தச் செடிகள் பக்கம் கொஞ்ச நேரம், இந்தச் செடிகள் பக்கம் கொஞ்சநேரம் நடந்து, செடியில் இருக்கிற இலைகளையும் பூக்களையும் பிடுங்கிக்கொண்டே இருந்தான். அவர்கள் வெளியே போனதும், முற்றத்தில் பார்த்தால் நூற்றுக்கணக்கான பூக்கள் தரையின் மேல், தலை துண்டித்த பச்சிளங்குழந்தைகளாய் உதிர்ந்து கிடந்தன. "தேவடியாப் பசங்க" என்று அம்மா ராத்திரி முழுக்க அவர்களைத் திட்டிக்கொண்டிருந்தாள்.

ஜன்னல் அருகில், இப்படி எத்தனை மணிநேரம் அமர்ந்திருந்தேனோ நினைவில் இல்லை. நன்றாக இருட்டியது. கீழே இருந்து, ரூமி கத்திக்கொண்டிருந்தான், "அம்மா! அவர்கள் சாப்பாட்டிற்கு அமர்ந்திருக்கிறார்கள்" என்று. தலைவலியாக இருந்தது. நெற்றி சூடாக, மூக்கின் உள்ளே வெப்பக்காற்று. உடம்பில் காய்ச்சல் அடித்தது. தலையில் ஆயிரம் கண்ணாடி பாட்டில்களை உடைத்தது போன்ற சப்தம். அப்பா வீசிய பூச்சாடி நேராக என் தலையில்பட்டு, உடைந்த துண்டு உள்ளே சொருகி, தலையில் கண்ணாடித் துண்டு குத்தியதுபோன்ற வலி. இரவு பத்துமணிக்கு அப்பா என் அறைக்கு வந்தார். "என்னாச்சு" என்று கேட்டார். நான் ஒன்றுமில்லை என்று தலையசைத்தேன். என் எதிரில் கட்டில்மேல் அமர்ந்தார். கைகளைக் கன்னத்தில் வைத்துக்கொண்டு கனமாக மூச்சுவிட்டார். நான், ஜன்னல் பக்கம் திரும்பி அமர்ந்தேன். அப்பாவைப் பார்ப்பதற்குப் பயமாக இருந்தது. கோபத்தில் சுருக்கங்கள் அப்படியே இருந்தன.

அம்மா, சோற்றில் குழம்பை ஊற்றிக் கொண்டுவந்தாள். பக்கத்தில் அமர்ந்து, என் தலையை அன்போடு தடவிக்

கொடுத்தாள். தலைமுடியைத் தனித்தனியாகப் பிரித்து, நானே சமுத்திரமாகி, எனக்குள் அலைகள் வீசுவதுபோல் இன்பமாக இருந்தது. இப்பொழுது அம்மா எனக்குத் தலை பின்னினாள். இறுக்கமான தலை என்னுடையது. சீப்புக்கு வளையாது. நீண்ட நேரம், எண்ணெய்யில் ஊறவைத்த பிறகு, சீப்பைத் தலையில் நுழைத்து, சடை பின்னுவது அற்புதமான கலைவடிவம் என்பதுபோல, கிட்டத்தட்ட அரைமணிநேரம் சீவினாள். எனக்காக, அம்மா பிரத்யேகமான தேங்காய் எண்ணெய் பயன்படுத்துகிறாள். வாசனை வருவதற்காக ஏதோ ஒன்றை, கிராமத்திலிருந்து வரவைக்கிறாள். அப்படி, அம்மா தலைவாரும்போது, கழுத்தைப் பக்கத்தில் திருப்பி அம்மாவின் முகத்தையே பார்த்துக்கொண்டிருப்பேன். அவள் முகத்தில் எந்த அசைவும் இருக்காது. காஃபி நிற முகம் (கறுப்பு கிடையாது), விசாலமான கறுத்த கண்கள், அந்தக் கண்கள் வாசனைப்பூக்களாய் இருக்கும். நெற்றிமேல், அகன்ற மச்சம் (அப்பா அடித்ததே), எந்த அசைவும் இல்லாத முகத்தில், அந்த மச்சம் ஒன்றே சோகப் பார்வையைப் பார்த்துக்கொண்டிருந்தது.

"ஜடை பின்றேன்" என்றாள். விருப்பம் இல்லாவிட்டாலும், அம்மாவின் ஸ்பரிசத்திற்காக ஜடையை அம்மாவிடம் ஒப்படைத்துக் கண்களை மூடிக்கொண்டு அமர்ந்திருந்தேன். ரூமியும் அம்மாவும் நானும் அதிகமாகப் பேசிக்கொள்ள மாட்டோம், ஆனால், நாங்கள் அருகருகே இருக்கும்பொழுது எங்கள் ஆத்மாக்களே குசுகுசுவென்று பேசுவதுபோலத் தோன்றும். நாங்கள் மூவரும் அமர்ந்திருக்கும்பொழுது, எங்களைச் சுற்றி ஓர் இனிய பரிமளம் ஏதோ, மெல்லிய திரைபோல எழுந்து, எங்களைச் சுற்றிப் பரவி, உடல்களில் ஆழமாகப் பின்னிப்பிணைந்து, எங்கள் உள்ளே இருக்கும் கவலைகளையெல்லாம் ஆவியாக்கி, எங்களுக்குள்ளே உற்சாகம் ஏதோ பிரவேசித்தது போன்றிருக்கும்.

நீண்டநேரமாகத் தூக்கம் வரவில்லை. எழுந்து, படுக்கைக்குக் கீழேயிருந்த டிரங்குப் பெட்டியை வெளியே இழுத்தேன். சின்ன டிரங்குப் பெட்டி அது. அம்மாவுக்குத் திருமணமான புதிதில், அவர்கள் வீட்டில் இருந்து கொண்டுவந்தது. அந்தப் பெட்டியென்றால் அம்மாவுக்கு எவ்வளவோ விருப்பம். நீண்டநாட்களாக அதைச் சமையலறையிலேயே மறைத்து வைத்திருந்தாள். (இந்த டொக்குத் தகரப் பெட்டியை ரோட்டுல வீசு என்று அப்பா பலமுறை எரிச்சலடைந்தார்) இந்தப் பெட்டி, அம்மாவின் ஞாபகப்பெட்டி. இப்பொழுது அது என் அறையை அடைந்தது. பெட்டியைத் திறந்தால் எத்தனையோ அற்புதங்கள். சிறுவயதில் என்னுடைய வளையல்கள், ரிப்பன் துண்டுகள், ஆச்சி கொடுத்த சின்ன சுருக்குப்பை, உள்ளங்கை

அளவில் இருக்கக்கூடிய சின்ன பைபிள், தாத்தா, எனக்காகப் பிரத்யேகமாகத் தைத்த சின்னசின்ன செருப்புகள், சிறுவயது பொம்மைகள், சின்ன தாத்தா, ஊரிலிருந்து கொண்டுவந்திருந்த சின்ன தப்பட்டை (சரியா இரண்டு உள்ளங்கை அளவு இருக்கும்). பெட்டியைத் திறந்தவுடனேயே புராதனமான நினைவுகள் நினைவுக்கு வந்தும் வராமலும். எனக்குத் தெரியாத நபர் யாரோ, என்னுடன் உரையாடிக்கொண்டிருப்பது போலத் தோன்றியது. பெட்டியிலிருக்கிற ஒவ்வொரு பொருளும், ஓர் அந்நியமான இடத்தை, ஒரு கதையை எனக்குச் சொல்வதுபோல் தோன்றியது.

ஒருமுறை, அம்மாவுடன் சேர்ந்து சாவு வீட்டிற்குச் சின்ன தாத்தாவின் ஊருக்குப் போனேன். நாங்கள் போவதற்குள் மாலை ஆகிவிட்டது. ஆகாயத்தின் பழுப்பு நிறம் பயமுறுத்துவது போலிருந்தது. கிராமம், அமைதியாகயிருந்தது. சின்ன தாத்தாவின் வீடு, பழங்கால ஓட்டுவீடு. ஒரு பக்கமாகச் சாய்ந்திருந்தது. நூறு கை மனிதன்போலப் பக்கத்தில் புளியமரம். மரத்தில் பறவைகள் கத்திக்கொண்டு இரைச்சலாக இருந்தது.

வீடு முழுவதும் நீண்டகாலமாகத் தண்ணீரில் நனைந்தது போல், புழுங்கல் வாடை அடித்தது. சவத்தை எடுத்துவிட்டார்க ளென்றாலும், அகர்பத்தி வாசனை இன்னும் வந்துகொண்டே இருந்தது. பெண்கள் உட்கார்ந்து பெரிதாக அழுது இரங்கல் தெரிவித்துக்கொண்டிருந்தார்கள். எனக்குத் தங்கச்சி முறை யாகும் பெண்ணொருத்தி (சாரா என்று பெயர்) துணையாக இருந்தாள். அம்மா, மீதியிருக்கிற பெண்கள் பக்கத்தில் அமர்ந்து கண்ணீர் சிந்தி, துக்கம் பெருகி, ரொம்ப நேரம் துடைத்துக் கொண்டே இருந்தாள். இப்படிக் கூட்டாகத் துக்கப்படும் காட்சி எனக்கு எவ்வளவோ பிடித்திருந்தது. ஆண்கள் எல்லாரும் கல்லறைக்குப் போனார்கள். இறந்துபோன மனிதரின் ஞாபகங் களை, ஒவ்வொருவரும் நினைவுசெய்துகொண்டு, அந்த மனிதரின் ஜீவித சரித்திரத்தை எல்லாரும் சேர்ந்து ஓதியதுபோல, ஆன்மீகரீதியாக இருந்தது அந்த இரங்கல் கூட்டம். அவசரத்தில் அனைவரின் துக்கம்.

என் பாட்டி, பள்ளிக்கூட ஆசிரியை. மிஷனரியின் செல்வாக்கின்கீழ், கல்வி கற்ற முதல் குடும்பமாக, எங்கள் அம்மாவின் குடும்பம் இருந்தது. கூலிவேலையை விட்டுவிட்டு, மீதியிருக்கிற குடும்பங்கள்கூட வேலைகள் செய்யத் தொடங்கிய நாட்கள் அவை. தரிசு இடங்களை ஆக்கிரமித்துச் சின்னச் சின்ன ஓட்டு வீடுகள், பனையோலை வீடுகள் கட்டிக்கொண்டு ஒரு பிரத்யேகமான கூட்டமாக இருக்கத் தொடங்கினார்கள். அம்மா

முடிந்தவரை, அவர்களோடு சேர்ந்து இருக்கவேண்டுமென்று பார்க்கிறாள். அங்கே சென்றதும் அம்மாவின் பாஷை மாறிப் போனது. விசித்திரமான உச்சரிப்புடன் பேசுகிறாள். அந்தப் பாஷை ஆத்மார்த்தமாக இருக்கிறது. உண்மையில் அங்கே வந்ததும் அம்மா, புதிய மனுசியாக மாறிவிடுகிறாள். கண்களில் ஒளி, முகம் பிரகாசமாகி, அப்பொழுது அம்மாவைப் பார்த்தால் எவ்வளவோ ஆனந்தம் ஏற்படுகிறது. சாரா, என்னை ஊருக்குள் அழைத்துச்சென்றாள். ஒரு காஃபி ஹோட்டலுக்குச் சென்று, காஃபி குடித்தோம் (தனிக் குவளை இருந்தது முன்பெல்லாம் என்று சாரா விவரித்தாள்) பந்தலம்மா பேத்தி, பந்தலம்மா மருமகன், ரொம்ப அதிகாரமுள்ள மனுசி, ஜில்லா பரிஷத் சேர்மன் என்னைப் பற்றிப் பேசிக்கொண்டிருக்கும்பொழுது, சங்கோஜமாக இருந்தது. அந்தக் கிராமத்தில் சுதந்திரமாக, அநாமதேயமாகச் சுற்றவேண்டுமென்று என் விருப்பம். அன்றைக்கு ராத்திரி புளியமரத்தின்கீழ் அமர்ந்து நிறைய விசயங்களைக் குறித்துக்கொண்டேன். பாட்டியின் பக்கத்தில் அமர்ந்து எங்கள் முன்னோர்களின் கதைகளைக் கேட்கலா மென்றிருந்தேன். ஆனால், அந்த ராத்திரி, கிராமம் முழுக்க அமைதியாக, திகிலாக இருந்தது. நிறைய வீடுகளில் சோறுகூட உண்ணவில்லை.(சாவுக்குப் போய்வந்த ஆடவர்கள், சாராயம் குடித்துக் கம்மென்று கட்டிலில் படுத்துக்கொண்டார்கள். அந்த இறந்துபோன மனிதரைப் பற்றிய செய்திகளைக் குறித்துக்கொண்டேன். (நிறைய சாரா சொன்னவைகளே) அந்த மனிதர் நாடகங்களை எழுதுபவர் என்று. (இந்த மரத்தின் கீழேயிருந்து) பண்டிகைகளின் பொழுது வேஷம் கட்டிப் பெரிதாகப் பாட்டுப் பாடுவார் என்று சொன்னாள் சாரா. (அவருடைய நினைவாக, யாராவது அவர் எழுதிய பாட்டைப் பாடினால் நன்றாகயிருக்கும் என்று தோன்றியது)

இப்படி மனிதர்களின் கதைகளைத் தேடுவது, எனக்கு எவ்வளவோ ஆனந்தத்தைக் கொடுத்தது. அந்த அந்நியமான துக்கங்களை, நான் பதிவுசெய்து, பத்திரப்படுத்திக் கொள்ள வேண்டிய சரித்திரம் என்று தோன்றியது. "சாரா இறந்துபோன மனிதனின் சின்னக் கொட்டகைக்கு அழைத்துக்கொண்டு போனாள். மர நாற்காலி, பக்கத்தில் பாதி படித்துப்போட்ட புத்தகங்கள், அவர் சேகரித்து வைத்திருந்த புத்தகங்கள் (அதிகமாக நாடகங்கள்), பைபிள் புத்தகங்கள் இருந்தன. சுவரில் மாட்டியிருந்த பழங்காலத் தோற்பை மிகக் கவர்ச்சியாக இருந்தது.

மேடையில் நாடகம் போடும்போது கட்டும் வண்ண வேட்டிகள், செழுமையான மாலைகள், தலைக்குச் சுற்றிக்

கொள்ளும் நீண்ட துண்டுகள், அந்தச் சின்னக் கொட்டகை எல்லாம் சேர்த்து அந்த இடம் ஒரு மியூசியம் போலிருந்தது. அனைத்து வரலாற்றையும் பதிவு செய்த புத்தகம் போலிருந்தது அந்தப் பகுதி. நான் அகன்ற கண்களுடன், அந்தப் பகுதியைப் பார்த்தபொழுது சாரா, "கடைசி நாட்களில், சாப்பிடுறதுக்கு ஒரு வாய் சோறுகூடக் கிடைக்கல அந்த மனுசனுக்கு, டி.பி. நோய்க்கு மருந்து வேண்டும் என்று அனைவரிடமும் கேட்டார். ஒரு ரூபாயோ, இரண்டு ரூபாயோ கிடைத்தால் அதில் சாராயம் குடித்து, மரத்தின்கீழ் அமர்ந்து பாட்டுப் பாடுவார்" "எனக்குச் சாக விருப்பமில்லடா! என் மவன்களே!" என்று பெரிதாகக் கத்துவார். அப்படி அழுவார். அதிர்ச்சியடைந்தேன். அந்தக் கொட்டகை, அவரின் கண்ணீரை மறைத்துவைத்திருக்கிற பெட்டியாகத் தோன்றியது. "ராசா காலத்து (நூற்றாண்டுகளின்) வறட்சி பற்றி, அதில் இறந்து போன நம் முன்னோர்களைக் குறித்துக் கவிதைப் புத்தகமே எழுதினார்", "அதைப் புத்தகமா போடணும், மவன்களே, அது உன் குலசரித்திரம்டா!" என்று எல்லாரையும் கேட்பார். அந்தக் கொட்டகையில், அந்த நாற்காலிப் பக்கத்தில் அமர்ந்து, சாரா சொன்ன அவரின் கதையைக் கேட்டு, எனக்குத் துக்கம் வந்தது. என் கண்கள் முழுக்கக் கண்ணீர், கன்னங்கள் ஈரமாயின.

அந்தக் கொட்டகையில், நீண்ட நேரம் இருந்தோம். அந்தப் பகுதியில் ஏதோ ஈர்ப்பு இருக்கிறது. அன்றைக்குப் பலமுறை அந்தப் பகுதிக்குப் போனேன். கேமரா எடுத்துக்கொண்டு, அந்தப் பகுதியைப் புகைப்படங்கள் எடுத்தேன். அவரின் கவிதைச் சரித்திரத்தை வெளிக்கொண்டுவந்து அதில் எங்காவது என் பெயரை எழுதவேண்டும் என்று தோன்றியது. சாராவும் நானும் கொட்டகை முழுக்கத் தேடினோம். கவிதைப் புத்தகம் எங்கும் தென்படவில்லை.

தோற்பையில் தேடியபொழுது, சின்னத் தப்பட்டை கண்ணுக்குப்பட்டது. அது அற்புதமாகத் தோன்றியது. எழுந்து நின்று, தப்பட்டையைப் பார்த்தேன். ஆனால், அவ்வளவு சின்ன தப்பட்டையைப் பார்ப்பது, ஆச்சர்யமாக இருந்தது. அது ஒரு புராதன சம்பந்தமாகத் தோன்றியது. மெல்லிய தோலால் செய்தது. நிறையத் தூசி இருந்தது. அடித்தால், அதிகச் சப்தம் வந்தது. அன்றைய இரவு ஆச்சியிடம் சொன்னதும், அந்தத் தப்பட்டையை ஆராய்ந்து பார்த்து, "இது வழக்கமான தப்பட்டை இல்லை, ஆத்மாக்கள் வாழ்கிற தப்பட்டை. எத்தனையோ வருடங்களாக எத்தனையோ பேர்களின் கனவுகளைத் தெரிந்த தப்பட்டை" என்று தப்பட்டையை லயமாகத் தட்டினாள். விசித்திரமான சப்தம். பாடல்போலத் தெரியும் சப்தம். பல பெண்களின்

வலியாக முனங்கிடும் சப்தம். "அதெல்லாம் உன் கற்பனை, ஆச்சி உன்னைக் கவர்வதற்காகச் சொல்லியிருக்கும்" என்று அம்மா, அந்த அனுபவத்தை நிராகரித்தாள். ஆனால், இப்பொழுது ராத்திரிப்பொழுது, அந்தத் தப்பட்டையை எவரோ அடித்து என்னென்னவோ சப்தங்களை எழுப்பியது போல் தோன்றியது.

இந்த ராத்திரி, அந்தத் தப்பட்டையை எடுத்துக்கொண்டு அடித்தபொழுது, சாயங்காலம் அம்பேத்கர் சென்டரில் தப்பட்டை வாசித்த, இளைஞர்கள் நினைவுக்கு வந்தனர். "தத்தினக்க... தத்தினக்க..." என்ற சப்தங்கள் ராத்திரி முழுக்க என் அறையில் கேட்டுக்கொண்டே இருந்தன.

2

ஞாயிற்றுக்கிழமை காலை எட்டுமணிவரை தூங்க வேண்டும் என்று தீர்மானித்துக்கொண்டேன். ரூமி ஆறரை மணிக்கே எழுப்பினான். "சீக்கிரம் எந்திச்சு மொட்டை மாடிக்கு வா!" என்றான் விறைத்த முகத்துடன். அவன் கண்களில் கொந்தளிப்பு. மொட்டைமாடி மேலே, புறாக் கூண்டின் முன்பு, பயத்தோடு உட்கார்ந்தேன். இரண்டு புறாக்கள், இறந்துகிடந்தன. யாரோ பலமாக இறக்கைகளைப் பிய்த்துப் பக்கவாட்டில் கழுத்தைத் திருகியதுபோல. "நாம் புறாக்களை வளர்க்காமல் இருந்திருந்தால், இந்த மரணத்தைப் பார்க்காமல் இருந்திருப்போம்" அவன் கண்களில் கண்ணீர். கூண்டு முழுக்கத் தேடினேன். எந்தத் தடயமும் கிடைக்கவில்லை. மேலே யாரோ வந்து, அந்தப் பறவைகளைக் கொன்றுவிட்டார்கள் என்று நினைப்பதற்கும் வாய்ப்பில்லை. அவையே சுவரில் அடித்துக்கொண்டு... "நான்சென்ஸ்" என்றான் அவன். இன்னும், ஆறு புறாக்களே உள்ளன. (அவை வெளியே உலாவப் போயிருந்தன) இருபது, முப்பது புறாக்களால் கலகலவென்றிருக்கும் கூண்டு அது. கொல்லைப்புறத்தில் குழிதோண்டி, இறந்துபோன புறாக்களைப் புதைக்கும்போது அப்பா பார்த்தார். "ப்ளடி ஷிட்" என்று கோபமாகக் கத்தினார்.

அவரின் கண்களில்படாமல் என் அறைக்குள் போனேன். வெளியே மெல்லிய சாரல் விழுந்தது. அம்மா, இரண்டு காப்பிக் கோப்பைகளோடு வந்தாள். காப்பி குடித்துக்கொண்டு, என் பக்கம் பயத்தோடு பார்த்தாள். "என்ன ஆச்சு?" என்றேன். ஏதோ சொல்ல வேண்டும் என்று வாயைத் திறந்து, அதற்குள் சங்கடத்தோடு பார்த்தாள். அம்மாவின் முகத்தில் ஒருவிதமான பொறுமையின்மை. விரக்தியோடு, என்னை நோக்கிப் பார்த்தாள். இரவு,

அப்பா தன் பொறுமையின்மையை, கோபத்தை, அம்மாவின் மேல் காண்பித்தார். முகம் சுருங்கியிருந்தது. பின்புறம், முதுகின் மேலே, பெல்ட்டால் தாக்கிய தழும்பு. திடீரென்று அம்மா என்னைக் கட்டிப்பிடித்து அழத் தொடங்கினாள்

நீண்ட நேரம் ஆன பிறகு, கண்களைத் துடைத்துக்கொண்டு, "சரி. என் தலையெழுத்து இப்படியிருக்கு" என்றாள் மெல்லி தாகச் சிரித்துக்கொண்டு. பூ மலர்ந்தது போன்ற அம்மாவின் சிரிப்பு எவ்வளவோ அழகாக இருக்கும். ஆனால் இப்பொழுது அந்தச் சிரிப்பில் உயிர்ப்பு இல்லை.

மதியம் உணவு உண்ணும்பொழுது, ரூமியிடம் செய்தியைச் சொன்னேன். அவன் கோபமாகப் பார்த்தான். அவன், கண் முழுக்க அப்பாவின் மேலிருந்த வெறுப்பு. சிறிது நேரத்தில் விஷயம் மறந்துபோய், "காலையில் ரவண்ணா தென்பட்டான். எல்லா ஊர்களிலும் தண்டோரா இயக்கம் தொடங்கிவிட்ட தாம். தர்ணாக்கள், ஊர்வலங்கள், ஹைதராபாத்தில் பெரிய கூட்டம் ஏற்பாடு செய்திருக்கிறார்களாம்" என்றான். அவனின் உற்சாகத்தைப் பார்த்தால், மிக அழகாக இருந்தது. தண்டோரா இயக்கத்திற்குப் பின்னால் இருக்கிற அரசியல் எதுவும் அவனுக்குத் தெரியாது (எனக்கும் தெரியாது). ஆனால், இது ஒரு சாகசமாக உள்ளது. "மாதிகா" என்ற வார்த்தையை இப்பொழுது கர்வத்தோடு சொல்ல முடிகிறது. தண்டோரா தலைவர்கள் சொல்லியதுபோல, இது சுயமரியாதையுடன் தொடர்புடைய இயக்கம் என்று தோன்றியது. நான் அம்மாவைப் பற்றிச் சிந்தித்துக்கொண்டிருந்தேன். அம்மாவின் முகத்தில் நீண்ட தழும்பு. அப்பா, இவ்வளவு அநாகரிகமானவராக எப்படி ஆனார்?

அதற்கு அடுத்த நாள், அப்பா சார்ந்திருந்த கட்சியின் ஒரு முக்கியத் தலைவரை நக்சலைட்டுகள் சுட்டுக் கொன்றனர். சிலகலூரிபேட்டையில் ஒரு காவல் நிலையத்தின்மேல் தாக்குதல் நடத்தினர். தொலைக்காட்சியிலும் செய்தித்தாள்களிலும் இதே தலைப்புச் செய்தி. காவல்துறை அதிகாரி, அப்பாவைச் சந்திக்க வந்தார். வீட்டின் அருகில், காவலர்களைப் பாதுகாப்பிற்கு அமர்த்துகிறோம் என்றார். "தலித் தலைவர்களை அவர்கள் எதும் செய்ய மாட்டார்கள்" என்றார் மெதுவாக. ஆனால் முகத்தில் பதற்றம், கவலை. அந்த வாரம் முழுக்க அப்பா வெளியே செல்வதைத் தவிர்த்துவிட்டார். தன் அறையில் அவர் தனியாக அமர்ந்து செஸ் விளையாடினார். நக்சல்களின் தாக்குதலைக் கண்டித்து, ஓர் அறிக்கை கொடுத்தார். இந்தச் சம்பவத்தைவிட முக்கியமான சம்பவம், அப்பா தண்டோராவுக்கு எதிராக ஒரு தினப்பத்திரிகையில் எழுதிய கட்டுரை வெளிவந்தது. அவரின்

கட்சித் தலைவர்கள் "வாழ்த்துகள்" சொன்னாலும், வெளியில் கடும் எதிர்ப்பு கிளம்பியது. தண்டோரா இளைஞர்கள் வீட்டுச் சுவரின்மேல் 'ஒழிக! ஒழிக!' என்ற கோஷங்களை எழுதினர். ஒரு ராத்திரி வேளை வீட்டின்மேல் முகம்தெரியாத எவரோ கல்லை எறிந்தார்கள். மறுநாள் வீடு பரபரப்பாக இருந்தது. நிறைய தலைவர்கள் ஆலோசனைக்காக வந்தார்கள். மாவட்டக் காவல் கண்காணிப்பாளர் வந்தார். சூழ்நிலையைக் கணக்கில் கொண்டு, வீட்டின் முன்பு இரண்டு காவலர்களைக் காவலுக்கு வைத்தார். அப்பாவுக்கு எதிராக, ஒரு துண்டுப்பிரசுரம் ஊர் முழுக்கக் கொடுக்கப்பட்டிருந்தது. முக்கியமாக சர்ச் அருகில், மாதிகாவினர் வாழும் பேட்டைகளில். அப்பா நீண்ட புத்தகம் எழுதத் தொடங்கினார். இந்த இடைப்பட்ட காலத்தில், அப்பா கம்பீரமாக மாறிப்போயிருந்தார். இருந்தாற்போல வெற்றிடத்தை வெறித்துப் பார்த்தார். எதையோ தேடுவதைப் போல ஆழமாகப் பெருமூச்சுவிட்டார். உதட்டை இறுக்கி, நெற்றியின் மேல் சுருக்கம் வந்ததுபோல, முகத்தில் உள்ள தசைகளை இறுக்கி, ஏதோ நினைவு வந்ததுபோல, மெலிதாகச் சிரித்தார். அப்படிச் சிரிக்கும்போது, உடைந்த தேங்காயிலிருந்து எட்டிப் பார்க்கும் வெள்ளைத் தேங்காயைப் போல இருந்தது அவரின் முகம்.

ஒருநாள் மதியம் பல்கலைக்கழக மாணவர்கள் பத்துப்பேர் வீட்டிற்கு வந்து, தண்டோரா இயக்கத்திற்கு நன்கொடை வேண்டுமென்று அவர்கள் கேட்டனர். இயக்கம் குறித்துத் தனக்குச் சாதகமான கருத்து இல்லையென்றார் அப்பா. "வாங்க சார், இப்படி உட்காருங்க, நாம் இந்த விஷயத்தைப் பற்றி விவாதிப்போம், எங்ககிட்ட எல்லாப் புள்ளிவிவரங்களும் இருக்கு. இந்த அம்பது வருஷசத்துல எத்தனை பேர் படித்திருக்கிறார்கள், எத்தனை பேர் உத்தியோகத்தில் இருக்கிறார்கள், எத்தனை பேர் சட்டசபையில் இருக்கிறார்கள், வாங்க சார், நாம் பேசுவோம், உங்க சந்தேகத்தைக் கேளுங்க, கட்சி ஆளாக இல்லாமல், ஒரு சராசரி மனிதனா, யோசிச்சுப்பாருங்க" என்றனர்.

விவாதம் நடக்கவில்லை. உள்ளே வந்த போலீஸ்காரர்கள், மாணவர்களை வெளியே அழைத்துக்கொண்டு சென்றனர். நாட்கள் வழக்கமாகக் கடந்து போயின. ரூமிக்குப் பரீட்சை. ஒரு மணிநேரம்கூட உட்காரவில்லை. நண்பன் யாரோ அழைத்தான் என்று வெளியே போனான். அவனைப் படிக்க வைக்கும் பொறுப்பு என்மேல் விழுந்தது. அம்மா, முன்புபோல உற்சாகமாக இல்லை. கண்கள் முழுக்கப் பயம். எதையோ இழந்ததைப் போல. "சர்ச்சுக்குப் போகவேண்டும் போலிருக்குதுடா" என்றாள். ஆச்சியினது கிறித்தவ நம்பிக்கை. அம்மாவிற்குப் பெரிய பக்தி ஒன்றும் இல்லாவிட்டாலும், கவலையாக இருக்கும்பொழுது, பயம்

வந்தபொழுது "சர்ச்சுக்குச் செல்ல வேண்டும் போலிருக்கிறது" என்பாள். அப்பாவிற்கு விருப்பம் இருக்காது. சர்ச் குறித்து, கிறித்தவ மதம் குறித்து அவருக்குப் பிரத்யேகமான அபிப்ராயம் இருந்தது. நம்மீது, காலனிய மரபு பலவந்தமாகத் திணிக்கப் பட்டது என்றார். (ஒருவேளை இந்த மனிதர், ஆர்.எஸ்.எஸ் மனிதர் இல்லையல்லவா என்பான் ரூமி. அப்பாவின் தத்துவத்தைக் கேட்கும்பொழுதெல்லாம்). அந்த ஞாயிற்றுக்கிழமை, அப்பா வீட்டில் இல்லை. எங்கள் உறவினர்களான கொஞ்சம் பேரின் வீடுகளுக்குப் போன் செய்தேன். சுமார் பத்துப் பெண்களுடன் வீட்டில், 'பிரார்த்தனை' நடந்தது. ஒரு பெண் (மதர்) துறவியை அழைத்தோம். அம்மாவின் உற்சாகத்திற்கு அளவில்லை. அவர்களுக்காகப் பிரத்யேகமான விருந்து ஏற்பாடு செய்திருந்தாள். கொஞ்சம் வீட்டில் செய்தவை. கொஞ்சம் ஹோட்டலி லிருந்து வரவழைக்கப்பட்டவை. அம்மாவின் மகிழ்ச்சிக்கு அளவேயில்லை. நீண்ட நாட்களுக்குப் பிறகு, அம்மாவின் கண்களில் வெளிச்சத்தைக் கண்டேன். அம்மாவிற்கே உரிய பிரத்யேகமான, அழகான சிரிப்பை, அந்த வேளையில் கண்டேன். நிலவொளியில் நதிக்கரையில் நடப்பதுபோல் மகிழ்ச்சியாக இருந்தது அந்தச் சிரிப்பு. அப்புறம் சின்ன குழந்தைகள்போல அம்மாவைக் கட்டிப்பிடித்துக் கொஞ்ச வேண்டும் என்று தோன்றியது. அந்த இரவு, நானும் ரூமியும் அம்மாவின் அறை யிலேயே படுத்துக்கொண்டோம். ரூமி அம்மாவின் காலடியில் கிடந்தபொழுதுதான். நான் தலைப்பக்கம் அமர்ந்து, நதி போன்ற அம்மாவின் கூந்தலைக் களைந்து, அங்கங்கே வெள்ளையாக மின்னுகிற, நரைத்த முடியைப் பிடுங்கிக் கொண்டிருந்தேன். அம்மா தன் சிறுவயது நினைவுகளைச் சொல்லிக்கொண்டிருந்தாள். அந்த இரவை நாங்கள் பல நாட்கள் நினைவில் வைத்திருந்தோம். அம்மா அழகாகப் பாடுவாள் என்பதை நாங்கள் அந்த ராத்திரியில்தான் தெரிந்துகொண்டோம். கிராமப்புறங்களில் தம்பதிகள் பாடும் பாட்டு. அம்மாவைப் பார்த்ததும் ரூமிக்கும் உற்சாகம் வந்தது. டிரேசி சாப்மென் பாட்டைப் பாடினான்.

அப்பா ஹைதராபாத்திலிருந்து வந்தவுடனேயே, "நிஜம் தானா!" என்று கோபமாகக் கேட்டார். டிரைவர் வரும் வழியி லேயே சொன்னார். ஏதோ பிரச்சினை ஆகப்போகிறது என்று பயந்து, நான் முன்முயற்சி எடுத்து, அப்பாவிற்கு விவரிக்க முயற்சிசெய்தேன். "நீ பேசாதே" என்றார் கோபத்தோடு என் பக்கம் விரலைக் காண்பித்து அவரது இயல்பான தோரணையில். சூட்கேஸைத் தரையில் விசிறி அடித்தார். அம்மாவின் முகம், பயத்தில் வெளிறியது. அம்மா முதுகில் சுமக்கிற தழும்புகள் நினைவுக்கு வந்தன. எனக்குள் விசித்திரமான உணர்வு வந்தது.

"எதுக்குப்பா இப்படிச் சர்வாதிகாரிபோல நடந்துகிறீங்க" என்றேன். 'பளார்' என்று, என் கன்னத்தில் விழுந்தது. என் முகத்தில், என் வயிற்றில், எல்லா இடங்களிலும் அடிகள். தாங்க முடியாத வலியில் பெரிதாகக் கத்தினேன் (அழக் கூடாது என்று எவ்வளவோ முயற்சித்தேன்). தடுப்பதற்கு அம்மா முன்னால் வந்தாள். அம்மாவின்மேல் இரண்டு அடிகள் விழுந்தன. ரூமியின் கண்களில் நெருப்பைக் கண்டேன். அந்த நாள் முழுக்கப் போரில் காயம் பட்டவர்களைப் போலக் கழித்தோம் மூவரும்.

அதற்கு மறுநாள், எதுவும் நடக்காததுபோல் அப்பா, என் படிப்பு பற்றிக் கேட்டார். "எப்படி வருது மார்க்? முதல் பத்து ரேங்குல வந்துருவல்ல !" என்றார். நான் பதில் சொல்லவில்லை. அம்மாவைச் சத்தமாகக் கூப்பிட்டு "விஜ்ஜி ! நாம் சாயங்காலம் எம்.பி. வீட்டுக்குப் போகணும். எப்பயிருந்தோ வாங்கன்னு அழைச்சிட்டிருக்கார்." என்றார். "சோர்வா இருக்கு, இன்னொரு தடவ ..." என்றாள் அம்மா. அப்பாவின் முகத்தில் தசைகள் இறுகத் தொடங்கின. "அவர் இன்னைக்கே வாங்கன்னு அழைப்பு கொடுத்துருக்காரு" என்றார் பொறுமையின்றி.

அன்று மாலையில், நால்வரும் எம்.பி. வீட்டிற்குக் கிளம்பினோம். நான் அம்மாவின் அருகிலேயே அமர்ந்திருந்தேன். அம்மாவின் முகம் நன்றாகச் சோர்ந்திருந்தது. காலை வேளை சூரியன் போலப் பளபளப்பாக இருக்கும் முகம் அம்மாவினுடையது. இன்றைக்கு வெளிறி, சக்தியற்ற தேவதை யாக இருந்தாள். அம்மாவை இப்படிப் பார்த்ததும் கண்களில் கண்ணீர் நிறைந்தது.

எம்.பி.யின் வீடு, நாங்கள் நுழைந்ததும் பயத்தைத் தந்தது. வராண்டா உட்பட, வீடு முழுவதும் கிரானைட் போடப் பட்டிருந்தது. அலங்கார விளக்குகள், ஓவியங்கள், இத்தாலியன் சோபா செட்டுகள். இடைக்காலக் கற்கோயில் போல அமைதியாக இருந்தது வீடு.

எங்களைப் பார்த்துக்கொண்டே அவர் வெளியே வந்தார் "வா, ராஜய்யா !" என்று அப்பாவின் கையைக் குலுக்கி உள்ளே அழைத்துக்கொண்டு போனார். விசாலமான சோபாவில் திக் திக் என்று அமர்ந்திருந்தோம். எம்.பி.யின் மனைவி, எங்களைப் பார்ப்பதற்கு வரவில்லை. எம்.பி. ஒரு பிரத்யேகமான அறைக்குள் அப்பாவை அழைத்துக்கொண்டு போனார். அம்மா, நான், தம்பி மூவரும் சுற்றுமுற்றும் பார்த்தவர்களாய் அமர்ந்திருந்தோம். எங்களிடம் பேசுவதற்கு யாரும் இல்லை. வேலைக்காரார்கள் வந்து ஸ்நாக்ஸ், தேநீர் கொடுத்துவிட்டுப் போனார்கள். அதற்குப் பிறகு, எங்கள் இருப்பை யாரும்

பொருட்படுத்தவில்லை. இருபது வயதுப் பெண் (அவரின் மகளாக இருக்க வேண்டும். முழு மேக்அப்பில் இருந்தாள், உடல்முழுக்கத் தங்க நகைகள் அணிந்திருந்தாள்) வந்து "ஹலோ ஆன்ட்டி!" என்று பேச்சு கொடுத்தாள். கொஞ்ச நேரம் வெட்டியாகப் பேசியதும், "வாங்க! வீட்டைச் சுற்றிப் பார்க்கலாம்" என்று உள்ளே அழைத்துச் சென்றாள். எந்தப் பொருளை எங்கிருந்து வாங்கிக்கொண்டு வந்தார்கள் என்று விவரித்தாள். பூமிக்குள் வேறு சொர்க்கத்தை மறைத்துவைத்துக்கொண்டது போலக் கீழே, பாதாள அறையில் விசாலமான நீச்சல் குளம் இருந்தது. அதிலிருந்த தண்ணீர், தங்க நிறத்தில் பளபளத்தது. ஒரு பிரத்யேகமான அறையில், மிகப் பெரிய அக்வோரியம் இருந்தது. ஆச்சரியமாக அதனில் எல்லாம் தங்க நிற மீன்களே இருந்தன. அந்தப் பெண், தன் அறைக்குள் அழைத்துச்சென்று, தன் ஆடை, ஆபரணங்களைக் காட்சிப்படுத்தினாள். அவளின் அம்மாவின் அறை என்று விரலினால் ஓர் அறையைக் காட்டினாள். அந்த அறைக்குள் அழைத்துச் செல்ல முயற்சிக்கவில்லை. (அவள்கூட எங்கள் அம்மாவைப் போலச் சபிக்கப்பட்ட தேவதையாக இருக்கலாம்.) வேறொரு அறைக்கும் எங்களை அழைத்துச் செல்லவில்லை. அது பூஜை அறை. அந்த அறைக்கு அழைத்துச் செல்லாததற்கு எந்தக் காரணமும் சொல்ல வில்லை. காட்சிகள் முடிந்ததும், அந்தப் பெண் எங்களை விட்டுவிட்டு எங்கேயோ சென்றுவிட்டாள்.

முக்கியமான வேலை இருக்கிறதென்று எம்.பி., அவசர மாகப் போய்விட்டார். ஆனால் இரவு உணவு சாப்பிட்டுவிட்டுத் தான் போகவேண்டும் என்று உத்தரவிட்டார். விசாலமான சாப்பாட்டு மேசையில் நாங்கள் நால்வர் மட்டுமே. வீட்டைச் சுற்றிக் காட்டிய அந்தப் பெண்கூட வரவில்லை. சுமார், இருபது ஐட்டங்கள் இருக்கும். 'ராஜபோஜனம்' என்பார்களே, அப்படி யிருந்தது. (ரூமி முகத்தில் கோபம், ஹோட்டலுக்குப் போனாலும் போயிருக்கலாம்லா என்று முணங்கினான்.) அப்பாவின் முகத்தில், ஏதோ அதிருப்தி இருந்தாலும், அதை வெளிப்படுத் தாமல் கம்பீரமாக முகத்தை வைத்துக்கொண்டிருந்தார். ராத்திரி ஒன்பது மணிக்கு வீட்டுக்குக் கிளம்பினோம். போய்விட்டு வருகிறோம் என்று சொல்லிக்கொள்வதற்குக்கூட அங்கு எவரும் காணப்படவில்லை. வேலைக்காரர்களிடம் குட்பை சொல்லிவிட்டு வந்தோம். அம்மாவின் முகம் இன்னும் சோர்வாகவே இருந்தது. வெற்றிடத்தைப் பார்த்துக்கொண் டிருப்பதுபோல மௌனமாக அமர்ந்திருந்தாள். வீட்டிற்கு வந்ததும், அப்பா தன் எதிர்காலத் திட்டங்கள் குறித்து விரிவுரையாற்றத் தொடங்கினார். எஸ்.சி.க்காக அதிகாரப்பூர்வ

அறிவிப்புச் செய்யப்படக்கூடிய தொகுதிக்கு, எம்.எல்.ஏ. வேட்பாளராகத் தன் பெயரைச் சிபாரிசு செய்கிறேன் என்று எம்.பி. சொன்னார் என்று மிகுந்த உற்சாகத்துடன் சொன்னார் அப்பா. அவர் அப்படிச் சொல்லிக்கொண்டிருக்கும்பொழுதே, அம்மா தலை சுற்றி, நாற்காலியிலிருந்து நழுவிக் கீழே விழுந்தாள். அம்மாவை அவளின் அறைக்குக் கொண்டுசென்றோம். ஒரு மணிநேரம் கழிந்ததும், அம்மா என்னைப் பக்கத்தில் அழைத்து விக்கி விக்கி அழுதாள். எதற்கு அழுகிறாளோ, அர்த்தம் புரியவில்லை.

ராத்திரி பன்னிரண்டு மணிக்கு, விழிப்பு வந்தது. மனிதர்கள் எவரெவரோ அவசரமாக ஓடுகிற சப்தம் அப்பாவின் தோளில் வெளிறிப் போய் இருக்கிற அம்மா சோர்வாக. அப்பா அவளை இறுக்கி அணைத்துக்கொண்டு அவசரமாக வெளியே போனார். அன்று இரவு அப்பா, அம்மாவை மூர்க்கத்தனமாக அடித்தார். அந்த வலி பொறுக்க முடியாமல் மூர்ச்சையடைந்து தரைமீது சாய்ந்துவிட்டாள்.

அன்றைய இரவும் மறுநாளும் அம்மா வீட்டிற்கு வரவில்லை. "ஏதோ கொஞ்சம் சோர்வு, நீங்கள் காலேஜ்க்குப் போங்க, ஆஸ்பத்திரிக்கு வரவேண்டிய தேவையில்லை" என்று உத்தரவிட்டார் அப்பா. ரூமிக்குத் தண்டோரா இயக்கத் தொல்லை வந்தது. பல்கலைக்கழகத்தில் நாளை ஞாயிறு நடக்கவிருக்கிற கூட்டத்திற்குப் போகிறேன் என்று அறிக்கை விட்டான். தன் நண்பர்கள், தன்னிடம் பேசுவதை நிறுத்தி விட்டனர் என்று சொன்னான். (அவர்கள் நம்மவர்கள் இல்லை யல்லவா என்றார் சந்தேகத்துடன்). அவன் சொல்லும் விசயங்களைக் கேட்கத் தோன்றவில்லை. அம்மாவைப் பற்றியே யோசித்துக்கொண்டிருந்தேன். அப்பாவைக் கேட்டால், "கவலைப்படறதுக்கு எதுவுமில்லை. நாளை வீட்டுக்கு வந்திடுவாள்" என்றார். ஆஸ்பத்திரியில் அம்மாவுக்குத் துணையாக அவரே இருந்தார். அவரின் முகத்தில், உணர்ச்சியைப் பார்ப்பதற்கு முயன்றேன். பச்சாதாபம் போன்ற ஏதோ ஒன்று இருக்கிறதா என்று தேடினேன்.

அன்றைக்கு மாலைப்பொழுது அம்மா வந்தாள். உள்ளே வந்ததும் எங்களை நோக்கினாள். என்னைப் பக்கத்தில் அழைத்து முகத்தை நிமிர்த்தினாள். அம்மாவிற்காகக் கீழே இருக்கிற அறையைத் தயார் செய்தோம். அம்மாவிடம் நிறைய பேசவேண்டும் போலிருந்தது. ஆனால் மௌனமாக இருந்தாள். அவளின் கண்கள் வெறுமையாக இருந்தன. எந்த உத்வேகமும் இல்லாமல், அவளின் கண்களில் எந்தப் பற்றும் இல்லாமல்.

டாக்டர். வி. சந்திரசேகர ராவ்

கனவுகள் அனைத்தும் சிதைந்து, முழுவதும் சிதறிக்கிடப்பது போன்று, கனவுகள் இறந்துவிட்டன போன்று தெரிந்த கண்கள்.

ரூமி, பால் எடுத்துக்கொண்டு வந்தான். "இப்பொழுது குடிக்கவேண்டும் போலில்லை. அங்கே வை" என்றாள். "போங்க! போய்ப் படிங்க" என்றாள் எங்களை உத்தேசித்து. "இங்கேயே இருக்கிறோம்" என்றான் ரூமி. கொஞ்சநேரம் கண்களை மூடிக் கொண்டு, என் பக்கம் பார்த்து, "போய், படி" என்றாள். மேலே சென்று, புத்தகத்தைத் திறந்தாலும் எழுத்துக்கள் மறைந்து, பக்கங்களின் மத்தியிலிருந்து அம்மாவின் முகமே தெரிந்தது. அப்பாவின் முகம் எப்பொழுதும்போல் தீவிரமாக, இறுக்கமான தசைகளுடன் கரடுமுரடான கல்லுமுகமாக இருந்தது.

அந்தச் சனிக்கிழமை ரூமி, டஜன் புறாக்களை வாங்கி வந்தான். நாள் முழுக்க அவற்றைக் கூண்டுகளில் வைத்தான். "ஞாயிறு தண்டோரா கூட்டத்திற்குக் கொண்டுபோகிறேன். அங்கே வைத்துத் தலைவர்கள் இந்தப் புறாக்களைக் காற்றில் விடுவார்கள். அது ஒரு சுதந்திரப் பிரகடனம்" என்றான். எனக்குச் சிரிப்பு வந்தது. அவன் சுதந்திரப் பிரகடனம் போன்ற பெரிய பெரிய விசயங்களைக் பேசிக்கொண்டிருந்ததால். எதிலிருந்து சுதந்திரம் என்று என்னை நானே கேட்டுக்கொண்டேன்.

பதினைந்து வருட ஞாபகங்கள் புறாக்களோடு கொண்ட, என் நட்பு இப்பொழுது கனவுபோல் நினைவில் இருக்கிறது. இரண்டு அறைகொண்ட சிறிய வீடு அது. அடுக்களை ஜன்னல் மேல் அமர்ந்து குவக்... குவக்... என்று இரண்டு புறாக்கள் விளையாடிக்கொண்டிருந்தன. அப்பா அப்பொழுது உயர்நிலைப் பள்ளியில் ஆசிரியராக இருந்தார். சின்ன சின்ன கவிதைகள் எழுதுவார். புறாக்களைப் பார்த்து அழகான கவிதைகளைச் சொல்லுவார். அம்மாவுக்குக் கவிதைப் புரியாவிட்டாலும், விருப்பத்தோடு கேட்பாள். விசாலமான தன் கண்களால் பெருமையோடு பார்ப்பாள். தம்பிக்கு ஆறு மாதமே. அவன் சின்னஞ்சிறு கைகளால் புறாக்களை அழைப்பான். அவை விர்ரென்று மேலே பறக்கும்பொழுது கைத்தட்டிச் சிரிப்பான்.

இந்தப் புறாக்களின் சிநேகம், எங்கள் வீட்டுச் சரித்திரத்தில் ஒரு பாகமாகியது. எங்கள் தெருவில், 'புறாக்களோடு நட்புடைய பெண்' என்று என்னை அழைத்தார்கள். என்னோடு தம்பியையும் அந்தப் புறாக்களையும் சேர்த்துத் தனக்கு இருபத்தாறு பிள்ளைகள் என்று அம்மா சொல்வாள். பகல் முழுக்க எங்கேயோ சுற்றும். இரவுப் பொழுது வீட்டை வந்தடையும். கொஞ்சம் வராண்டாவில், கொஞ்சம் அடுக்களை ஜன்னல்மேல் கிண்ணம் முழுக்கத் தானியங்கள் (கம்பு, ராகி)

வைத்து, அவற்றிற்காகக் காத்திருப்போம். தொட்டிமேல் சாய்ந்து தண்ணீர் குடித்துப் படபடவென்று இறக்கைகளைச் சோம்பேறித் தனமாக விரித்துக்கொண்டு, பேச வந்த உறவினர்கள் போல இருந்தன. அவற்றிற்கு ஒரு கூண்டு கட்டவேண்டுமென்பது அப்பாவின் யோசனை. மரச் சட்டத்தில் கட்டின கூண்டு அது. காலையிலேயே அந்தக் கூண்டுக்கு அருகில் சென்று நிற்போம். அப்பறவைகளின் குவக்... குவக்... சப்தத்தைக் கேட்டால், அது காலைநேரச் சங்கீதம்போல இருக்கும். தானியங்களை, மீதி இருக்கிற சோற்றைத் தின்றதும், உலாவிற்கு வெளியே கிளம்பிப்போய்விடும். ராத்திரிவேளை மட்டும் மௌனமான முனிவர்கள்போல் காணப்படும். அந்தப் பொழுதைப் புறாக்களின் பொழுது என்பார் அப்பா. அந்த நொடியில் புறாக்கள் அவற்றின் ஞாபகங்களில் உலாவிக் கொண்டிருக்கின்றன என்பார் அப்பா. அப்பா, அப்பொழுது ஆசிரியர் சங்கத்தில் தலைவராக இருந்தார். அவ்வப்பொழுது அப்பா, கூட்டத்தில் பேசவேண்டிய சமயங்களிலெல்லாம், புறாக்களின் முன் அமர்ந்து, 'என் பிள்ளைகளே, குழந்தைகளே, கேளுங்கள் என் சொற்பொழிவை' என்று அவற்றின் முன்பு அமர்ந்து சொற்பொழிவுகளைக் கேட்கவைப்பார். அவை கூட மெச்சிக்கொண்டதுபோல, இறக்கைகளைப் படபடவென்று அடித்து, ஒரு பாராட்டாக அவரின் தோளின் மேல் அமரும். அவற்றின் விளையாட்டுத்தனத்தை வீட்டிலுள்ளவர்கள் பார்த்து மகிழ்வோம். சில புறாக்கள் நெருக்கத்துடன், உரிமை எடுத்துக்கொண்டு வீட்டின் உள்ளே வரும். சாப்பிடும்போது, எங்கள் கண்ணாடிமீது சாய்ந்திருக்கும்.

இரண்டு ஆண்டுகள் கழித்து நாங்கள் வீடு மாறினோம். அப்பொழுது அப்பாவின் வாழ்க்கையில் நிறைய மாறுதல்கள் ஏற்பட்டன. ஆசிரியர் சங்கம் இரண்டாகப் பிளந்தது. பிளவுபட்ட ஒரு சங்கத்திற்குத் தலைவராக அப்பா வெளியே வந்தார். தலித், பழங்குடி, பிற்படுத்தப்பட்ட சாதிகளின் கூட்டமைப்பில் தொடங்கிய சங்கம் அது. மற்றொரு சங்கம், கம்யூனிஸ்ட்டுக் கட்சிக்குத் தொடர்புடையது. சதிமூலம் சங்கத்தைப் பிளந்தார் என்று அப்பா பற்றி பிரச்சாரம் நடந்தது. துண்டுப்பிரசுரங்கள் போட்டார்கள். அப்பாவின் நெருங்கிய நண்பர்கள்கூட அவரை நம்பவில்லை. 'எஸ்.சி.யினரின் குரலைக் கேட்பவர்கள் இல்லை' என்பதற்காகப் பிரித்தேன் என்று சொல்லிக்கொண்டார். பழைய வீட்டில் இருக்கும்பொழுது ஒரு குளிர்கால உதயத்தில், இரண்டு புறாக்கள் இறந்துகிடந்தன. அனைவரும் திகிலடைந்தோம். இது 'அபசகுணம்' என்று அப்பா பலமுறை முணங்கினார். 'இந்த மரணத்தைப் பார்க்கமுடியாது, இது மேல, ஆசை வைப்பதை நிப்பாட்டுங்க' என்று உத்தரவு போட்டார்.

ரூமி, அப்போதுதான் அவற்றோடு மிக நெருக்கமாக இருந்தான். அழுது, ஆர்ப்பாட்டம் செய்தான். முதல்முறை, அப்பாவின் உக்கிர உருவத்தைக் கண்டோம். ஆறுவயது ரூமியைப் பெல்ட்டை எடுத்து அடித்தார். அனைவர் தலையிலும் இடி விழுந்தது போலிருந்தது. அம்மா விம்மி விம்மி அழுதாள். அவனுடைய இளந்தோள்மீது, அந்தத் தழும்புகள் நீண்ட நாட்கள் இருந்தன. அவன், அப்பாவைப் பார்த்தாலே பயந்து ஓடிவிடுவான்.

புதிய வீட்டிற்கு வந்ததும், அம்மா கேட்டாள். "பசங்க ஆசப்படுறாங்க, ரெண்டு புறாவ வளப்போமே" என்று. "முடியாது" என்றார் கடுகடுத்த குரலில். அப்படிக் கடுத்துப் பேசுவதை, அப்பொழுதே வழக்கமாக்கிக் கொண்டார் அப்பா. ரகசியமாகப் பழைய வீட்டிலிருந்து புறாக்களைக் கொண்டு வந்தேன். புதிய வீடு அப்பார்ட்மெண்ட் வகையினது. மூன்று அடுக்குகளைக் கொண்டது. மூன்றாவது அடுக்கின் மேல், அவற்றிற்கான மரச்சட்ட வீடு தயார் ஆனது. அங்கே போன நாளிலிருந்து, நிறைய புறாக்கள் இறக்கத் தொடங்கின. எந்த நாளில், எந்தப் புறாவின் சாவைப் பார்க்க வேண்டியிருக்குமோ என்று பயந்தேன். ரூமி இறந்துபோன புறாக்களைக் கண்டு பெரிதாக அழுதான். அன்றைய நாளில், அம்மா நாலுமணிக்கே எழுந்து மொட்டைமாடிக்குச் சென்று கூண்டினுள் தேடினாள். இறந்துபோன புறாக்களை மறைத்து வைத்தாள். நாங்கள் பள்ளிக்கூடத்திற்குப் போனதும் வேலைக்காரியிடம் கொடுத்து எங்காவது கொண்டு புதைத்துவிடு என்பாள். அப்பா பள்ளிக்குப் போனதும், மொட்டைமாடிக்குப் போய்க் கொஞ்சி விளையாடிக் கொண்டிருக்கும் புறாக்களிடம் பேசிக்கொண்டிருப்போம். அவற்றின் இறக்கைகளின்மேல் பளபளக்கும், வெள்ளி வெளிச்சத்தைப் பார்த்து ஆனந்தப்படுவோம். (அப்பா ஆல் இன் ஒன் கைடு வெளியீட்டுப் பிரசுரத்தை அப்பொழுதுதான் தொடங்கினார்). புது மணப்பெண்ணாக, இந்த ஊருக்கு வந்த பொழுது இருந்த ஞாபகங்களைச் சொன்னாள் அம்மா. குண்டூரு வந்த புதிதில் புதிய தம்பதிகள் தினந்தோறும் நண்பர்கள் வீட்டுக்குச் செல்வார்கள். ஊர் முழுக்க நண்பர்களே. அப்பொழுது அம்மாவுடன் சேர்ந்து சர்ச்சுக்குக் கூடச் செல்வார் அப்பா.

திருமணமான ஆறு மாதத்தில் அம்மாவின் கரு கலைந்தது. அம்மாவைச் சின்ன குழந்தைபோல அணைத்துக்கொண்டு ஆறுதல்படுத்தவும் செய்தார் அப்பா. இரண்டாவது முறையும்கூட கரு கலைந்து போனதும், அப்பா, இனி நமக்குக் குழந்தைகள் வேண்டாம் என்று சொன்னாராம். ஆச்சி, அம்மாவைப் பல சர்ச்சுகளுக்கு அழைத்துக்கொண்டுபோய்ப் பிரார்த்தனைகள் செய்தார்களாம். மூன்றாவதுமுறை மாசமாக இருக்கும்பொழுது,

அப்பா பள்ளியில் விடுப்பு எடுத்து அம்மாவுடனேயே இருந்தாராம். அந்த நாட்களை, அம்மா எவ்வளவோ ஆனந்தமாக நினைவுப்படுத்திக்கொண்டாள். சோற்றைக்கூட ஊட்டி விடுவார் என்று வெட்கத்தோடு சொன்னாள் அம்மா.

பள்ளிக்குப் போகத் தொடங்கியவுடன் புறாக்கள் பற்றி நண்பர்களுக்குச் சொல்வது, அவர்களை வீட்டுக்கு அழைத்து வந்து புறாக்களோடு லைவ் ஷோ கொடுப்பது, பள்ளிக்கூடத்தில், 'புறா மங்கை' என்று என்னை அவர்கள் அழைப்பது. இப்படி மகிழ்ச்சியாக. ஒருமுறை அம்மாவுடன் சேர்ந்து சர்ச்சுக்குச் சென்றேன். சர்ச் கோபுரத்தில் நூற்றுக்கணக்கான புறாக்கள் தென்பட்டன. இருந்தாற்போல, அவையெல்லாம் ஒரே நேரத்தில் மேலே எழுந்து, இறக்கைகளைப் படபடவென்று அடித்துக்கொண்டு, மெல்லிய சூரியகிரணங்கள், அவற்றின் இறக்கைகள்மேல் பட்டுப் பளபளவென்று மின்னி, அந்தப் பறவைகள் எல்லாம் இறைவனுக்குத் தாமே சமர்ப்பித்ததுபோல மனத்திற்குத் தோன்றியது. சர்ச் ஃபாதர், ஒரு கறுப்புப் புள்ளி வெள்ளைப் பெண்புறாவையும் தங்கநிற ஆண் புறாவையும் எனக்குக் காணிக்கையாகத் தந்தார். அந்த இரண்டு புறாக்களே, நமக்கு அதிர்ஷ்டம் கொண்டு வருகிற புறாக்கள் என்று அம்மா சொன்னாள்.

அது 1995. கோடைகாலம்.

அப்பா மறுபடியும் வீட்டை மாற்றினார். "கண்ணாவாரித் தோட்டத்தில் நம்ம ஜாதி ஜனம் நிறைய பேர் இருக்கிறார்கள். இந்த அப்பார்டமெண்ட்டு மூச்சுமுட்டுது" என்றார். உண்மையில் அம்மாவுக்குக்கூட, இங்கிருந்து போகவேண்டும் என்றிருந்தது. அம்மாவிற்கு என்று நண்பர்கள் யாரும் இல்லை. நாள்முழுக்க வீட்டில் அவள் ஒருத்தியே திக் திக் என்று இருக்கிறாள். மறுபடியும் பறவைகளையெல்லாம் சுமந்துசெல்வது எப்படியென்று கவலையடைந்தேன். "இருபத்தைந்து குழந்தைகளின் அம்மா இது, எவ்வளவு கவலைப்படுமோ" என்று சிரித்தாள் அம்மா. ஆனால் அந்த வீட்டிற்குச் சென்றதிலிருந்து புறாக்களின் மரணம் தொடங்கியது. தம்பியே முதலில் பார்த்தான். தண்ணீர்த் தொட்டிப் பக்கத்தில் உயிரற்று விழுந்துகிடந்த வெள்ளைப் புறா. இரண்டு இறக்கைகளும் விரித்துப் பறப்பதற்குத் தயாராக இருப்பதுபோல் கிடந்தது. சோம்பேறிப் புறாக்கள் கொஞ்சம் கூண்டிலேயே இருந்தன. அவை இறந்துபோன புறாவின் பக்கம் அமைதியாகப் பார்த்துக்கொண்டிருந்தன. அந்தப் புறாவை ப்ளாஸ்டிக் பையில் மறைத்துக்கொண்டு பள்ளிக்கூடச் சுற்றுச்சுவருக்கு அப்பால் புதைத்துவிட்டு வந்தேன். அந்த

மாதத்திலேயே அப்பா, ஆசிரியர் பணியை விட்டுவிட்டு, முழுமையாக வியாபாரத்தில் இறங்கினார். புத்தகப் பிரசுரத்தோடு சிட்பண்ட் நிறுவனம்கூட வைத்தார். வீட்டின் தோற்றம், படிப்படியாக மாறத்தொடங்கியது. இருபதாயிரம் செலவு செய்து, பெரிய தொலைக்காட்சி வீட்டுக்கு வந்தது. ப்ரிட்ஜ் கூட. அப்பாவின் அறைக்கு ஏ.சி. வந்தது. வீடு, புதிய பொலிவு கண்டது. நால்வரும் சேர்ந்து அமர்ந்து அரட்டை அடிக்கிற நேரங்கள் குறைந்துபோயின. அப்பா, எங்களுக்குக் காலையில் மட்டுமே தென்படுவார். இரவு நாங்கள் தூங்கியவுடன் வருவார். அப்பாவை 'மார்னிங் ஸ்டார்' என்று அழைப்பான் ரூமி. வீட்டில் எப்பொழுதும் தொலைக்காட்சி சப்தம் பெரிதாகும் போது, புத்தகத்தைத் தூக்கிக்கொண்டு மொட்டைமாடிக்குச் செல்வதுதான். புறாக்களைப் பார்த்துக்கொண்டே வீட்டுப் பாடங்களைச் செய்வது. அவற்றின் எதிரே அமர்ந்தால் போதும், ஏதோ ஹாயாகத் தோன்றும். ஞாயிற்றுக்கிழமை ஒரு நாற்காலியை மேலே கொண்டுவந்து, அவற்றின் எதிரில் அமர்ந்து, அர்த்தம் தெரிந்தோ அர்த்தம் தெரியாமலோ, ஒரு பாட்டைப் பாடுவேன். ஒவ்வொரு புறாவும் இறக்கையை விரித்து வானத்தை நோக்கி, எகிறிப் பறந்துபோவது அற்புதமாக இருக்கும். சில சோம்பேறிப் புறாக்கள் கூண்டிலேயே இருந்து விடும். புறாக்கள் தன்னை மறந்து குவக் குவக்வென்று செய்யும் குனுகு சப்தமே அற்புதமாக இருக்கும். ஒருமுறை, எல்லாம் சேர்ந்து சப்தம் செய்யும். அது பெரிய சங்கீத சபையாகத் தோன்றும். பத்துவயது கடந்து பதினோராவது ஆண்டுக்குள் நுழைந்தேன்.

1996 ஜனவரி மாதம்.

'அரசு பாடப்புத்தக ஊழல்' என்று செய்தித்தாளில் வந்தது. அதில் அப்பாவின் பெயரும்கூட இருக்கிறதென்று. எங்கள் வீட்டின் மீது எப்பொழுது வேண்டுமானாலும் ரைடு நடத்தப்படலாம் என்று புகார் வந்தது. சுற்றியிருக்கிற குடித்தனக் காரர்கள் எங்களைச் சந்தேகத்தோடு பார்ப்பதைக் கவனித்தேன். அப்பாவைக் கைதுசெய்வார்கள் என்றுகூட நினைத்தார்கள். அம்மாவும் நானும் பயத்தோடு கழித்தோம். "ஆகட்டும். நம்ம ஊருக்குப் போலாம்" என்றாள் அம்மா. இரண்டு வாரம் கழிந்த பிறகு, அது வெற்றுப் புகாரே என்று தெரிந்துபோனது. ஆனாலும் சுற்றியிருக்கிறவர்கள் எங்களைச் சந்தேகத்தோடு பார்ப்பது மட்டும் நிற்கவில்லை.

மார்ச் மாதத்தில் அப்பா கார் வாங்கினார். அந்தத் தெருவில் கார் இருக்கிற வீடு எங்களுடையதே. 'நம்ம ஜாதி ஜனங்களில் எத்தனைபேரிடம் சொந்த கார் இருக்கிறது?' என்று

சொல்வார் அப்பா. நாளையிலிருந்து பிள்ளைகள் இருவரும் காரிலேயே பள்ளிக்கூடத்திற்குச் செல்வார்கள் என்று அறிவித்தார். ரூமியின் பிறந்தநாளை முன்னிட்டு, வீட்டில் பெரிய விருந்து ஏற்பாடு செய்தார் அப்பா. அப்பாவின் நண்பர்கள் மட்டும் இல்லாமல் தெருவில் இருக்கிற அனைவரையும் அழைத்தார். ஐம்பதாயிரத்திற்கும்மேல் செலவு ஆனது. "தெண்டச் செலவு" என்று அம்மா முணங்கிக்கொண்டே இருந்தாள். அப்பா கண்டுகொள்ளவே இல்லை. அப்பாவின் முகத்தில் ஒருவிதமான கர்வம், பெருமையைப் பார்த்தேன் நான்.

அந்த மறுவருடமே எங்கள் தெருவில் நிறைய மாற்றங்கள் ஏற்பட்டன. எங்கள் வீட்டுக்கு எதிரிலேயே பெரிய அப்பார்ட்மெண்ட் வந்தது. சுற்றியிருக்கிற வீட்டில் இருப்பவர்க ளெல்லாம் காலிசெய்து போனார்கள். அந்த வீடுகளை இடித்து அப்பார்ட்மெண்ட்டுகள் கட்டத் தொடங்கினர். கொஞ்ச நாட்களில் தெருவே காலியாகிவிட்டது. கட்டடம் கட்டுகிற கூலிக்காரர்கள் தவிர தெருவே பெரும் அமைதியாகக் கிடந்தது. அந்தக் கூலியாட்களுக்குப் புறாக்கள் விளையாட்டுப் பொருளாகியது. அவற்றின்மேல் கற்களை, காங்கிரீட்டுத் துண்டுகளை வீசுவது வழக்கமானது. மாலைப்பொழுது வீட்டிற்கு வரவேண்டுமென்றாலே பயம் ஏற்பட்டது. நம்ம ஜாதி ஜனம் எல்லாரும் போய்விட்டார்கள், நாமும் சென்று விடுவோம் என்றாள் அம்மா. அப்பா கண்டுகொள்ளவில்லை. பிறகு தெரிந்தது, அப்பா அந்த வீட்டுக்குப் பக்கத்தில் இருக்கிற பல இடங்களை வாங்கியுள்ளார் என்று.

ஒரு மாலைப்பொழுது, புறாக்கூண்டுகளின் மீது மெல்லிய இரத்தக் கறையைக் கண்டேன். கூண்டினுள் பார்த்தேன். பறவைகள் இன்னும் வரவில்லை. ஆனால் இனம்புரியாத பயம் என்னைச் சூழ்ந்துகொண்டது. அதற்கு மறுநாள் காலை, ஐந்து புறாக்கள் இறந்துகிடந்தன. அவை தம் இறக்கைகளைப் படபடவென்று அடித்துக்கொண்டு, அந்தப் பகுதி முழுக்கப் பறந்தது போலிருந்தது. அவற்றின் இறக்கைகள் மேல், யாரோ பலமாக அடித்ததுபோல் காணப்பட்டது. இறக்கையிலிருந்து மெல்லிய இறகுகள், அந்தப் பகுதி முழுக்கப் பரவிக்கிடந்தது. அன்றைக்கு நான் பள்ளிக்கூடத்துக்குச் செல்லவில்லை. அறையின் ஜன்னல் அருகில் அமர்ந்து எனக்குள் நானே முணங்கிக்கொள்வதுபோல, 'எதற்கு இப்படி நடந்தது' என்று திகிலடைந்தேன். இறந்துபோன புறாவைக் கைகளில் எடுத்துக் கொண்டு, அதன் முகத்தைச் சாய்த்துக்கொண்டு, இறக்க வில்லை, தூங்குகிறதோ என்று ஆசையோடு பார்த்தேன்.

இறப்பதற்கு முன்பு அது செய்த கதறல்கள், வீடு முழுக்கக் குலுங்கியது போலிருந்தது.

ஒரு வாரத்திற்குப் பின்பு மறுபடியும் நான்கு புறாக்கள் இறந்துபோயின. எத்தனை புறாக்களைத்தான் புதைப்பது? பள்ளிக்கூடத்தின் பின்பக்கத் தோட்டத்தில் வரிசையாகப் புறாக்களின் சமாதிகள், மீதியிருக்கிற புறாக்களைச் சர்ச்சில் விட்டுவிடலாம் என்று தீர்மானித்துக்கொண்டேன். மத்தியானம் பள்ளிக்கூடத்துக்குப் போகாமல் பைத்தியக்காரிபோல ஊர் முழுக்கச் சுற்றினேன். மாலையில் தம்பியும் நானும் கடைசியாகப் பிரியாவிடைத் தந்து புறாக்களைச் சர்ச்சில் விட்டுவிடுவோம் என்று தீர்மானித்துக்கொண்டோம். வீட்டை அடைந்தபொழுது மேலிருந்து, குவக் குவக் என்ற கத்தல்கள் கேட்டன. புறாக்கள் வலியால் கத்துகின்ற கதறல்கள். மொட்டைமாடியை அடைந்த பொழுது, புறாக்களின் இறக்கைகளை இரண்டு கைகளால் பிடித்துக்கொண்டு, புறாக்களின் கூண்டு அருகில் அமர்ந்து கொண்டிருந்தான், ஒரு கூலி வேலைக்காரன். "இங்கே அறை கட்டப்போகிறேன்" அப்பா என்னைநோக்கி மன்னிப்புக் கேட்பதுபோல் பார்த்துக் கூறினார். அந்த இரண்டு பறவைகளும் கடுமையாகப் போராடிக்கொண்டு, அப்பாவின் கைகளில் இருந்து தப்பித்து எங்கேயோ பறந்துபோயின. அதற்குப் பிறகு, எங்கள் வீட்டில் எப்பொழுதும் புறாக்கள் காணப்படவில்லை.

3

டிசம்பர் மாதம், அரையாண்டுப் பரீட்சை. இந்தப் பரீட்சை, அதற்குப் பிறகு தேர்வு முடிவு, பெரிய அபாயமாகத் தோன்றும். தேர்வு முடிவுகள் வந்தபிறகு ஒவ்வொரு முறையும் என்ன ரேங்க் வரும் என்று கேட்பார் அப்பா. முடிவு கிடைத்த பிறகு, ரேங்க் கார்டு பார்த்து, வாரம் முழுக்க கோபத்தையும் பொறுமையின்மையையும் காட்டு வார். உங்களுக்காக இவ்வளவு பண்ணுகிறேன், எனக்காக இதை மாத்திரம் செய்யமுடியாதா என்று பாடம் எடுப்பார். எப்பொழுதும் முதல் மதிப்பெண் வரவேண்டும் என்பார். ரேங்க் கார்டு வந்த நாள்தொடங்கி, அந்த வாரம் முழுவதும் வீட்டில், பல கோப்பைகள் உடையும். அந்தக் கோபத்திற்கு அம்மாவும் ஆளாவாள். புத்தகத்தைத் திறக்கும்பொழுதெல்லாம், எழுத்துகள் மத்தியில் அவரின் உருவமே தென்படும். பயத்தில் நடுங்கிப் போவேன். "என்னம்மா புத்தகம் நடுவுல டிராகன் சீறும் காட்சி தெரிகிறதா!" என்பான் ரூமி. பரீட்சைக்கு முந்தைய நாள் ராத்திரி பன்னிரண்டுவரை விழித்துக்கொண்டிருந்தேன். பன்னிரண்டு மணிக்குக் கதவு அழைப்பு மணி அடித்தது. எங்கள் அத்தை (தாய்மாமன் மனைவி) ராஜம்மா. பெரிதாக அழுதாள். அப்படி மார்பில் அடித்துக்கொண்டு அழுவதை எப்பொழுதும் நான் கண்டதில்லை. "சின்னவனைக் கைது செஞ்சுட்டாங்க. நீதாம்ப்பா காப்பாத்தணும்" என்று விம்மி விம்மி அழுதாள். "அமைதியாயிரு! அமைதியாயிரு!" என்று அப்பா ஆறுதல்படுத்தி னார். "ரெண்டு பச்சைக் குழந்தைக அவனுக்கு, அந்தப் பிள்ளைகளப் பார்த்தா சின்னபிள்ளைக. நீதாம்ப்பா எதாவது செய்யணும்." வாசல் அருகில் வாயில் துணியை வைத்துப் பொத்திக்கொண்டு அழுதுகொண்டிருந்தாள். 'நீ மேலே போ!' என்று அப்பா என்னிடம் கத்தினார். "அவனுக்கு ஒன்னும்

டாக்டர். வி. சந்திரசேகர ராவ்

ஆகாது, நான் எஸ்.பி.க்கிட்ட பேசுறேன்" என்று அப்பா குரல் தாழ்த்திப் பேசினார். ரூமி, தண்ணீர் குடிப்பதற்குக் கீழே இறங்கி அங்கேயே நின்றான். அப்பா, அவனைக் கோபமாகப் பார்த்தார். அவன் கவனிக்காததுபோல் அடுக்களைக்குள் நுழைந்தான். நக்சலைட்டுக்குத் தூதுவனாக வேலை செய்தான் என்று கைது செய்தனர். அப்பா எஸ்.பிக்குப் போன் செய்தார். 'ரவி'ங்கிற பேருல யாரையும் கைது செய்யலையே என்றார். அப்பா கொஞ்சம் கவலையடைந்தார் என்று ரூமி சொன்னான். அப்பாவின் முகத்தில், கவலை வெளிப்படையாகத் தெரிந்த தென்றும், அவரின் கைகள் நடுங்கியதைப் பார்த்தேன் என்றும் சொன்னான்.

ரவிமாமா அவ்வப்பொழுது எங்கள் வீட்டுக்கு வருவார். "உங்க அப்பா ஒரு துரோகி" என்று என்னிடம் கடுமையாகச் சொல்வார். "உலகத்துக்காக என்ன செஞ்சாரு" என்று கேட்பார். மாமா எப்பொழுதும் சுறுசுறுப்பாக இருப்பார். ஜூனியர் காலேஜில் தற்காலிக விரிவுரையாளராகப் பணிசெய்தவர். அத்தை, இதற்கிடையில் ஒரு பாப்பாவைப் பெற்றெடுத்தாள். அந்தப் பிள்ளையைச் 'செவ்வாய்' என்று அழைப்பார். "பெரியவனா ஆகப்போற. இந்த வீடு, உங்க அப்பாவின் நாக வளையம் போன்றது. வெளிய வந்து உலகத்தைப் பாரு" என்றார்.

அப்பா, அந்த ராத்திரி பலபேரிடம் பேசினார். அர்த்த ராத்திரி இரண்டுமணிவரைக்கும் விழித்திருந்தார். பலபேருக்குப் போன்செய்தார். "கடவுளிருக்கிறார், அவனுக்கு ஒன்னும் ஆகாது, கவலைப்படாதீங்க" என்று அத்தைக்கு ஆறுதல் சொன்னார்.

அவருக்காகத் தேர்வில் கோட்டைவிட்டேன். ரவி மாமாவே நினைவுக்கு வந்தார். ரவி மாமா குறித்து என்ன மோசமான வார்த்தையைக் கேட்கப்போகிறோமோ என்ற பயம் வந்தது. 'பேப்பரில் அவரின் போட்டோ போட்டு, என்கவுண்டரில் இறந்தவர்' என்ற அந்தச் செய்தியைக் கற்பனை செய்து பார்த்தாலே உடல் வியர்த்தது. அந்த டென்சனில், எதுவும் நினைவுக்கு வரவில்லை. இரண்டு கேள்விகளை விட்டுவிட்டேன். பரீட்சை முடிந்ததும் பயம்பிடித்துக்கொண்டது. அக்னிக் குண்டம் போன்ற அப்பாவின் முகம் திரும்பத்திரும்ப நினைவுக்கு வந்தது. அப்பா அடிக்கடி பழைய நினைவுகளுக்குப் போவார். அவர் படிக்கிற காலத்தில் உண்பதற்குக்கூட வழி இருக்காதென்றும், விடுமுறையில் வயலுக்குப் போய்க் கூலி வேலை பார்த்து, அந்தப் பணத்தில் படித்தாரென்றும் சொல்வார். ஒரே ஒரு சட்டை, பேண்ட் இருக்குமென்றும் அவற்றை, ராத்திரி வேளையில் துவைத்து, பகலில் அணிந்துகொள்வேன், என்றும்

சொல்வார். உங்க பள்ளிக்கூடத்துக்கு எத்தனைபேர் காரில் வருகின்றனர், எத்தனைபேர் உங்களைப்போல வசதியான வாழ்க்கை வாழ்கிறார்கள், யோசித்துப்பாருங்கள்' என்ற விரிவுரையை வாரத்திற்கு ஒரு முறையாவது கேட்க வேண்டி வந்தது.

இந்தமுறை, தேர்வில் நினைத்ததுபோலவே மதிப்பெண்கள் நன்றாகவே குறைந்துவிட்டது. பதினேழாவது ரேங்க் வந்தது. மதிப்பெண் பட்டியலை வைத்துக்கொண்டு நீண்ட நேரம் அழுதேன். பத்துநாட்களுக்கு முன்பே வரும் நரகத்தை நினைத்துப் பயத்தில் நடுங்கிப் போனேன். வீட்டிற்குத் தாமதமாக வந்தேன். வீட்டில் அப்பா இல்லை. அம்மா அடுக்களையில் இருந்தது போலிருந்தது. மெல்லிதாக, ஏதோ ஒரு பாட்டை ஹம்மிங் செய்துகொண்டிருந்தாள். சர்ச்சில் பாடும் பாட்டு. மிக இனிமையாக இருந்தது. சத்தம் எழுப்பாமல், அறையின் முன்பே நின்றேன். மேடைப் பாடகர்களைப் போலக் கைகளை அசைத்துப் பாடிக்கொண்டிருந்தாள். பின்னாலிருந்து, அம்மா வென்று கட்டிப்பிடித்து, முத்தம் கொடுக்கவேண்டும்போல் தோன்றியது. அப்படிப் பாடல்கள் பாடி, உல்லாசமாக இருக்கும் அம்மாவைப் பார்த்தால், எவ்வளவோ ஆனந்தம் ஏற்படுகிறது. அந்த நொடியில் அம்மாவைப் பார்த்தால், கடவுளை அருகில் பார்ப்பதுபோலிருந்தது. அம்மா, என்னைப் பார்த்ததும் பாட்டை நிறுத்தினாள். "வாம்மா, வா சுட சுட உப்புமா ரெடியா இருக்கு" என்றாள். அம்மாவைக் கைகளால் கட்டிப்பிடித்ததும், அந்த நொடியில் எதுவும் நினைவுக்கு வரவில்லை. விவரிக்கமுடியாத ஆனந்தம் ஏதோ.

ராத்திரி, அப்பா மேலே இருந்த எங்கள் படிப்பறைப் பக்கம் வந்தார். அவரின் அடியெடுத்துவைக்கிற டக்... டக்... சப்தம் கேட்டது. சினிமாவில் ஓர் ஆபத்து நடப்பதற்கு முன்பு கேட்கும் பின்னணி இசைபோல, முதலில், ரூமியின் அறைக்குப் போனார். ஹா... ஹா... என்ற அவரின் சிரிப்புச் சத்தம் பெரிதாகக் கேட்டது.

அவனை அருகில் அழைத்து, 'மை ப்ரவுடு சைல்டு' என்று மெச்சிக்கொள்வது கேட்டது. ஒவ்வொரு பாடத்திலும் மதிப்பெண்களைப் படித்து, ஆனந்தத்தில் பொங்கும்பொழுது என் இதயத்தில் படபடப்புத் தொடங்கியது. வியர்த்து வடிந்தது. என் அறைக்குள் நுழைவதற்கு முன்பே, "ஹாய் பாப்பா" என்றார். நடுங்கும் குரலில், என் மதிப்பெண் பட்டியலைக் கொடுத்தேன். அப்பாவின் முகம், கம்பீரமாக மாறியது. பெருமூச்சுக் கேட்டது. அவர் நடத்தப்போகும் பாடத்தைக் கேட்பதற்குத் தயாராக இருந்தேன். கொஞ்ச நேரம், அங்கும் இங்கும் பார்த்து, "முதல் ரேங்க் யார் எடுத்தா" என்றார். முதல்

ரேங்க் எடுத்த பெண்ணின் பெயர் சொன்னேன். "யாரோட பொண்ணு?" என்று கேட்டார். நான் பேசவில்லை. "ரெண்டாவது ரேங்குல இருந்து, ஒரேயடியா பதினேழாவது ரேங்கிற்கு" என்று அதைத் தரையில் வீசியடித்தார். "என் வளர்ப்புல எதோ தப்பு இருக்கு. உன்ன ஊக்குவிக்கமுடியாது என்னால. உனக்காக எவ்வளவு..." அவருக்கான தோரணையில் உபன்யாசம் தொடங்கினார். அடிவயிற்றிலிருந்து துக்கம் தள்ளிக்கொண்டு வந்தது. கண்களில் கண்ணீர். மெதுவாகத் தேம்பி தேம்பி அழத்தொடங்கினேன். அம்மா மேலே வந்தாள். அம்மாவைக் கோபமாகப் பார்த்தார். "போ கீழ. இதான் நீ பாத்துக்குற லட்சணமா? பிள்ளைகளைப் படிக்கவைக்கத் தெரியாத முட்டாளு" என்று அம்மாவின் மேல் எரிந்துவிழுந்தார். அம்மா கண்களில் நீரைத் துடைத்துக்கொண்டு கீழே போனாள். "கண்ணெ தொடைச்சுகிட்டு என் ரூமுக்கு வா" என்று போய்விட்டார். "கடவுளே" தலை வலித்தது. தண்டனை நீடிக்கப்பட்ட கைதிபோல.

அப்பாவின் அறை ஓர் அற்புதம். தனக்காகப் பிரத்யேக மாக உருவாக்கிய சொர்க்கம். அறை முழுக்க, விலையுயர்ந்த கடிகாரங்கள். சுவர்களின் மீது, அழகான ஓவியங்கள் (அந்தப் படங்களில் அழகான பெண்களின் ஓவியங்களே இருந்தன) லட்ச ரூபாய் செலவு செய்து போடப்பட்ட ஷோபா. தனக்காகத் தனிப் படுக்கை, வெள்ளி, தங்கத்தில் செய்ததுபோல் விலையுயர்வாய் இருந்தது. அறை முழுக்க மதுரமான வாசனை. தரமான வாசனைத் திரவியத்தை ஏதோ தினசரி தெளிப்பதுபோல் தெரிந்தது. மென்மையாக, மெத்தென்று கனவில் பிரவேசித்தது போலிருந்தது. அப்பாவின் அறைக்குள் நுழைந்தால் கவனத்தை ஈர்க்கின்ற விளக்குகள், வானவில்லின் வண்ணங்களை வெளியிடுவதுபோல, அந்த அறையில் அப்பாவைப் பார்க்கின்ற பொழுது, அவர் அப்பாபோல் தெரியாமல், வித்தியாசமான மனிதர் போல் காணப்பட்டார். சிறுவயதில் எங்களோடு விளையாடிய அப்பா மறைந்துபோய், அவர், வேறு ஒரு புதிய அப்பாவாக மாறிப்போனதுபோலத் தோன்றுகிறார். அந்த அறையில், அப்பாவை அப்பா என்று அழைக்காமல் "சார்" என்று அழைக்கவேண்டும்போல் தோன்றியது.

அப்பாவின் எதிரில் நாற்காலிமேல் (விளிம்பில்) அமர்ந்திருந் தேன். அப்பாவின் கண்கள் பயங்கரமாக இருந்தன. அவருக்குள் துக்கம் பொங்கி வந்தது. பார், இதெல்லாம் உன்னாலதான் என்பதுபோல் பார்த்துக்கொண்டிருந்தார். கண்களில் எத்தனையோ காட்சிகள் தெரிகின்றன. அவர் ஓர் ஏக்க நிலைக்குப் போனார். அவருக்கு ஆறுவயதானபோது, அவரின் அப்பா இறந்துபோன சம்பவத்தில் இருந்து சொல்லத் தொடங்கினார்.

போன் அடித்தது. ரவி மாமா குறித்து அப்பா குரலைத் தாழ்த்தி, மெலிதாகப் பேசிக்கொண்டிருந்தார். ரவி மாமாவைக் கைது செய்ததைக் காவலர்கள் உறுதி செய்தனர். நாளை நீதிமன்றத்தில் ஆஜர்படுத்துகிறோம் என்றனர். மறுபுறம் போலீஸ் அதிகாரி இருந்திருக்க வேண்டும். "தலித் இளைஞர்கள் பெரும்பான்மையோர், தண்டோரா இயக்கத்தால் ஈர்க்கப் பட்டுள்ளனர். உங்களைப் போன்ற தலைவர்களே அவர்களுக்கு எடுத்துச்சொல்லவேண்டும்" என்று அவர் அப்பாவிடம் வேண்டுகோள் விடுத்தார். அப்பா 'சரி சரி' என்று தலையாட்டி னார். "உலகம் மாறிக்கொண்டிருக்கிறது. எல்லாப் பக்கத்தி லிருந்தும் வாய்ப்புகள் வந்துகொண்டிருக்கின்றன. எங்கள் பிள்ளைகளுக்கு இன்னும் ஞானோதயம் பிறக்கவில்லை. உலகமயமாக்கல் பற்றிய விழிப்புணர்வு இன்னும் எங்கள் பிள்ளைகளுக்கு வரவில்லை" என்று அப்பா, பெரிய பெரிய விசயங்களைப் பேசிக்கொண்டிருக்கும்பொழுதே, அந்த அறையிலிருந்து வெளியே வந்தேன்.

மறுநாள் செய்தித்தாளில் அப்பா எழுதிய, "தலித் இளைஞர்களின் பயணம் எங்கே?" என்ற கட்டுரை வந்தது. இயக்கத்தை விட்டுவிட்டு, புதிதாக வருகின்ற வாய்ப்புகளின் நற்பயனை ஏற்றுக்கொள்ளவேண்டும் என்று அந்தக் கட்டுரை யில் எழுதினார். 'வாய்ப்பு என்றால் என்ன?' என்று அம்மாவைக் கேட்டேன். "அரசியலிலா?" என்றுகூடக் கேட்டேன். அம்மா, எதுவும் சொல்லவில்லை. "பணத்திற்குத் தீண்டாமைத்தனம் கிடையாது" என்று அந்தக் கட்டுரையின் ஓரிடத்தில் எழுதி யிருந்தார் அப்பா. அதைப் பற்றி அம்மா, நிறைய விசயங்களைச் சொன்னாள். கொஞ்சம் புரிந்தது, கொஞ்சம் புரியவில்லை. ரவிமாமா என் கண்முன் வந்து நிழலாடினார். மாமாவைப் பற்றிய நினைவுகள் பெரிதாகத் தோன்றின.

அன்றைக்குச் சாயங்காலம், பள்ளிக்கூடத்தின் அருகில், அப்பா காட்சி தந்தார். நேற்றைய கம்பீரமான மனநிலை தொடர்ந்தது. "நம்ம கிராமத்திலிருந்து முதல் டாக்டராக உன்னைப் பார்க்கவேண்டும் என்பது என் ஆசை, அது நிறைவேறாதோ என்று பயமாக இருக்கிறது" என்று தொடங்கி னார். ஒரு நிரந்தரமான இதயஓசை அப்படி அது தொடர்ந்தது. வளாகம் முழுக்கப் பிள்ளைகள் ஆடிக்கொண்டு, அரட்டை அடித்துக்கொண்டிருக்க, அவர்கள் அனைவரின் மத்தியில் பொதுத் தண்டனைக்கு உள்ளான கைதிபோல நின்றிருந்தேன்.

வீட்டுக்குத் திரும்பிவரும்போது சாலையின்மேல் விசித்திரமான காட்சிகள் தென்பட்டன. சித்தார்த்தன், புத்தனாக

மாறுவதற்கு முன்பு, எதிரில் வந்த துக்கமான நிகழ்ச்சிகள் போல. சாலையில், கைதிகள் அனைவரையும் வரிசையாக நடத்திக் கொண்டு போகிற காவலர்கள். டிராபிக் சிக்னல் அருகில் சுரைக்காய்கள் விற்கிற இரு பெண்கள், தலைமுடியைப் பிடித்துக்கொண்டு சண்டையிடும் காட்சி. இரண்டு கைகள் இல்லாத, ஒரு பத்து வயதுச் சிறுவன், கழுத்தில் பையை அணிந்தவாறு பிச்சையெடுக்கிற காட்சி. "தேவடியா மவன்களே! சாவுங்க!" என்று பெரிதாகக் கத்திக்கொண்டு போகிற பைத்தியக்காரன், சாலையின் அருகில் கிளி ஜோசியம் சொல்லுகிறவருக்கு எதிராக இரண்டு முதிய தம்பதிகள், பிணத்தைச் சுமந்துகொண்டு செல்கிற ஒரு பெரிய கும்பல் பின்னே, பொங்கி பொங்கி அழுதுகொண்டிருக்கிற ஒரு பெண்மணி, எந்தப் பொருளையெடுத்தாலும் முப்பது ரூபாய் என்று பெரிதாகக் கத்துகிற வண்டிக்காரன், அந்த நொடியில், ரவிமாமாவிற்காக அழுகின்ற, அத்தையின் உருவம்கூடக் கண்ணுக்குமுன் வந்து நின்றது. அப்பாவின் கட்அவுட் ஒன்று, நாஸ் சென்டரில் இருந்தது. காரில் செல்லும்பொழுது அந்தக் கட்அவுட்டில் இருந்து அப்பா, "வாய்ப்புகள், வாய்ப்புகள்" என்று பெரிதாகக் கத்திக்கொண்டிருப்பதுபோல, எதற்கோ, எனக்குப் பெரிதாகப் பயம் தோன்றியது. உடனே, வீட்டுக்குப்போய், அம்மாவைக் கட்டிப்பிடித்துக்கொண்டு, அம்மா, "புறா" என்று கதறி அழவேண்டும்போல் தோன்றியது. எந்தப் பயமும் இல்லாதபோது, அம்மாவின் அழகான புன்னகையே புன்னகை, அதைத் திருடி மறைத்துக்கொள்ளவேண்டும்போல் தோன்றியது.

அவ்வளவுநேரம், அப்பா பேசிக்கொண்டே இருந்தார். தாத்தாவைப் பற்றிய செய்திகள், அவரின் சிறுவயது கஷ்டங்களைச் சொல்லிக்கொண்டிருந்தார். எந்தக் கஷ்டமும் இல்லைங்கறதால, நான் முதல் மதிப்பெண் வாங்காமல்போவது, பெரிய பாவம் என்றும், அவருக்கு நான் செய்கிற துரோகம் என்றும் தீர்மானித்துக்கொண்டார்.

4

ஜனவரி கடைசி வாரத்தில் எங்கள் அம்மாவின் உறவினர்கள் இருவர் வந்தனர். அவர்கள் இருவரும் எங்கள் ஆச்சியின் தங்கைகள். அவர்களைப் பார்த்தால் ஒரு மனித அதிசயம் போல் தோன்றியது. அவ்வளவு உயரம், அவ்வளவு குண்டு, அவர்கள் வழக்கமான பெண்மணிகளாக இல்லாமல், கடவுள் தனித்துப் படைத்ததுபோல இருந்தார்கள். பெண்கள், இவ்வளவு ஆரோக்கியமாக, பலமாக இருப்பது எனக்கு மிகுந்த உற்சாகத்தைத் தந்தது. அவர்களில் ஓர் ஆச்சி, இப்பொழுதும் வயல் வேலை செய்து வருகிறார்களாம். இரண்டாவது ஆச்சிக்குச் சின்ன மாவுமில் இருக்கிறது. அவர்களைப் பார்த்ததும் அம்மாவின் முகம் மலர்ந்தது. அடுக்களையில் அமர்ந்து அவர்கள் மணிக்கணக்காகப் பேசிக் கொண்டேயிருந்தனர். எனக்கு அது மற்றொரு ஆச்சரியம். நான் காலையில் பள்ளிக்கூடம் போவதற்கு முன்பு அவர்கள் அடுக்களையில் அரட்டை அடித்துக்கொண்டு பெரிய பெரிய சிரிப்பு களோடு இருந்ததைப் பார்த்தேன். சாயங்காலம் பள்ளிக்கூடத்திலிருந்து வந்தபொழுதுகூட, இன்னும் அதே தோரணையில் இருந்தனர். என்னென்னவோ விசயங்கள், அங்கே சாதாரணமாகத் தோன்றும் விசயங்களைக்கூட அவர்கள் அப்படிப் பேசிக் கொண்டு இருந்தனர். இறந்துபோன எருமை குறித்து, திருமணமாகாத பெண்களைக் குறித்து தெருவில் புதிதாகப் பதிக்கப்பட்ட தண்ணீர்க்குழாய் குறித்து, எப்பொழுதோ நடந்த தற்கொலை குறித்து, அவ்வப்பொழுது, பெண்கள் மத்தியில் நடந்த சண்டைகள் குறித்து, புதிதாக வாங்கிய சேலைகள், வீட்டுச்சாமான்கள், தொலைக்காட்சியில் வந்துகொண்டிருக்கிற தொடர்கள் – கடவுளே! உலகம் முழுவதும் இவர்களின் அரட்டையில் நிரம்பியிருக்கிறது. இவர்களுக்குச் சலிப்பே வராதா

என்று தோன்றியது. ஆனாலும் 'இந்த அரட்டைகூட அன்பை வெளிப்படுத்துவதில் ஒரு பாகம்' என்றாள் அம்மா. உண்மையில், அவர்கள் வந்தது அப்பாவிடம் ஓர் உதவி கேட்பதற்காக. இன்னொரு ஆச்சியின் மகனுக்கு, ஏதாவது ஓர் உத்தியோகம் வாங்கித் தரவேண்டுமென்று. அந்த விசயத்தில் அப்பாவின் உதவி வேண்டுமென்று வந்தார்கள். அப்பாவிடம் பேசுவதை மறந்து அவர்கள் மாத்திரம், ஓர் ஆன்மிக உலகத்திற்குச் சென்றார்கள். அப்பாவிடம் அந்த விசயத்தைச் சொல்லும் பொறுப்பை அம்மா ஏற்றுக்கொண்டாள்.

எனக்கு அவர்களிடம் நேரத்தைச் செலவிட விரும்புவது, அவர்கள் பக்கத்திலேயே சுற்றிவருவது விருப்பமாகத் தோன்றியது. தோராயமாக, முரடாக இருக்கிற அந்த முகங்களில், ஒரு மெதுவான, யாரையும் பொருட்படுத்தாத குணம் தென்பட்டது. அவர்கள் ஐம்பது ஆண்டுகளாகக் கிராமத்திலேயே இருப்பவர்கள். அவர்களின் பால்யம், ஒரு சரித்திரம் போன்றது என்று அம்மா சொன்னாள்.

அந்த ஜனவரியில், எதிர்பாராமல் எங்கள் தாத்தாவின் கிராமத்திற்குப் புறப்பட்டோம். ஆச்சி (அப்பாவின் அம்மா), அப்பாமார்களை (சித்தப்பா, பெரியப்பா) பார்க்கப் போகிறோம் என்று ஆனந்தம் அடைந்தோம். அந்த ஊரில் அப்பாவிற்குப் பாராட்டுவிழா. அப்பாவின் சிறுவயது நண்பர்கள், அந்த ஊர்ப் பெரியவர்கள் சேர்ந்து அப்பாவிற்குச் செய்கிற பாராட்டு. "அந்த ஊர், என் அவமானங்களின் சரித்திரம். சிறுவயதின் சோகப் பாடல், அங்கே எனக்குப் பாராட்டுவிழா நடப்பது, எவ்வளவு பெரிய விஷயம்" என்று அப்பா உற்சாகமாகக் கூறினார். எல்லாரும் அப்பா வாங்கிய புதிய காரில் கிளம்பினோம். "வாய்ப்பு என்பது எங்கிருந்தோ வராது. நாமே உருவாக்கிக்கொள்ளவேண்டும். ஒரு சாதாரணப் பள்ளிக்கூட ஆசிரியராக வாழ்க்கையைத் தொடங்கினேன்" என்று அப்பா ப்ளாஷ்பேக்குக்குள் போய்விட்டார். தம்பி என்னைச் சலிப்புடன் பார்த்தான். நான் அப்பா பக்கம் பார்த்துக்கொண்டிருந்தேனே தவிர, என் பார்வை சாலையோர வயல்களில் இருந்து, பறந்து போகிற பறவைகளின் சப்தங்களின் மேலேயே இருந்தது. பூமியின் மறுபக்கத்தில் நாம் செய்கிற பெரிய பயணம் போன்று அப்பா எங்கள் பயணத்தை வர்ணித்தார். அதற்கு முந்தைய நாள், உறவினர்கள் அனைவருக்கும் போன் செய்து அன்றைக்கு எல்லோரும் கிராமத்திற்கு வந்துவிடவேண்டுமென்று சொன்னார். அவர் பேசுவதை நிறுத்தினால், கார் கண்ணாடி வழியாகத் தெரியும் உலக அழகைக் கண்களில் நிரப்பிக்கொள்ள வேண்டும் என்பது என் விருப்பம். மேகங்கள், சூரியனின்

முகத்தைச் சுற்றி உச்சியில் இருக்கின்றன. வயல்வெளிகளின் பசுமைமேல் சூரியக் கதிர்கள்பட்டு இலைகள் பளபளவென்று எங்களை வேட்டையாடுவதுபோல் இருந்தன. அப்பா இந்தப் பாராட்டுவிழாவுக்காக அழகான ஆடை தைத்து வாங்கிக் கொண்டார். நீல நிற ப்ளேஷியரை அணிந்துகொண்டார். (அம்மா, இப்படிப்பட்ட ஆடையைக் கிராமத்தில் ஆச்சரியமாகப் பார்ப்பார்கள் என்று சொன்னாலும் கேட்கவில்லை). ஒரு வாரத்திற்கு முன்பு ரூமியின் பள்ளிக்கூடத்தில் வழக்காடுமன்றப் போட்டி நடந்தது, அதில் அவனுக்கு முதல் பரிசு கிடைத்தது. அப்பாவின் உற்சாகத்திற்கு அளவேயில்லை. “இது ஆரம்பம் மட்டுமே. இந்த ஸ்பிரிட்டை இப்படியே பராமரித்து வா. பட்டப்படிப்பு முடிந்தபிறகு, நீ ஐ.ஏ.எஸ் பரீட்சை எழுத வேண்டும். ஊரிலிருந்து வந்ததும் உன்னைக் கலெக்டரிடம் அழைத்துச் செல்கிறேன். அவரிடமே ஊக்கத்தைப் பெறவேண்டும்” என்று கொஞ்சநேரம் ரூமியின் எதிர்காலத்தின் மீது வாதம் நடந்தது. வெளியே, வயல்வெளிகளின் நடுவில் வேலைக்காரர் களின் கூச்சல்கள், பாடல்கள் கேட்டன. பாதையில் ஒரு பெரிய பெட்ரோல் பங்க். அங்கே சென்று பெட்ரோல் போட்டுக் கொண்டோம். பெட்ரோல் பங்கின் பக்கத்துச் சாலையில் அமர்ந்து, இரண்டு சிறுவர்கள் பறவைகளை விற்றுக்கொண்டிருந்தனர். கூண்டில் சின்ன சின்ன பறவைகள், குஞ்சுப் பறவைகள், மஞ்சள்–பச்சை நிறங்களில் இருக்கிற பறவைகள், இரண்டு மூன்று மைனாக்கள். ரூமி அவற்றைப் பார்த்துச் சத்தம் போட்டுச் சிரித்தான். அந்தப் பறவைகளை விற்பவர்களிடம் சென்று பேசத்தொடங்கினான். அப்பா, அந்தச் சமயத்தில் நல்ல ரொமான்டிக் மூடில் இருந்தார். பர்ஸிலிருந்து ஐநூறு ரூபாய் நோட்டைக் கொடுத்து, “அந்தப் பறவைகளையெல்லாம் வாங்கிட்டுவா. ரூமிக்குப் பரிசா கொடுக்கிறேன்” என்றார். ரூமி சந்தோசத்தில் பெரிதாகக் கத்தினான். அந்தக் கூண்டை எடுத்துக்கொண்டு ஒவ்வொரு பறவையையும் வர்ணிக்கத் தொடங்கினான். இது லோரிகீட், இது மொஹால் என்றான். அப்பா பேசுவதை நிறுத்தி, கண்களை மூடிக்கொண்டு யோசனையில் வீழ்ந்தார். கார், சின்ன சின்ன கிராமங்களைத் தாண்டிக்கொண்டு போனது. ஒரேயடியாகப் பெரிய கைத்தட்டல்கள், அதற்கிடையில் அமைதி நிலவியது. சாலை, எத்தனையோ ரகசியங்களை மறைத்துக்கொண்டது போல, ஊகிக்கமுடியாத ரகசியம் எதையோ சந்திக்கவேண்டும், கமான் ரெடி என்பது போலப் பார்த்தது. நரசராவுபேட்டையைத் தாண்டிய பிறகு, ரோடு குறுகிக் காணப்பட்டது. புதிதாகச் சாலை போடப்போகிறார்கள். சாலையோரங்களில் சரளை விரவிக் கிடந்தது. சாலையின் மீது, காரின் வேகத்துக்குச் சமமாகப் பறவைகள்கூட விதவிதமான

சப்தங்கள் கொடுத்துக்கொண்டிருந்தன. (கீச்சு கீச்சுக் கிடையாது) ரிச்சா... ரிச்சா... ரிச்சா... என்று விநோதமாக இருந்தன அவற்றின் கத்தல்கள், பாட்டுப் பாடுவதுபோலச் சிரித்ததுபோல. நாங்கள் பயணம் சென்ற கார், சின்ன தோட்டம் போலிருந்தது.

மத்தியானம் பன்னிரண்டுக்கு வினுகொண்டாவை (மலையின் பெயர்) கடந்தோம். கொஞ்சதூரம் போனதும் சாலையில் வரிசையாக வாகனங்கள் நின்றுகொண்டிருந்தன. சுமார் நாற்பது, ஐம்பது கார்கள் முன்னால் நின்றன. அப்பா சலிப்படைந்தார். 'தண்டோரா' இயக்கத்தினரின் கூட்டம் நடக்கிறது. வந்த ஜனங்களால் சாலை முழுவதும் நிறைந்திருந்தது. அந்தக் கூட்டம் முடிகிறவரை, நம் நிலைமை இப்படித்தான் என்றார் டிரைவர். அப்பாவின் முகத்தில் பொறுமையின்மை, கோபம். "டாமிட்" என்று இரண்டு, மூன்று முறைத் திட்டினார். ரூமியின் கண்களில் ஒளி. காரிலிருந்து இறங்கி, அப்பாவின் கண்களில்படாமல் முன்னே நடந்தான். நான், "வேணான்டா" என்றாலும் கேட்கவில்லை. பறவைகள் இருக்கிற கூண்டைப் பிடித்துக்கொண்டு வேறு போனான். அவனைத் தேடுவதுபோன்று பாசாங்குசெய்துகொண்டு நானும்கூட அவனின் பின்னால் நடந்தேன். நூற்றுக்கணக்கான ஜனங்கள். மிகுதியாகக் கிராமப் புறங்களிலிருந்து வந்தவர்கள். கறுப்பாகப் பளபளக்கிற மண்ணின் மனிதர்களாக இருந்தனர். அங்கேயும்கூடக் கல்லூரி மாணவர்கள், டீ சர்ட்டுகள், ஜீன்ஸ் பேண்ட்கள் – ரூமி, கூண்டைத் தூக்கிக்கொண்டு ஜனக் கூட்டத்தைக் கிழித்தவனாக உள்ளே நுழைந்தான். தப்புகள் அடித்தல், ஒலிபெருக்கியிலிருந்து கேட்கிற பாடல்கள், மேடையின் கீழே இளைஞர்கள் தாளத்திற்குத் தகுந்தவாறு ஆடிக்கொண்டிருந்தார்கள். சுற்றியிருக்கிற மரங்களில், வண்ண வண்ணப் பதாகைகள் தொங்கிக்கொண்டிருந்தன. "உங்கள் முஷ்டிகளை முறுக்குங்கள்!", "வெற்றி உங்களுடையதே!", "மாதிகா சைதன்யம் மலரவேண்டும்". ரூமி, என்னைநோக்கி வாவென்று அழைத்தான். ரூமி, அந்த ஜனக்கூட்டத்திலிருந்து குதித்துக் கழுத்தில் கறுப்புத் துண்டினைப் போர்த்தியிருந்த தலைவர்களிடம் பேசிக்கொண்டிருந்தான். பறவைகளைக் காட்டி, ஏதோ சொன்னான். பல்கலைக்கழக மாணவிகள், மேடையில் ஏறினார்கள். குர்ரம் ஜாஸ்வா எழுதிய கவிதைகளைப் பாடினார்கள். எனக்கு வியப்பாக இருந்தது. சரியாகத் தெலுங்குச் செய்தித்தாளைப் படிப்பதற்குக் கூடவராத, புதியதலைமுறைப் பெண்கள் அவ்வளவு நன்றாகக் கவிதைப் படிப்பது. அந்தப் பெண்கள் கவிதை பாடி முடித்ததும், தலைவர்கள் மேடை மீது ஏறினர். "அட்டென்சன் ப்ளீஷ்" என்று கைகளில் மைக்கை எடுத்தனர், "மேலே வா!" என்று ரூமியின்

பக்கம் பார்த்தனர். என் இதயம் படபடத்தது, அரைபர்லாங் தூரத்தில் அப்பா. பயத்தில் வியர்த்து வடிந்தது. ரூமி தைரியமாக மேடையில் ஏறினான். "நம்முடையது சுதந்திரத்திற்காக நடக்கும் போராட்டம். வாழ்வதற்காக நடக்கும் போராட்டம். உரிமைகளை அடைகிற போராட்டம். சுயமரியாதையை நிலைநாட்டுவதற்காக நடக்கும் போராட்டம். நம் போராட்டத் திற்கு அடையாளமாக இந்த இளைஞன் (பேர் என்னவென்று ரூமியைக் கேட்டனர்) "ராவல ராஜசேகர், கொண்டுவந்த பறவைகளை நம் தலைவர்கள் ஆகாயத்தில் பறக்கவிடுவார்கள்" என்று அறிவித்தனர். ஒரேநேரத்தில் தப்பட்டைச் சத்தம், விண்ணைத் தொட்டது. அனைவரும் குதித்து ஆரவாரம் செய்தனர். மேடை மேலிருந்து வண்ண வண்ணப் பறவைகள் கத்திக்கொண்டு, தலைவர்களின் கைகளில் இருந்து ஆகாசத்தின் மேலே பறந்து போயின.

பறவைகளின் கத்தல்கள், தப்பட்டையோசை இரண்டும் கலந்த புதிய இசை உருவாக்கப்பட்டது. அந்தக் கைத்தட்டல்கள், கோலாகலங்களிலிருந்து விடுபட்டு மறுபடியும் பின்னே திரும்பினோம். வானத்தில் மேகங்கள் சூழ்ந்தன. மேடையில் சொற்பொழிவுகள் தொடங்கின. அப்பா இருக்கிற பகுதிக்கு வந்தோம். கோபமாக, சிவப்பாக, கந்தகக் கட்டியான அப்பாவின் முகம். அம்மாவின் முகத்தில் பதற்றம். அவர் எங்களிடம் பேசாமல் காலியாக இருந்த இடத்தில் திரும்பி நின்றார். மேலே பறந்துசென்ற பறவைகள், அங்கங்கே சுற்றிக்கொண்டிருந்தன. மேலே நிமிர்ந்து பார்த்தால் கீச்சுகீச்சு குரல்கள் கேட்டன.

இரண்டுமணிக்கு அப்புறம் கார் கிளம்பியது. ஒரு மாநாடு விட்டுச்சென்ற உணர்ச்சிகளுக்குமேல், கார் போய்க்கொண் டிருந்தது. தளர்ந்த தப்பட்டையை, நெருப்பில் சூடுபடுத்த சிலபேர் அமர்ந்திருந்தனர். தலைவர்களின் விரிவுரை குறித்துப் பல்வேறு கருத்துகள் தெரிவிக்கப்பட்டு வருகின்றன. மரங்களின் கீழ் நின்றிருக்கிற முதியவர்கள், மரங்களின் மேலிருக்கின்ற பறவைகள், மொத்தத் திட்டத்திற்கும் சாட்சிகள் நாங்களே என்று கீச்சுகீச்சு சப்தமிட்டன. அப்பா இரண்டு கைகளால் தலையைப் பிடித்துக்கொண்டு, கோபத்தைக் கட்டுப்படுத்திக்கொள்ள முயற்சி செய்துகொண்டிருந்தார். தம்பியின் முகத்தில் எப்பொழுதும் காணமுடியாத புதிய ஒளி. அசாத்தியமான ஏதோ ஒன்றைச் சாதித்த இளைஞனின் முகம்போல், "பிராவோ யங் மேன்" என்று சொல்லத் தோன்றியது. அம்மா, சம்பவம் முழுவதையும் எப்படிப் புரிந்துகொள்வது என்று தெரியாமல் திகைத்துப் பார்த்தாள். எங்கள் ஊருக்குப் போகும் பயணத்தை நன்றாக நினைவில் வைத்துக்கொள்ளும்படியான பயணமாகத் தோன்றியது.

சாயங்காலம் ஊரை அடைந்தோம். ஊரை அடைந்தபொழுது, சாயங்கால இருளை நீக்குவதற்காக, ஒவ்வொரு விளக்கும் எரியத் தொடங்கியது. ஊருக்கு முன்னால் இருக்கிற பனந்தோப்புக்கு இடையில் கார் சென்றுகொண்டிருந்தது. மங்கலான வெளிச்சத்தில் நூற்றுக்கணக்கான பனைமரங்கள் வானத்தைப் பார்த்துக்கொண்டிருந்தன. பனை மரங்களில் தொங்கும் பானைகள் போதையில் மிதந்துகொண்டிருந்தன. குளத்தில் தண்ணீர் தெரிகிறது. குளத்தின் மீது வீசும் காற்று ஈர நினைவுகளுடன் மெதுவாகக் கன்னங்களைத் தடவியது. இந்த ஊர், என் சிறுவயது ஞாபகம். நான் விளையாடித் தூக்கி யெறிந்த சிறிய பொம்மை. வீதியின் அருகில் டீக் கொட்டகை, மாட்டு வண்டிகள், சைக்கிள்கள், ஒன்றிரண்டு ஆட்டோக்கள் எதிரில் வந்தன. அவையெல்லாம் ஒரு ப்ளாஷ்பேக்கிலிருந்து என் பக்கம் நடந்துவந்ததுபோல். கார் கிராமத்திற்குச் செல்ல வில்லை. அப்பாவின் நண்பர் காஜாவலி வீட்டுக்குச் சென்றது. நானும் தம்பியும் திருப்தியற்றுப் பார்த்தோம். ஆச்சி வீட்டுக்கு (அப்பாவின் அம்மா) செல்லவேண்டும் என்பது எங்கள் விருப்பம். குறைந்தபட்சம் சித்தப்பா வீட்டிலாவது அப்பா இருக்க வேண்டும். "என்னம்மா இது" என்பதுபோல அம்மாவைப் பார்த்தோம். அம்மா, கண்களாலேயே 'தயவுசெஞ்சு பொறுமையாயிரு' என்றாள். காஜாவலி அப்பாவின் சிறுவயது நண்பர். அப்பாவுடன் சேர்ந்து உயர்நிலைப்பள்ளியில் படித்தவர். இந்த ஊரிலேயே மண்டல அலுவலகத்தில் பணிபுரிபவர். அப்பா அரசியலுக்கு வந்தபிறகு, அப்பாவின் பெயரைச் சொல்லி பெட்ரோல் பங்க் வைத்தார். காஜாவலி இப்பொழுது ஊரில் பிரபலமான நபராக ஆனார். சின்ன ஓட்டுவீட்டில் காஜாவலி மாமா இருந்தபொழுது அவரின் வீட்டுக்குப் போயிருந்தோம். இப்பொழுது இரண்டடுக்கு மாடியிலிருந்தார். சாலையின் கடைசியில் இருக்கிற மாடி வீடு அது. வீட்டின் முன்பு சுற்றுச்சுவரையொட்டிச் சிவப்புச் செம்பருத்திச் செடியை நட்டுவைத்திருந்தார். செடியிலிருந்து சிவப்பு வர்ணம் பூசப்பட்ட செம்பருத்திகள் பங்களாவைச் சுற்றிலும் சிவப்புத் திரைச்சீலைகளாக உள்ளன. வளாகத்தின் உள்ளேயும் மரங்கள் இருந்தன. வாழைமரங்கள், தென்னைமரங்கள், வீடு கட்டிப் பல ஆண்டுகள் ஆகிவிட்டன போலிருந்தது. வண்ணம் வெளிறிப்போய் நினைவகத்தில் புதைந்துள்ளது. பங்களாவில் சிறுவயது நினைவுகள் ஏதாவது கிடைக்குமா என்று பார்த்தேன். காஜாவலி மாமாவும் அத்தையும் மிகவும் மாறிப்போயிருந்தார்கள்.

காரைவிட்டு இறங்கியதும் குளிர்ந்த காற்று எங்களைச் சூழ்ந்துகொண்டது. எங்கள் ஊர்க்காற்று. குளத்து நீரில் குளித்து

விட்டு வரும் காற்று என்று, அப்பா காஜாவலி மாமாவிடம் சொல்லும்பொழுது, அம்மாவின் முகத்தில் பெருமூச்சுத் தெரிந்தது. (கோபம் குறைந்து, அப்பா வழக்கம்போல ஆவது நன்றாக இருந்தது) வெள்ளை வண்ணத்துப்பூச்சிகள், வெளியிலிருந்த செம்பருத்திப்பூவில் கொஞ்சநேரம், சுவர்மேல் கொஞ்ச நேரம் சுற்றிக் கடைசியில் வாழைமர இலையின் மேல் அமர்ந்தது.

அப்பாவின் தம்பி கருணா குமார் கார் நின்றதும் அப்பாவிடம் வந்தார். கருணா குமார் சித்தப்பாவின் முகம் பேய் அறைந்ததுபோல் காணப்பட்டது. கண்களைச் சுற்றிலும் கறுப்பு வளையங்கள். நீண்ட மீசை நரைத்திருந்தது. ஐந்தாறு வருடங்களில் எவ்வளவோ மாறியிருந்தார். காந்தம் சித்தி வருகிறார்களா என்று பார்த்தேன். வரவில்லை. வீட்டில் இருப்பதாகச் சொன்னார். அப்பாவின் முகம், விளக்கு போல் ஒளிர்ந்தது. யார் யார் வந்தார்களோ, லிஸ்ட்டெல்லாம் சொல்லிக்கொண்டிருந்தார் காஜா மாமா. அப்பாவின் முகத்தில் திமிருடன் கூடிய திருப்தி.

நான், கருணா சித்தப்பா குறித்தே யோசித்துக்கொண்டிருந் தேன். பத்துவருடத்துக்குள் எவ்வளவு மாறிப்போய்விட்டார்? கிராமத்தில், எனக்கிருக்கிற இனிமையான ஞாபகங்களெல்லாம் சித்தப்பாவிடமே. பனந்தோப்பு நெடுகிலும், கொய்யாத் தோப்பு நெடுகிலும் சுற்றிய நாட்கள் இன்னும் நினைவில் உள்ளன. பனையோலையால் அழகான பொம்மைகளைப் பின்னுவார் சித்தப்பா. பனையோலைக் கிண்ணங்கள், பெட்டிகள், நீண்ட நாட்கள் அந்தப் பொம்மைகளை மறைத்துவைத்திருந்தேன். நன்றாகப் பழுத்த கொய்யாப்பழங்கள், வாத்து முட்டைகள், குளத்தில் சிக்கிய ஜிலேபி மீன்கள், புளியமரத்தின் மேலிருந்த தேனடைகளிலிருந்து பிழிந்த தேன், காகிதத்தில் செய்த பெரிய படகுகளெல்லாம் அழகான உலகம். அழகான முகம் சித்தப்பா வினது. நீண்ட கண்கள், கண்களில் ஏதோ பெரிய சக்தி இருப்பது போலிருந்தது. பேசுகின்றபொழுது அந்தக் கண்கள் ஒளியைச் சிந்துகின்றன. மரத்தாலான படகில் ஏரியில் உலாப்போகிற நேரத்தில் சித்தப்பா, உச்சஸ்தாயியில் பாடுவார். எவ்வளவு அற்புதமான பாடல்கள் அவை. சித்தப்பாவை நினைக்கின்ற பொழுது கதைகளில் வரும் பெரிய கதாபாத்திரம் போலத் தோன்றுவார். இப்பொழுது சித்தப்பா, கதைப்புத்தகத்திலிருந்து, வாழ்க்கையில் நிராகரிக்கப்பட்டவர்போல், முகம் எவ்வளவு களையிழந்து கிடக்கிறது. அவரின் முகத்தில் சிரிப்புத் தோன்றி, பல வருடங்கள் ஆகிவிட்டது போல் காணப்பட்டது. “சித்தப்பா எப்படி இருக்குறீங்க?” என்று கேட்டேன். அவர் என் கைகளைப் பிடித்துக்கொண்டு தலையசைத்தார். வெற்றிலைப்பாக்கு மென்று,

கறைப்படிந்த பற்கள் தெரியும்படியாக மெலிதாகச் சிரித்து, "நல்லா இருக்கறன்மா" என்றார். உள்ளே நுழைந்ததும் காஜாவலி மாமா இளநீரைக் கொடுத்தார் எல்லாருக்கும்.

கருணா சித்தப்பாவை அழைத்துக்கொண்டு, கிராமத்தை நோக்கி நடந்தேன். "அங்கே எதுவும் சாப்பிடாதே. மாமா பல உணவுகள் செய்திருக்கிறார்" என்றாள் அம்மா. சித்தப்பாவுடன் நடக்கின்றபொழுது மறுபடியும் பத்து ஆண்டுகள் பின்னால் போனதுபோல, நேற்றைய காலகட்டத்தில் அடிவைத்ததுபோல. கிராமத்தில் பல மாற்றங்கள் ஏற்பட்டிருந்தன. தார் சாலைகள், போர் பம்புகள், தெருவிளக்குகள். குடிசை வீடுகள் ஓட்டு வீடுகளாக மாறியிருந்தன. சில மாடி வீடுகள்கூட வந்திருந்தன. சித்தப்பா இருப்பது சின்ன ஓட்டு வீடு. ஓர் அறை, பின்னால் அடுக்களை, அறையில் சிறிய மேசை, நாற்காலிகள் இருந்தன. பரணமேல் நூற்றுக்கணக்கான புத்தகங்கள். சித்தி பின்புற அறையில் இருந்தாள். உள்ளே உலைக் கொதிக்கிற சப்தம். சித்தி எங்களைப் பார்த்து வெளியே வந்தாள். சித்தியின் கண்களில் ஒளி இல்லை. உயிர்ப்பற்ற ஒரு சிரிப்பு சிரித்தாள்.

என்னவாயிற்று இவர்களுக்கு. சபிக்கப்பட்ட மனிதர்கள் போல. சித்தப்பாவுடன் வெளியே இருந்த படுக்கையின்மேல் அமர்ந்திருந்தேன். சுற்றியிருக்கிற வீட்டுக்காரர்கள் நலம் விசாரித்தார்கள். "உங்க அப்பா எங்க ஊர்க்காரர்" என்று ஒரு மனுசி, அப்பாவின் சிறுவயதுப் பேச்சைப்பற்றிச் சொன்னார். நீங்க எல்லாரும் இங்க வந்தது ரொம்ப நல்லது. உங்க அப்பாவைப் பற்றி எவ்வளவு சொன்னாலும் அது குறைவுதான்" என்றாள் இன்னொரு மனுசி, சித்தப்பா அமைதியாக அமர்ந்திருந்தார். பேச்சு மறந்துபோன மனிதர் போல.

கருணா சித்தப்பா, சிறுவயதில் தான் ஒரு கம்யூனிஸ்டு என்று சொல்லிக்கொள்வார். அப்பா படிக்கிற நாட்களிலேயே சித்தப்பா கட்சிப் பணி செய்தவர். கம்பீரமாக எதையோ ஆலோசித்துக்கொண்டே இருப்பார். படிப்பை நிறுத்திவிட்டுக் கட்சிப்பணியிலேயே முழு மூச்சாக இருந்தவர். "நம் வாழ்க்கை மாறவேண்டுமென்றால், மொத்த சமூகமும் மாறவேண்டும்" என்பார். சித்தப்பா கோட்பாட்டாளர் அல்ல. வெறும் பின்பற்றாளரே. உயிரைக் கொடுத்துப் பின்பற்றக்கூடியவர். அந்த நாட்களிலேயே, வீட்டின்மேல் சிவப்புக் கொடியைப் பறக்கவிட்ட மனிதர். ஊரில் இருக்கிற, பிரபலமான கம்யூனிஸ்ட் தலைவர்களுக்கு வலதுகையாக இருந்தவர். பள்ளி இறுதி வகுப்பைக்கூட முடிக்காத சித்தப்பா, அந்த நாட்களில் ஊரில் ஒரு முக்கியமான மனிதராக மாறினார். அப்பாவிடம்

எப்பொழுதும் வாதித்துக்கொண்டிருப்பார், "என்ன செய்து கொண்டிருக்கிறாய், நீ சமூகத்திற்கு" என்று. சித்தப்பா எனக்கு டால்ஸ்டாய், கார்க்கி போன்றவர்கள் எழுதிய புதிய புதிய கதைகளைச் சொல்வார். அந்த நாட்களில், சித்தப்பா என் ஹீரோ, கறுப்புச் சூரியன்போல தகதக என்று மின்னுவார். ஆழமாகச் சிந்திக்கின்றபொழுது, நெற்றிக்குமேல் சுருக்கங்கள் விழும். நாளைய பெரிய தலைவரை, இப்பொழுதே பார்த்ததுபோல இருந்தார். "நூறுபூக்கள் பூப்பதில்லை" என்பது சித்தப்பாவின் சத்திய வாக்கு.

ஆனால் ஐந்து ஆண்டுகளுக்குமுன்பு சித்தப்பா, நக்சலைட் இயக்கத்திற்குப் போனார். சித்தப்பாவின் வாழ்க்கையில், ஊகிக்கமுடியாத மாற்றங்கள். எங்கள் ஊருக்குப் பக்கத்திலேயே காடுகள். மாதம் ஒருமுறை, என்கவுண்டர் செய்திகள் செய்தித்தாள்களில் வரும். புதர்களுக்கு மத்தியில் அனாதையாகப் பிணங்கள் கிடக்கும். அவற்றில் சித்தப்பாவின் பிணமும் இருக்குமோ என்று எவ்வளவோ பயப்படுவோம். கிராமத்திலிருந்து நிறைய இளைஞர்கள் போனார்கள். சுடர்போல எரியுங்கள் என்றார்கள். பல பேர் திரும்பிவரவில்லை. அப்பா செய்தித்தாள் படித்து, காஃபி குடித்து, "அறிவுகெட்ட முட்டாப் பய" என்று திரும்ப திரும்ப சித்தப்பாவைத் திட்டிக்கொண்டிருப்பார். (படிப்படியாகக் கிராமத்தையும் சித்தப்பாவையும் மறதிக்குள் நெட்டித் தள்ளினார் அப்பா)

இப்பொழுது சித்தப்பா கம்யூனிஸ்ட் இல்லை, இலட்சியவாதி இல்லை, வருத்தத்திற்குரிய ஒரு முதியவர். என்னை அமைதியாக வாழவிடுங்கள் என்று கத்தும் மனிதர். கண் நிறையத் தூக்கத்தை வைத்துக்கொண்டிருக்கிற மனிதர். பிள்ளைகள் படிக்கவில்லை. வாழ்வதற்குச் சித்தி, கூலிவேலைக்குச் செல்கின்ற நிலைமை. எனக்கு மறுபடியும் பழைய சித்தப்பாவைப் பார்த்தால் நன்றாக இருக்குமே என்று தோன்றியது. அக்னி நட்சத்திரம்போல ஒளிர்ந்த அந்தக் காலத்து மனிதர்.

அப்படி சித்தப்பாவின் எதிரில் அமர்ந்ததும் கவலை ஏற்பட்டது. தப்பு செய்தவள்போல உணர்ந்தேன். சித்தி ஆம்லேட் செய்து கொடுத்தாள். சித்தப்பா பற்றியே பேசினார் சித்தி. படுக்கையின்மேல் அமர்ந்து, கட்டில் கம்பியில் சாய்ந்து, அப்படியே தூங்கிவிட்டார் சித்தப்பா. இருள் நன்றாகச் சூழ்ந்தது. இருட்டில் சித்தப்பாவின் குறட்டைப் பெரிதாகக் கேட்டது. 'நட! ரோடுவரை விட்டுவிட்டு வருகிறேன்' என்று சித்தி கிளம்பினாள். சித்தப்பாவைத் தூக்கத்திலிருந்து எழுப்பவில்லை. கனவுக்குள் ஒரு காட்சிபோலத் தூங்கிக்கொண்டிருந்தார். சித்தப்பாவைப்

பார்த்துக்கொண்டிருக்கும்போது, சிறுவயது ஏரி நினைவுக்கு வந்தது. ஏரியில் ஒரு சாயங்காலம் பார்த்த மனித சவம் நினைவுக்கு வந்தது. சித்தப்பா செய்த, காகிதப் படகுகளெல்லாம் நினைவுக்கு வந்தன. அந்தப் படகிலிருந்து குளத்தில் உலா போய்வந்த என் அறியாமை, சிறுவயதுக் கற்பனைகள் நினைவுக்கு வந்தன.

அந்த இரவில் என் கனவு முழுக்கத் தொடர்ச்சியான காட்சிகளே. வேட்டைக் கத்திகளுடன் துரத்தப்படும் கனவு. நான் நூற்றுக்கணக்கான மனிதர்களாக மாறி, எத்தனையோ குடும்பங்களாக – கிராமங்களாக மாறி, அரிவாளுக்கு அகப்படாமல் ஓடுகின்ற ஒரு காட்சி. சித்தி சொன்னாள். சித்தப்பாவைக் காணாத நாட்களில் அவரை எப்படியோ வீட்டின்மேல் மறைத்து வைத்த சங்கதியைச் சொன்னாள். யாரோ என் கொண்டையைப் பிடித்துக்கொண்டு வெளியே இழுத்ததுபோலவும், என்னைத் தரையில் உருட்டவும், குச்சியால் குத்தியதுபோலவும், காப்பாற்றுங்கள் என்று நான் கத்திக் கொண்டே இருக்கிறேன். சித்தப்பா நான்குவருடங்கள் முன்பு சுண்டூரு என்ற ஊரில், இன்னொருமுறை காரம்சேடு என்ற ஊரில், தலித்துகளை எப்படி வேட்டையாடிக் கொன்றார்கள் என்று விவரித்துச் சொன்னார். இந்த இரவில் நானே சுண்டூரு கிராமமாக ஆனேன். என் சரீரத்தின்மேல் டமடமவென்று டிராக்டர்கள் போவது, கடப்பாரையாலும் ஈட்டிகளாலும் உடல்களில் குத்துவது, என் சரீரம் நூற்றுக்கணக்கான காயங்களுடன், சித்தப்பா சொல்வார், “நாமெல்லாம், கிறிஸ்து பிரபுவின் குழந்தைகள்மா, அவரைப்போலவே காயங்களை மூடிக்கொண்டு நடக்கிறோம்” என்று. ரோட்டில் நடக்கும்போது, திடீரென்று என்னைச் சுற்றி இருள் இரவு, மயானம் பக்கத்தில் வந்ததும் என்னை எவரோ நிறுத்தி, இன்டராக்ஷன் செய்யத் தொடங்கினார். இன்டராக்ஷன் என்றால் சரீரத்தை, ஆத்மாவைத் துவம்சம் செய்வது என்பார் சித்தப்பா விரக்தியோடு. கத்தியை வைத்து “யார் நீ?” என்று கேட்டார். “உன் பெயரென்ன?” என்று கேட்டார். “நீ மாதிகா தானே?” என்று கேட்டு, “வேறு என்ன?” என்று கர்ஜித்தார். “கிராமத்தைத் தாண்டி வந்தது எதற்கு?”, “இந்த நாகரீகமான துணி எதற்கு?”, “இந்தக் கேள்வியின் மொழி என்ன?” தைரியமாகப் பதில் சொல்லவேண்டும் என்று தீர்மானித்துக்கொண்டேன். நான், தாவிக் குதித்துக் கத்தினேன். ஆனால் நாக்கை யாரோ வெட்டியெறிந்தார்கள். துண்டிக்கப் பட்ட நாக்குடனே பெரிதாகச் சப்தமிட முயன்றேன். என்னிலிருந்து சப்தம் வரவில்லை. அவர்களின் கைகளில் இருந்து விடுபட்டுக்கொண்டு ஓடினேன். வீட்டைநோக்கி ஓடிக்

கொண்டே இருந்தேன். வழி நெடுகிலும் இன்டராக்ஷன்கள் நடந்துகொண்டே இருந்தன. ஒருமுறை காவலர்கள், ஒருமுறை பண்டிதர்கள், மற்றொருமுறை பள்ளிக்கூட ஆசிரியர்கள். அடி தாங்கமுடியாமல் பெரிதாகக் கத்திக்கொண்டே இருந்தேன். கேள்விகளை யோசித்துப் பயந்தேன். அந்த இரவில் பயத்தில் நடுங்கினேன். அது எல்லாமே வெற்றுக் கனவு இல்லை என்று தோன்றியது. வேறு ஒருவருடனான அனுபவம், என் கனவில் நுழைந்ததுபோல் தோன்றியது.

இந்தக் கிராமத்தில் சில மாதங்கள் இருந்தார் அப்பா. நான் பிறந்த இரண்டு வருடங்களில் வேலையிலிருந்து சஸ்பெண்ட் ஆனார் – ஆசிரியர் சங்கத்தில் சுற்றுகிறார் என்று, பள்ளிக்கூடத் திற்கு வருவதைவிட்டுவிட்டார் என்று. அப்பா மிகுந்த வருத்தப் பட்டார் என்று அம்மா சொன்னாள். சும்மா படுக்கையில் படுத்திருந்தார் என்று சொன்னாள். கிராமத்து இளைஞர்களுடன் சேர்ந்து கள் அருந்துவது, லாட்டரிச் சீட்டுகள் வாங்குவது, அதெல்லாம் ஒரு கெட்டகனவு போன்றது என்று அம்மா சொன்னாள். அம்மா, அப்பொழுது தையல் வேலை செய்தாள். சுற்றியிருக்கிற வீடுகளுக்குச் சென்று அவர்களுக்கு ஜாக்கெட்டுகள், பாவாடைகள் தைத்துக்கொடுத்தாள். அப்பாவிற்கு அந்த நாட்களில் ஆஸ்துமா நோய் வந்தது. "நான் செத்துக்கிட்டு இருக்கேன்" என்று கத்துவாராம். "பிள்ளைகளுக்கு எதுவும் செய்யாமல் செத்துப்போறனே" என்று கத்துவாராம். அப்பொழுது சித்தப்பா கம்யூனிஸ்ட் (சி.பி.ஐ) கட்சிக்காரராக இருந்தார். கட்சி எம்.எல்.ஏ மூலமாக மாவட்டக் கல்வி அதிகாரிக்கு எத்தனையோ கடிதங்கள் எழுதினாராம் (ஆறு மாதங்கள் கழித்து, அப்பாவிற்கு மறுபடியும் உத்தியோகம் வந்தது). அப்பொழுது தான் மாதிகாவினருக்கும் ஊரில் இருக்கிற வியாபாரஸ்தல குடும்பத்தினர்களுக்கும் பிரச்சினை ஆனது. கம்புகளோடு குண்டர்கள் கிராமத்தைத் தாக்கினார்கள். பழிக்குப் பழியாகச் சித்தப்பா, கிராமத்து இளைஞர்களைக் கூட்டுச்சேர்த்து, இரவோடு இரவாக, வியாபாரஸ்தலங்களையும், வீடுகளையும் தாக்கினார். வீட்டின்மேல் கற்களை எறிந்தது, மோட்டார் சைக்கிள்களை – கார்களை எரித்தது எனச் சித்தப்பா அன்றைய நிகழ்வுகளைப் பற்றி வீரமாகச் சொன்னார். சிங்கக்குட்டிகள் போல் சாலைமீது கத்திக்கொண்டு நம் இளைஞர்கள் நடந்தார்கள் என்று சொன்னார். அப்பா, பயந்துபோய் ஏரியின் அருகில் மறைந்து அந்தநாள் முழுக்க வெளியேவரவில்லை என்று சொன்னார். ஆனால் மறுநாள் ஊரில் போலீஸார் முகாம் இட்டனர். இளைஞர்கள் எல்லாரும் சுற்றியிருக்கிற ஊர்களுக்கு ஓடிவிட்டனர். காவலர்கள் வீட்டுக்குள் நுழைந்து

அங்கிருந்த பெண்களை, முதியவர்களை அடித்து நொறுக்கினர். சித்தப்பாவைக் கைது செய்தார்கள். கம்யூனிஸ்ட் தலைவர்கள் கிராமத்தில் முகாம் இட்டனர். அன்றைய நினைவுகளை வீரக் கதைபோலச் சொன்ன சித்தப்பா, அம்மாவின் சாகசத்தையும் சேர்த்தே சொன்னார். இரண்டு வயதுக் குழந்தையை இடுப்பில் வைத்துக்கொண்டு, வீடுவீடாகப்போய் அடிபட்டவர்களுக்குக் கட்டுப்போட்டு, மருந்து போட்டு, அரிசி – பருப்பு – தானியங் களைச் சேகரித்து, அவர்களுக்குச் சோறும் பொங்கி, "அம்மா தேவதையாக (மேரிமாதா) மின்னினாள். ஆறித்தேறின தலைவர் போலக் கிராமத்தை வழி நடத்தினாள்" என்றார் சித்தப்பா. போலீஸ் முகாமிற்குத் தைரியமாகப் போனாள். 'பெண்கள், முதியவர்கள் ஜோலிக்கு வராதீங்க!' என்று போலீஸ் அதிகாரியைக் கேட்டுக்கொண்டாள். அந்த இரவில் அம்மாவின் முகத்தில் தெரிந்த தீவிரம், கம்பீரம் போன்றவற்றைப் பார்த்து அவர்கள் திகைத்தார்களாம். இப்பொழுதும் அந்தச் சங்கதிகளை நினைத்து அம்மாவின் கண்கள் நீரைச் சிந்தின. "இறந்து விட்டேன் என்று நினைத்துவிட்டேன். ஆனால் ஏதோ தைரியமாகச் சாமி வந்ததுபோல மாறிப்போனேன்" என்றாள். சர்ச் ஃபாதரைக் கூட நிற்க வைத்தாளாம். "சர்ச்சுல வெறும் பிரசங்கம் செய்றது மட்டும்தானா? இவ்வளவு பிரச்சினை நடந்திருக்கே நீங்க எதுக்குப் பேசலை" என்று கேட்டாளாம்.

அதிகாலை ஐந்துமணிக்கே விழிப்பு வந்தது. அம்மாவின் அருகில் சென்று, "ராத்திரி கனவு வந்தது. பயத்தை ஏற்படுத்திய கனவு" என்றேன். அம்மா, என் கன்னத்தைத் தடவி, "போ, இன்னும் கொஞ்சநேரம் படுத்துக்கோ. இந்தத் தடவை, நல்ல கனவு வரும்" என்றாள். "உன்னைப் பற்றிய கனவே சிறுவயதில், போலீஸ் முகாமுக்கு நீ எப்படிப் போன" என்று கேட்டேன். "தைரியமாக இருப்பதை எனக்குக்கூடக் கற்றுக்கொடு" என்றேன். அம்மா மெல்லிதாகச் சிரித்தாள். மௌனமாக ஆனாள். "போ, போ, இன்னும் கொஞ்சநேரம் படுத்துக்கோ" என்றாள்.

"தேவதைகள் எல்லாரும் அம்மாவைப்போல மாறி, நம் மத்தியில் சுற்றுகிறார்கள்" என்பார் சித்தப்பா, தன் அம்மாவை நினைவில் வைத்துக்கொண்டு. (அந்தப் பேச்சை எடுத்தால் உன் அம்மாவும்கூட, அப்படி நீங்கள் சொன்னால் எனக்குள் பயமாக இருக்கிறது).

தாத்தா (திருப்பதய்யா) சிறுவயதிலே இறந்துபோய் விட்டார். ஆதெம்மா (அப்பாவின் அம்மா) மாத்திரம் அந்த விஷயத்தை மறந்துபோனதுபோல, தினந்தோறும் தாத்தாவிற் காகப் பீடம் வைத்து, உலோகத்தட்டில் உணவு வைப்பாள்.

காலையிலேயே துணிதுவைப்பதற்காகத் தாத்தாவின் துணிகளையும் எடுத்துக்கொண்டு குட்டைக்குச் செல்வாளாம். துணிகளைத் துவைத்துத் துவைத்து, "கிழவன் சட்டையில புகையிலையை அப்படியே வைத்துவிட்டுபோயிட்டாரு. அதெல்லாம் தண்ணீரில் நனைந்து கறைபடிந்துவிட்டது" என்று பக்கத்தில் இருப்பவர்களிடம் சொல்வாளாம். தாத்தா, பிரமாதமாகத் தப்பட்டை அடிக்கும்பொழுது, நாட்டியம் ஆடும் சிவன் போலிருப்பாராம். இரண்டு தட்டு சாப்பாடுகூட, அவருக்குப் போதாதாம். தசைகள் முறுகி, ஊர் ஜனங்கள் அவரைக் கண்டால் மறைந்துகொள்வார்களாம். குஸ்திப் போட்டியில், எப்பொழுதும் தாத்தா முதல் ஆளாய் வருவாராம். அந்த நாட்களில் தாத்தா, ஆச்சியைப் பதினாறு ரூபாய் கொடுத்துத் திருமணம் செய்துகொண்டாராம். ஆச்சி, கயிற்றுக்கட்டில், ஜெர்மன் சில்வர் குடத்தைச் சீதனமாகக் கொண்டு வந்தாளாம். உண்மையில் ஆச்சி (அப்பாவின் அம்மா) குடும்பம், கணக்குக்குப் பெரிய குடும்பம். சொந்தமாக அரை ஏக்கர் வயல் இருந்ததாம். ஆதெம்மாவின் தந்தை, ஊரில் காரியகர்த்தாவாகப் பணி செய்தாராம். (அவரை எல்லாரும் பெரிய மாதிகா என்று அழைப்பார்களாம்). அந்தச் சாமியிடம், அருகில் விவசாயப் பணியாளராகப் பணிசெய்தாராம். அவனுக்குப் போய்ப் பொண்ணு கொடுக்கணுமா என்று ஆச்சியிடம் கேலி செய்வாராம். எனினும் ஆச்சி வலியுறுத்தி (அப்பொழுது கதைகதையாகச் சொல்வார்களாம்) தாத்தாவைத் திருமணம் செய்துகொண்டதாம்.

ஆச்சிக்கு, அப்பொழுது தலைக்கனம் பிடித்த மனுசி, அடங்காப் பிடாரி (அந்த மனுஷி வாயில விழக்கூடாது) என்று பெயர். மகராயுடு என்றுகூட அழைப்பார்களாம். தாத்தா (திருப்பதய்யா) குடும்பத்தில் பிள்ளைகள் பிறந்தவுடனேயே இறந்துவிடுவார்களாம். தாத்தாவுடன் சென்று, தோல் வர்த்தகம் செய்ய ஆரம்பித்தாள். தோலைக் கொண்டு வருவது தாத்தாவின் பணியாகயிருந்தாலும், அவற்றைத் தட்டையாக்கி, உப்பைத் தடவிக் காயவைப்பது ஆச்சியின் வேலையானது. மாட்டு வண்டியில், ஒங்கோலுக்கு எடுத்துச்சென்று விற்று வருவாராம் தாத்தா. இரண்டு மூன்று ஆண்டிலேயே தனியாகக் காம்பவுண்டு வீடு கட்ட முடிந்தது. நான்கு வருடங்களில், அரை ஏக்கர் பண்ணை நிலத்தைக்கூட வாங்கினார்களாம். ஆச்சிக்கு மூன்று முறையும் வயிற்றில் தங்கவில்லை. (மூன்றாவது மாதத்திலேயே கரு கலைந்தது) இனிமேல் பிள்ளைகளே பிறக்காது என்று எல்லாரும் பரிதாபமாகப் பார்த்தார்கள். இன்னொரு கல்யாணம் செஞ்சுக்கோங்க என்று தாத்தாவை எல்லோரும்

நச்சரித்தார்கள். பிள்ளைகள் பிறக்காட்டா என்ன, ஆதெம்மா விற்கு இன்னொரு சக்களத்தியைக் கொண்டுவரும் சங்கதியே வேண்டாம் என்றாராம். நிலவொளியில் வீட்டின்முன்பு மெல்லிய தீப்பொறி பறக்கிற நெருப்பின் அருகில், தப்பட்டையை வைத்துச் சூடாக்கி, ராத்திரி முழுக்கத் தப்பட்டையை அடித்துக் கொண்டே இருப்பாராம். ஆதெம்மா ஹம்மிங் செய்வாளாம். வீட்டுப் பக்கத்தில் உள்ள தொழுவத்தில் இருக்கின்ற எருமை, நான்கைந்து ஆடுகள், பஞ்சாரத்தின் கீழிருக்கிற கோழிகள், அவர்களின் பாட்டிற்கு, ஆடல்களுக்கு ஊமைப் பார்வை யாளர்கள். ராத்திரி முழுக்க அந்தத் தப்பட்டை ஒலித்துக் கொண்டே இருக்குமாம். கோழி கூவும் சமயத்தில், தாத்தாவின் மார்பில் ஒரு பக்கம் ஆதெம்மா, இன்னொரு பக்கம் தப்பட்டை இருக்குமாம். அவர்களின் காதல் குறித்துக் கிராமத்தில் பாட்டுக் கட்டுவார்களாம். ஓடையில் துணி துவைக்கிற பெண்கள், (திருமணம் ஆகாதவர்கள்) அவர்களின் சிருங்காரம் பற்றிக் கிசுகிசுப்பார்களாம்.

ஆதெம்மாவிற்குக் குண்ட்லகம்மா (ஆற்றங்கரை அல்லது ஓடை) என்றால் இஷ்டம். பண்ணையில் இருந்து வந்து குண்ட்லகம்மாவில், ஒரு மணிநேரத்துக்கும் மேலாகக் குளிப்பாள். எருமைக் கன்றுகளைச் சுத்தமாகக் குளிப்பாட்டுவாள். நிலவொளியில் நீரோடை பளபளவென்று பிரகாசிக்கும்வரை ஓடையில் நீந்திக்கொண்டிருப்பாள். குண்ட்லக்கம்மா, தேவதையென்று ஆதெம்மாவின் நம்பிக்கை. கரையில் இருக்கிற குண்ட்லக்கம்மா அம்மாவை வணங்குவது, ஜாத்ர (பண்டிகை) செய்தாள். ஆதெம்மா, குண்ட்லக்கம்மாவில் நீந்துகிறபோது, திருப்பதய்யா, கரை மீதே அமர்ந்திருப்பார். அப்பொழுது, “பிறந்த கன்னுக்குட்டியாட்டம் ஆட்டம் போடுற” என்று சரசம் செய்வார். நீண்ட திரியை ஏற்றிவைத்துப் பிரகாரத்தைச் சுற்றி வந்து குண்டலக்கம்மாவை வணங்கும் ஆதெம்மாவைப் பார்த்து மகிழ்வார். “அழகான குண்டி என் ஆதெம்மாவினுடையது” என்று கரையின் மேலிருந்து போக்கிரித்தனமாகப் பாடுவார். ஊரில் உள்ளவர்கள், அவர்களை ஒரு மாதிரியாகப் பார்ப்பது ஆதெம்மாவிற்கு இஷ்டமாக இருக்கவில்லை.

நான்காவதுமுறை மாசமாக இருந்தபொழுது, அந்த விசயத்தை யாருக்கும் சொல்லவில்லை (தாத்தாவுக்குக்கூட). ஒரு குறி சொல்லும் மனுஷி, ஆதெம்மாவை நிறுத்தி, “இந்த முறை நிற்கும். ஆண்பிள்ளை பிறப்பான்” என்று சொல்லியிருக்கிறாள். ஆதெம்மாவிற்கு ஆச்சரியம் ஏற்பட்டு, அந்தப் பெண்ணை அழைத்து அரை மூட்டை அரிசியை அளந்து கொடுத்து அனுப்பினாள். குறிகாரி சொன்னதுபோல, போத்துராஜூ

கோயிலுக்குக் கன்றைப் பலி கொடுத்தாள். ஆதெம்மாவின் பிரசவத்தை ஊரே எதிர்பார்த்துக் காத்துக்கொண்டிருந்தது. எந்த நாலுபெண்கள் சேர்ந்தாலும் ஆதெம்மாவைப் பற்றியே பேசினார்கள். ஒன்பதாவது மாதத்தில் ஆதெம்மாவிற்குப் பிரசவவலி வந்தது. ராஜய்யா (என் அப்பா) பிறந்தார்.

போத்துராஜூ அருளால் பிறந்தார் என்று ராஜய்யா என்று பெயர் வைத்தனர். பிள்ளை, கறுப்பாக இருந்தாலும் பளபளவென்றிருப்பாராம். அழமாட்டாராம். மூன்றாவது நாள், தாத்தா வீட்டிற்கு ஒரு கிறித்தவப் பாதிரியாரை வரவழைத்தார். அந்தப் பாதிரியார் பிரார்த்தனை செய்து ஆசீர்வாதம் செய்ததால்தான் அப்பா பிறந்தார் என்று தாத்தா அனைவரிடமும் சொன்னார். பாதிரியார் வந்து பாடல்கள் பாடிப் பிரார்த்தனை செய்ததும், தாத்தாவை எல்லாரும் எத்தனையோ காலம் நினைவில் வைக்கும்படியாக இரவு உணவு வழங்கினாராம். நான்கு ஆடுகளை வெட்டினாராம். குண்டா குண்டவாகச் சாராயம். சிலருக்கு ஓங்கோலில் இருந்து கலர் சாராயம் (பிராந்தி) கூட வந்தது. அப்பாவைக் கீழே விட மாட்டாராம். அப்பாவை எதிரில் அமரவைத்துவிட்டுத் தாத்தா தப்பு அடித்துக்கொண்டு சிந்து பாடுவாராம். தினசரி ராத்திரி ராஜய்யாவிற்குத் திருஷ்டி கழிப்பாளாம் ஆதெம்மா. குழந்தைக்கு ஐந்து வயது ஆகும்வரைக்கும், உரல்போலக் கறுகறுவென்று தயார் ஆனாராம். தாத்தாவைப் போல அப்பாவும்கூடச் சாப்பாட்டுப் பிரியர். ராஜய்யாவைப் பள்ளிக்கூடத்துக்கு அனுப்புவது ஒரு சவால் ஆனது. தினசரி அவருக்காகவே ஆதெம்மாகூட, பள்ளிக்கூடம் முன்பு அமர்ந்திருப்பாராம். ராஜய்யாவின் படிப்பு பற்றி கதை கதையாகச் சொல்லுவார்கள். ஒரு வருடமாக அ, ஆ, இ, ஈ யே எழுதுவாராம். சுமார் ஐம்பது சிலேட்டை உடைத்திருப்பாராம். ராஜய்யா பள்ளிக்குச் செல்லும் நேரத்தில் ஆதெம்மா கருணா குமாரைப் பெற்றெடுத்தாள். அப்பொழுது ஆதெம்மாவும் திருப்பதய்யாவும் சர்ச்சில் ஞானஸ்நானம் எடுத்துக்கொண்டார்கள். சித்தப்பாவிற்குச் சர்ச் ஃபாதர் பெயர் வைத்தார். அப்பாவின் எட்டாவது வயதில், ஒரு சாயந்தரம், தாத்தா பண்ணையில் இருந்து வந்து, இரண்டு குண்டா கள்ளு குடித்து, நெருப்பின் அருகில், நடுராத்திரி வரைக்கும் தப்பட்டை அடித்தபடி தத்துவப் பாடல்களைப் பாடிக்கொண்டு அப்படியே படுக்கையின்மேல் விழுந்து தூங்கிவிட்டாராம். தூங்கிக்கொண்டுதானே இருக்கிறார் என்று எல்லாரும் நினைத்துக்கொண்டார்கள். காலை எட்டு மணியானாலும் எழவில்லை. தாத்தா காலமாகிவிட்டார். தாத்தாவின் சடலத்தை அப்படியே பிடித்துக்கொண்டு

விடமாட்டேன் என்று ஒரே அழுகை. ஆதெம்மாவின் துயரத்திற்கு முடிவில்லாமல் போனது. குண்டலகம்மா பிரவாகம்போல நாட்கள் கழிந்தாலும் குறையவில்லை. செத்துப்போகவேண்டும் என்று நினைத்தாலும், பிள்ளைகள் அனாதையாகி விடுவார்களே யென்று, பயந்து அமைதியானாள். ஒரு மாதம் கழிந்ததும், தாத்தாவிற்கு விஷம்வைத்துக் கொன்றிருக்கிறார்கள் என்று ஊரில் வதந்தி எழுந்தது. தாத்தாவின் தம்பிகள் இருவர், சொத்துக்காக விஷம் வைத்தார்கள் என்று.

அவர்களின் உண்மை உருவம், வெளியே தெரிந்தது. பண்ணை, தனக்கு வரவேண்டும் என்று பிரச்சினை செய்தார்கள். அந்தப் பண்ணை தன்னுடையதுதான் என்று காகிதம் கொண்டு வந்தனர். அதற்கு கர்ணம் சாட்சி. ஆதெம்மா பத்ரகாளியாக மாறினாள். சபித்து, புழுதியை வாரியிறைத்துப் பெரிதுபெரிதாகக் கத்தியதால், ஆதெம்மா அவர்களைக் கொன்றுவிடுவாளோ என்று அனைவரும் பயந்தனர். ராத்திரிவேளை அவர்களின் வீட்டிற்குச் சென்று (பத்துப் பெண்களோடு சேர்ந்து) வீட்டின் மேல் கற்களை எறிந்து, முன்னிருந்த கோழிக்கூட்டை உடைத்துத் துவம்சம் செய்தாள் ஆதெம்மா. நீண்ட நாட்களாக அவர்கள் அனைவரையும், தான் ஒருத்தியே கொன்றதுபோலக் கனவுகள் கண்டாள். உண்மையில் ஆதெம்மாவிற்கு அவ்வளவு தேகபலம் இருந்தது. அந்த ஆசாமிகள் பலவீனமானவர்கள். ஆனால் எதற்கோ ஆதெம்மாவிற்கு மனம் ஒப்பவில்லை. அவர்களைக் கொன்று விட்டு, ஜெயிலுக்குப்போனால் பிள்ளைகள் இருவரையும் பார்த்துக்கொள்வதற்கு ஆள் இல்லையென்று பயந்தாள். ஒரு காலை வேளையில் பிள்ளைகள் இருவரையும் பண்ணைக்கு அழைத்துச்சென்று, அந்தப் பண்ணையின் மத்தியில் நின்று, தாத்தாவும் தானும் அந்தப் பண்ணைக்காக எப்படிக் கஷ்டப் பட்டோம் என்று விவரித்தாள். தான் இறந்தாலும் அந்தப் பண்ணையை நிலைநிறுத்திக் கொள்ளவேண்டும் என்று வேண்டுகோள் வைத்தாள். பண்ணை இல்லையென்றால் தங்களை யாரும் பொருட்படுத்தியிருக்கமாட்டார்கள் என்றும் நாம் அடிமைகள்தான் என்றும் விவரித்தாள். அப்பொழுதே, தம் குலம் குறித்து, தம்முடைய அவமானங்கள் குறித்துக்கூட விவரித்தாள். அம்மா, பிள்ளைகளிடையில் தினசரி இதே உரையாடல்கள். பிள்ளைகள் சலிப்பாக முகம்வைத்தாலும் பொருட்படுத்தமாட்டாள். பிள்ளைகள் இருவரையும் தனியாக வெளியே அனுப்புவது கிடையாது. விளையாடும்பொழுதுகூட அவர்களின் அருகிலேயே நின்றிருப்பாள்.

ஆதெம்மாவிற்குப் பிள்ளைகளின் படிப்பு ஒரு பைத்தியமாக மாறிப்போனது. கிராமத்தில் ஆதாமு மாஸ்டரின் பிள்ளைகள்,

விலையுயர்ந்த துணிகளை அணிந்துகொண்டு, இங்கிலீஷில் பேசிக்கொண்டு, கிராமத்தில் சுற்றுவதைக்கண்டு, ஆதெம்மாவின் கண்கள் பளபளவென்று ஆடும். பிள்ளைகள் இருவரையும் அப்படிக் கற்பனைசெய்துகொண்டு பரவசம் அடைவாள். ஊர் பள்ளிக்கூடம் வேண்டாம் என்று நான்கு கிலோமீட்டர் அப்பால் இருக்கிற மிஷினரி பள்ளியில் பிள்ளைகளைச் சேர்த்தாள். வெள்ளைச் சீருடை அருட்சகோதரிகள் நடத்தும் பள்ளி, ஆதெம்மாவிற்கு எதற்கோ நன்றாகப் பிடித்தது. பிள்ளைகள் இங்கிலீஷில் பேசிக்கொண்டிருந்தால் ஆதெம்மா பரவசமாகி விடுவாள். அந்தப் பள்ளிக்கூடத்தில் ஃபாதர் சந்தானத்திற்கு ராஜய்யாவை மிகவும் பிடிக்கும். கறுப்பாக, கண்கள் அங்கும் இங்கும் சுற்றுகிற ராஜய்யாவைப் பார்த்து *"Spark in his eyes"* என்று மெச்சிக்கொள்வார். இளைஞனுக்கு ஞானஸ்நானம் செய்வித்து, தானே அவனை நன்றாகப் படிக்க வைக்கிறேன் என்று சொன்னார். ஆதெம்மாவிற்கு எதற்கோ பயம் வந்தது. ராஜய்யாவைக் கூட, ஃபாதராக ஆக்கிவிடுவாரோ என்று. அப்படி எதுவும் இல்லையென்று ஃபாதர் சந்தானம் உத்தரவாதம் தந்ததும், ராஜய்யாவை விடுதியில் சேர்த்தாள் ஆதெம்மா. ஆறு மாதத்திற்குள் ராஜய்யாவின் தோற்றம் மாறிவிட்டது. சீராகச் சீவப்பட்ட தலை, இஸ்திரி செய்யப்பட்ட சட்டை, நிக்கர், பூட்ஸ், உண்மையில் துரைப்பிள்ளைபோல மாறிப்போனான். (ஆனால், இந்த மாற்றத்தின் காரணமாகக் கிராமமென்றால்கூட விருப்பம் இல்லாமல் போய்விட்டது ராஜய்யாவிற்கு என்றார் சித்தப்பா. கடைசியில் ஆதெம்மாவிடம்கூட நீ இப்படிச் சுருள் முடியோடு, கந்தல்கோலத்தோடு எதற்கு சுற்றிக்கொண்டிருக் கிறாய் என்று கோபப்பட்டார்) வாரா வாரம் கடலை, சீம்பால் எடுத்துக்கொண்டு செல்வாள். டீச்சர் ஆச்சரியமாய்ப் பார்ப்பார். இதெல்லாம் தேவையில்லை என்று சொன்னாலும் கேட்பதில்லை. ஆதெம்மாவை வாராவாரம் பள்ளிக்கு வரவேண்டாம் என்று பள்ளிக்கூடத்தவர்கள் உத்தரவிட்டனர். ஆனாலும் ஆதெம்மா ரகசியமாகப் பள்ளிக்குப் போனாள். கடலை, வெல்லம், எள்ளுருண்டை, கரும்புத்துண்டுகளை ரகசியமாகப் பிள்ளைகளிடம் கொண்டு சேர்த்தாள். பிள்ளைகள் வளர்ந்தபிறகு, ஆதெம்மாவிற்குத் தெரியாத விந்தையான பெருமிதம் நிலைத்து நின்றது. உண்மையில் கிராமத்தில் பத்தாம்வகுப்புவரை படித்த முதல் நபர் ராஜய்யா. பள்ளி முடிந்ததும் ராஜய்யா புதிய மனிதராக மாறினார். கிராமத்திற்கு வருவதற்கு விருப்பப்படவில்லை. ராஜய்யாவின் பாஷை மாறிவிட்டது. ஆத்மார்த்தமான, கிராம உச்சரிப்புகளைக்கூட விட்டுவிட்டார். வீட்டில் தயாரிக்கப்பட்ட உணவை வேண்டாம் என்றார். (கஞ்சி, வெங்காயம், நீத்தண்ணி, காயப்போட்ட

மாமிசத் துண்டுகள், இவையெல்லாம் ஆரோக்யம் அற்றது என்று புலம்பினார்). ராஜய்யாவைக் கல்லூரியில் சேர்ப்பதற்கு எருமையை விற்கவேண்டியது வந்தது. ஆனாலும் மகன் கல்லூரியிலே சேருகிறான் என்ற ஆனந்தம் இருந்தாலும், ஆதெம்மாவின் கண்களில் பயம் இருந்தது. கிராமத்தில் மீதியிருக்கிற பிள்ளைகளின் கண்களில் காணுகிற ஒளி, புத்திசாலித்தனம் போன்றவற்றை ராஜய்யா இழந்துவிட்டார். (மிஷினரி பள்ளியில் எதற்கு சேர்த்தோமோ என்று ஆச்சி, கடைசி நாட்களில் ரொம்ப வருத்தப்பட்டாள்) கல்லூரியில் சேர்த்ததும் ஆதெம்மாவிற்குக் கெட்ட கனவுகள் வந்தன. பலமுறை ராஜய்யாவைப் பற்றி குறி கேட்டாள். ராஜய்யாவின் ஜாதகம் அற்புதமாக இருக்கிறது. ஆனாலும் போத்துராஜூ கோயிலில் வேண்டுதலை நிறைவேற்றாததால் போத்துராஜூ கோபமாக இருக்கிறார் என்று சொன்னாள் குறிகாரி. (அந்த வார்த்தைகளைக் கேட்டு ராஜய்யா பரிதாபப்பட்டார். அதெல்லாம் அறிவியலற்றது என்று கோபப்பட்டு ஆதெம்மாவை அடித்தாராம்.) வருடங்கள் கழிந்ததும் ராஜய்யா ஒரு கம்பீர மான மூர்த்தியாக மாறிப்போனார். எப்பொழுதும் தீவிரமான ஒரு தத்துவஞானியாகத் தோற்றமளித்தார். (ராஜய்யா கண்களில் ஏதோ புலப்படாத பச்சாதாபம் இருந்தது, சோகப் பாடல்கள் இருந்தன என்று சித்தப்பா சொல்வார்)

ஆனால் கருணா சித்தப்பா மாத்திரம் எப்பொழுதும் உற்சாகமாகப் பந்தயக்காளையைப் போல இருந்தாராம். பள்ளி இறுதியில் படிப்பை நிறுத்தி, ஆதெம்மாவிற்குப் பண்ணை வேலையில் உதவியாக இருந்தார். பண்ணையில் இருக்கிற இளைஞர்களுக்குக் கருணா சின்ன ஹீரோ. எந்த வேலைக்கும் முன்னாடி நிற்பாராம். பதினாறு வயதிலே, கிராமத்தில் சிறிதாக ஓர் இயக்கத்தை உருவாக்கினார். கூலி விசயத்தில் பிரச்சினை வந்து, எல்லோரையும் வேலைக்குப் போகவேண்டாம் என்று சொன்னாராம். அப்பொழுது கருணா சித்தப்பாவிற்குக் கம்யூனிஸ்ட் தலைவர்களின் அறிமுகம் ஏற்பட்டது. பதினைந்து நாட்கள், எல்லாரும் ஒரு வார்த்தைமேல் நின்று, வேலைக்குச் செல்வதை நிறுத்தினார்கள். கடைசியில் பண்ணையார்கள் ஆடவர்களுக்கு இரண்டு ரூபாய்களும் பெண்களுக்கு ஒரு ரூபாயும் கூலி அதிகரிக்க வேண்டியிருந்தது. அந்த நேரத்தில் ஒருவழியாக, சித்தப்பா கிராமத்தில் ‘இதயம் கொண்ட மனிதராகப்’ பேர் வாங்கினார்.

ராஜய்யாவிற்குத் தொடக்கப்பள்ளியில் ஆசிரியர் பணி வந்தது. அந்தக் கிராமத்தின் முதல் உத்தியோகஸ்தர் ராஜய்யாவே. உத்தியோகத்தில் சேர்ந்ததும், ஆதெம்மாவைத் தன்னோடு வா

என்று அழைத்தார். ஆனாலும் ஆதெம்மா ஒப்புக்கொள்ள வில்லை. உத்தியோகத்தில் சேர்ந்ததும் ராஜய்யா வேற்று நாட்டு மனுஷனாக மாறிப்போனார். எதற்கு படிக்க வைத்தோமோ என்று வருத்தப்பட்டாள் ஆதெம்மா. ஒருவருடம் கழிந்ததும் ஒருமுறை வந்தார். வந்த அந்த ஒருநாளும் முள்மீது அமர்ந்தவர்போலக் காணப்பட்டார். இறைச்சி எடுத்து விருந்து வைத்தாள் ஆதெம்மா. இரண்டு உருண்டைகூட உண்ண வில்லை. இன்னும் இந்த மாமிசம் உண்ணுகிறோமா என்று சிணுங்கினார். (மாட்டிறைச்சி உண்பது கிராமத்தில் சர்வசாதாரணம். அது அப்பாவிற்குப் பிடிக்காதது என்று சொன்னார் சித்தப்பா. அதை உண்பதால்தான் நம்மைத் தூரமாக வைக்கிறார்கள் ஊரில் உள்ளவர்கள் என்பாராம் அப்பா.) வீட்டின் முன்பு காயவைத்த மாமிசம் (கயிற்றில் கோத்து வைத்திருப்பது) உப்புக்கண்டத்தைப் பார்த்து முகத்தைச் சுளிப்பாராம். "இவன் நம்ம மனுஷன் இல்லைடா" என்பாளாம் ஆதெம்மா சித்தப்பாவிடம்.

ஆறு மாதங்களுக்குப் பிறகு தான் திருமணம் செய்து கொள்ளப்போவதாகவும், மணப்பெண்ணைக்கூடத் தானே பார்த்துக்கொண்டதாகவும் ராஜய்யா வீட்டுக்குச் செய்தி அனுப்பினார். இம்முறை ஆதெம்மா, ஆச்சரியப்படவில்லை. பெண்ணுக்கு எந்த ஊரு, யாரோட பொண்ணு என்ற சங்கதி எதுவும் ஆதெம்மாவிடம் சொல்லவில்லையாம். குண்டூரு சர்ச்சில் திருமணம் நடந்ததாம். இறந்துபோன தாத்தாவின் நினைவாக, ராஜய்யாவின் திருமணத்தைக் குண்டலக்கம்மா கரையில் (அவர்களின் அரை ஏக்கர் பண்ணையில்) செய்ய வேண்டும் என்று எவ்வளவோ ஆசைப்பட்டாள் ஆதெம்மா. கடைசியில் ஆதெம்மா ராஜய்யா திருமணத்திற்குக்கூடப் போகாமல் இருந்துவிட்டாள். மலேரியா காய்ச்சல். படுக்கை யில் இரண்டு நாட்களாகப் புலம்பிக் கொண்டு படுத்திருந்தாள். சித்தாப்பாகூடத் திருமணத்திற்குச் செல்லவில்லை. திருமணமான ஒரு மாதத்தில் ராஜய்யா, தன் மனைவியோடு கிராமத்திற்கு வந்தார். மருமகள் வந்த சந்தர்ப்பத்தில் கிராமத்துப் பெண்களை அழைத்தாள் ஆதெம்மா. ராஜய்யாவிடம் முகத்தைத் தூக்கி வைத்துக்கொண்டாலும் மருமகளை (எங்கள் அம்மா) பார்த்து எவ்வளவோ சந்தோசப்பட்டாளாம். மருமகள் குறித்து என்னென்னவோ கற்பனை செய்த ஆதெம்மா, இரண்டு நாட்களிலேயே மருமகளோடு இணக்கமாகினாள். படித்த பெண்ணாக இருந்தாலும் வீட்டு வேலைகளெல்லாம் அவளே செய்தாள். அருகிலிருந்து அத்தைக்குச் சோறு வடித்தாள். துனக்கல கறி (கோங்குராவுடன் சேர்த்துச் செய்தாள்) தனக்கு எவ்வளவோ விருப்பம் என்று அத்தையிடம் சொல்லி, மறுபடியும்

சமையல்செய்துகொண்டாள். மருமகளைத் தன்னோடு பண்ணைக்கு அழைத்துச்சென்றாள். குண்டலக்கம்மா அருகில் அழைத்துச்சென்று, அம்மனுக்குப் பூஜை செய்யப் போனாள். மருமகள் மென்மையாக மறுத்தாள். தான் ஞானஸ்நானம் எடுத்துக்கொண்டேன் என்றும், இப்படிப்பட்ட, வழிபாடுகள் செய்வதில்லை என்றும் சொன்னாள். தூரமாக நின்று, பூஜையைப் பார்க்கிறேன் என்றாள். ஆனால், அன்றைக்கு ராஜய்யா ரொம்பப் பிரச்சினை செய்தார். முதுமையால் ஆதெம்மாவின் புத்தி அழுகியிருக்கிறது என்று, தன் மனைவி யுடன் செய்யக்கூடாத காரியங்களையெல்லாம் செய்ய வைக்கிறாளே என்று கோபப்பட்டாராம்.

இரண்டு நாட்களிலேயே, ஆதெம்மாவிற்கு மகன் என்றால் வெறுப்பானது. 'ஒன் பொண்டாட்டியைக் கூட்டிட்டு வெளிய போ நீ' என்றாள். அந்த வார்த்தைகளைச் சொல்லியபொழுது ஆதெம்மாவின் முகம் வெளிறியது. இதயத்தை எவரோ பிடுங்கி எறிந்ததுபோல நான் தானா, நானே தானா இப்படி ஒரு வார்த்தையைச் சொல்லியது' என்று பலநேரங்கள் தனக்குள் தானே முணுமுணுத்துக்கொண்டாளாம்.

மருமகளுக்கு (அம்மாவிற்கு) கரு கலைந்தது என்று தெரிந்து, முதல்முறை மருமகள் வீட்டுக்குப் போனாள் ஆதெம்மா. வீட்டின் மத்தியில் இருந்த தாத்தாவின் போட்டோவைப் பார்த்து ஆச்சரிய மானாள். மகனுக்குத் தன் தந்தையின் நினைவு இருப்பது ஆதெம்மாவிற்குப் பெரிய விசயமாகத் தெரிந்தது. மருமகளுக்காகப் பூஜைசெய்த குங்குமம் கொண்டுவந்தாளே தவிர, மருமகள் வேண்டாம் என்று அன்போடு சொன்னாள். மருமகளின்மேல் கருணை பிறந்தது. வாரம் முழுக்க, வீட்டில் அனைத்து வேலை களையும் அவளே செய்தாள். மருமகளின் அருகிலேயே படுத்துக் கொண்டு, அவளுக்கு அனைத்துச் சேவைகளையும் செய்தாள். வருடங்கள் கழிந்ததும் இரண்டாவது முறையும் கரு கலைந்தது மருமகளுக்கு. இந்தமுறை, அம்மாவுக்கு வாவென்று செய்தி யனுப்பினார் ராஜய்யா. இது, தன் வம்சத்துக்கே உரியது என்றாள் ஆதெம்மா. ரகசியமாகக் குறி பார்த்துக்கொண்டாள். போத்துராஜூ சாபத்தால்தான் இப்படியானது என்று சொன்னாள். போத்துராஜூவைச் சாந்தி செய்யவேண்டும் என்று சொன்னாள். மருமகளுடன் இந்தமுறை மாதம்முழுக்க இருந்தாள் ஆதெம்மா. அத்தையும் மருமகளும் எவ்வளவோ இணங்கிப் போனார்கள். ஒருமுறை கிராமத்திற்குப் போய்க் குண்டலக்கம்மாவிற்குப் பூஜை செய்யலாம் என்று வேண்டுகோள் வைத்தாள் ஆதெம்மா. மருமகள், அத்தையின் மடிமேல் தலை வைத்துக்கொண்டு கண்ணீர் சிந்தினாள். தான் அப்படிப்பட்ட

பூஜை செய்வதில்லை என்று சொன்னாள். கிராமத்திற்கு வந்ததும் மறுபடியும் குறி கேட்டுக்கொண்டாள் உபவாசம் இருந்தாள். போத்துராஜூக்குக் கிடாவைப் பலி கொடுத்தாள். மூன்றாவது முறை மருமகளுக்குக் கர்ப்பம் தங்கியது. (அப்பா, சர்ச்சில் தான் செய்த பிரார்த்தனையின் பலம் காரணமாகவே என்று அனைவரிடமும் சொன்னார்) பெண்குழந்தை பிறந்தது (நானே). பிரசவ சமயத்தில், ஆதெம்மா பக்கத்திலேயே இருந்தாள். பிறந்தவுடனேயே, அந்தக் குழந்தை பிரகாசிக்கிற கண்களால் தன்னையே பார்த்தது என்று ஆதெம்மா சொல்லிக்கொண்டாள். அந்தப் பாப்பாவின் உருவத்தில், தாத்தா மறுபடியும் பிறந்துள்ளார் என்று ஆதெம்மா சந்தோசப்பட்டாள். அந்தப் பாப்பாவிற்குத் தன் பணத்தில் காதணி, வெள்ளிக்கொடி செய்தாள். ‘திருப்பதய்யா’ பேரை வைக்கவேண்டும் என்று வேண்டுகோள் வைத்தாள். ஆனால் அப்பா கேட்கவில்லை. சர்ச்சில் ஃபாதர், எனக்குக் ‘கிரேஸ் கமலா’ என்று பெயர் வைத்தார். ஆனால் ஆதெம்மா என்னைத் ‘திருப்பதம்மா’ என்று அழைத்தாள். மறுவருடம், தம்பி பிறந்தான். நாங்கள், சிறு பிள்ளைகளாக இருந்தபொழுது பலமுறை ஆச்சி வீட்டுக்குச் செல்வோம். தம்பிக்கு இரண்டு வயதானபோது, பெரிய காய்ச்சல் (நிமோனியா) வந்தது, கிட்டத்தட்ட செத்துப்போவானோ என்று நினைத்தார்கள். ஆச்சி மந்திரித்த தாயத்தைக் கொண்டு வந்து, தம்பியின் கழுத்தில் கட்டினாள். அப்பா எப்பொழுதும் போலப் பெரிதாகக் கத்தித் திட்டினார். ஆதெம்மாவின் மனது உடைந்துவிட்டது. அதற்கு பிறகு, எப்பொழுதும் எங்கள் வீட்டிற்கு வரவேயில்லை. தன்னுடைய, அரை ஏக்கர் பண்ணையிலேயே குடிசைப் போட்டுக்கொண்டு, அங்கேயே இருந்தாள். அம்மாவுடன் சேர்ந்து நாங்கள் பலமுறை அங்கே சென்றோம். அப்பா மட்டும் இப்பொழுதுவரை அந்தக் குடிசைக்குள் நுழையவில்லை.

5

சிறுவயதில், கதையில் வரும் காட்சிபோல இருந்தது கிராமம். காலையிலேயே எங்கள் கார், 'க்ரீச்... க்ரீச்' என்று சப்தம் செய்துகொண்டு மண்சாலையில் போகும்போது, வீதியில் விளையாடிக்கொண்டிருக்கிற பிள்ளைகள் வாயைத் திறந்து ஆச்சரியமாக எங்களைப் பார்த்துக்கொண்டிருந்தனர். பெரியவர்கள், காரின் பக்கம் கௌரவமாகப் பார்த்துத் தலையை அசைத்து, "பாரு! நம்ம ராஜய்யாவை" என்று தங்களுக்குள் பேசிக்கொண்டிருந்தனர். ஒன்றிரண்டு மெத்தைவீடுகள் இருந்தாலும், நிறைய சாய்ந்து இருக்கிற ஓட்டுவீடுகள், நாணல்புல்லால், பனையோலையால் வேயப்பட்ட கூரைவீடுகள் அதிகம். வீட்டுக்கு வெளியே போடப்பட்டிருக்கிற பாறையின்மேல் சாய்ந்து அமர்ந்து, சுருட்டுக் குடித்து, அரட்டை அடித்துக்கொண்டு இருந்தார்கள் பெரியவர்கள். பிள்ளைகள் கண்ணாமூச்சி, கிரிக்கெட் போன்ற விளையாட்டுகளை ஆடிக்கொண்டிருந்தனர். புழுதியைக் கிளப்பிக்கொண்டு கார் அந்தக் குறுகிய தெருவின் மத்தியில் இருந்த, சித்தப்பா வீட்டின் பக்கம் நின்றது. கிராமத்துப் பெரியவர்கள், (ஐம்பது வயதைக் கடந்தவர்கள்) நிறைய பேர் வந்தனர். கிராமத்தில் இருந்தவர்களில் மூத்தவரான ஆதாமு தாத்தா, "ராஜய்யா! கிராமத்துக்கு வந்தயா? எங்களை நினைவில் வச்சுக்கிட்ட... அதே போதும். சாய்ந்தரம் கூட்டத்திற்கு எல்லாரும் வர்றோம்" என்று அன்போடு விசாரித்து, "ராஜய்யா பாபு, அந்தக் கிழவியைக் கவனிச்சுக்கோடா!" என்றார். அப்பாவின் முகத்தில் கொஞ்சம் சங்கடம் தெரிந்தது. வீதியில் விளையாடிக்கொண்டிருக்கிற, சின்ன சின்ன பிள்ளைகள் (அவர்களின் உடம்பின்மேல் குட்டைப் பாவாடைகள் மாத்திரமே இருந்தன. மேலே சட்டைகள் இல்லை) என்ன செய்யவேண்டும் என்று தெரியாமல் அப்பாவியாக எங்களைப்

பார்த்துக் கைகளை அசைத்தார்கள். அப்பா அவர்களைப் பார்த்துச் சிரித்து அருகில் அழைத்தார். சட்டைப்பையிலிருந்து, பத்து ரூபாய்க் கட்டை எடுத்து, அனைவருக்கும் தலா ஒரு நோட்டு கொடுத்தார் (குழந்தைகளுக்குப் பணம் கொடுப்பது அவர்களை அவமானப்படுத்துவதுபோலத் தோன்றியது. எதற்கோ அந்தக் காட்சி எனக்கு மிகக் கூச்சமாகத் தெரிந்தது). சித்தப்பாவிற்கு, சித்திக்கு, பிள்ளைகளுக்கு (இரண்டு பிள்ளைகள் அருணா, ரவி) ஆடைகளை வாங்கியிருந்தார் அப்பா. பழங்கள், ஸ்வீட் பாக்கெட்டுகள், இத்யாதிகள், சித்தியின் முகம் மலர்ந்தது. சித்தப்பா மாத்திரம், எப்பொழுதும்போல உயிரற்ற பார்வையோடு "எதற்கண்ணா, இதெல்லாம்" என்று அலுத்துக்கொண்டார்.

சித்தப்பாவின் வீட்டில் அமர்ந்து தூரத்தில் இருக்கிற ஓக் மரத்திலிருந்து சப்தம் இட்டுக்கொண்டு வீசுகின்ற காற்று, புல்லின் நடுவில் நின்று சத்தம் செய்யும் எருமைகள், தானியங்களைக் கொத்திக்கொண்டு தெருக்களில் கொக்... கொக்... கொக்... என்று அனைவருக்கும் வணக்கம் சொல்லும் கோழிகள், ஜன்னல் வழியாக அமைதியாக நின்று எங்கள் பக்கம் பார்த்து, "குட்மார்னிங் சார்!" என்று கத்துகிற சின்ன பிள்ளைகள், அற்புதமாக இருக்கிற காட்சி. கிராமத்தின் வறட்சி நிலையை விவரித்துக்கொண்டிருந்தார் சித்தப்பா. கம்பீரமான முகத்தோடு (கடவுளின் பிரதிநிதிபோல) இந்த விசயங்களைக் கேட்டுக் கொண்டிருந்தார் அப்பா. பஞ்சாயத்துத் தலைவரோடு, மண்டல வளர்ச்சி அதிகாரியோடு பேசுகிறேன் என்று உத்தரவாதம் கொடுத்தார். ஒவ்வொருவரும் தன்னுடைய கஷ்டங்களை மன்றாடிக்கொண்டிருந்தார்கள். குடிதண்ணீர் வசதி இல்லை, கான்கிரீட் வீட்டுக்கான விண்ணப்பங்களைப் பற்றி யாரும் பொருட்படுத்தவில்லை குழந்தைகளுக்கு உடம்பு சரியில்லை யென்றால் காட்டுவதற்கு அருகில் அரசு மருத்துவமனை இல்லை, பிள்ளைகள் கெட்டுப்போகிறார்கள், தறுதலையாகச் சுற்று கிறார்கள் என்று பலவும் சொன்னார்கள். பிள்ளைகளுக்கு ஏதாவது உத்தியோகம் பெற்றுத்தரவேண்டுமென்று ஒரு வயதானவர் விண்ணப்பம் கொடுத்தார். இதற்கிடையில் நடுத்தர வயது மனிதன் ஒருவன், "உண்மையில் தண்டோரா சங்கதி என்ன?" என்று கேட்டார். அப்பாவின் முகம் சிவந்தது. பெரிதாக மூச்சுவிட்டு, அப்படியே இன்னொரு பக்கம், முகத்தைத் திருப்பிக்கொண்டார். என்னையும் தம்பியையும் அழைத்து, "கமலி! ரூமி! மத்தியானம் இரண்டுபேரும் சேர்ந்து, ஆச்சியைப் பார்த்துவிட்டு வாங்க. ரொம்ப தூரம். காருல போயிட்டுவாங்க. அங்க எதையும் சாப்பிடக்கூடாது. ஜஸ்ட் பத்து நிமிடம் இருந்து விட்டு வாருங்கள். கிழவிக்குச் சேலை வாங்கியிருக்கா அம்மா. அதைக் கொடுத்துவிட்டு வாங்க" என்று உத்தரவிட்டார். "நீ

டாக்டர். வி. சந்திரசேகர ராவ்

கூடப் போயிட்டு வரலாம்லா" என்றார் சித்தப்பா கேட்காதது போலிருந்தார் அப்பா.

பண்ணைக்கு மத்தியில் புல்லைப் பார்த்ததும் என் கண்கள் மின்னியது. காரைத் தூரமாக நிறுத்திவிட்டு, நடந்து சென்றோம். சாணத்தால் பூசப்பட்ட சுவர்கள், இதற்கு மத்தியில் வேயப்பட்ட நாணல்புல், வெயிலில் பளபள என்று மின்னின. வீட்டின் முன்பு கோழிகள் கொக்... கொக்... கொக்... என்று கொக்கரித்தபடி சுற்றிக்கொண்டிருந்தன. ஆடுகள், புல்லை மேய்ந்துகொண்டு எங்கள் பக்கம் விசாரிப்பதுபோலப் பார்த்தன. வீட்டைச் சுற்றிக் குச்சிகளால் வேலி இருந்தது. அதற்கு கேட்டும்கூட இருந்தது. அதனைத் திறந்து உள்ளே சென்றோம். உள்ளே முற்றத்தில், அரிசியைப் போட்டு அதில் கற்கள் எதுவும் கிடக்கின்றனவா என்று பார்த்துக்கொண்டிருந்தாள் ஆதெம்மா. பக்கத்தில் பெரிய கோப்பை நிறைய காஃபி. எங்களைப் பார்த்ததும் ஆச்சியின் கண்கள் மின்னின. "தங்கத்தாயி! ஆச்சியப் பாக்கறதுக்கு வந்தயா!" என்று எங்களை அணைத்துக்கொண்டாள். வயது மூப்பின் காரணமாகக் கொஞ்சம் கூன் விழுந்திருந்தாலும், இன்னும் பலம் கொண்டவளாக இருந்தாள். ஆச்சியிடம் வித்தியாசமான வாசனை. (ரூமி, கொஞ்சம் மூக்கைச் சுளித்தான்) மண், சாணம், வியர்வை கலந்த வாசனை. மூக்கிற்கு இஷ்டம் இல்லாமல் போனாலும் அந்த வாசனையைப் பற்றி ரொமாண்டிக்காகக் கற்பனைச் செய்ய தொடங்கினேன். ஒருவேளை அது தாய்மார் களிடம் அடிக்கிற வாசனையாக இருக்கவேண்டும். பூமிக்கு நெருக்கமாக வாழும் மண்ணின் மைந்தர்களின் வாசனையாக இருக்கவேண்டும். இல்லையென்றால் எங்கள் அனைவரையும் காப்பாற்றுகிற எங்கள் குல தேவதையின் ஆத்மாவின் வாசனை யாக இருக்கவேண்டும் என்று நினைத்துக்கொண்டேன். "வாங்க வாங்க!" என்று உள்ளே அழைத்துச் சென்றாள். நன்றாக இருக்கிற, இலந்தைப் பழங்களைக் கொடுத்தாள். வேர்க்கடலை யும் (நெருப்பில் வறுத்தது) வெல்லமும் வைத்தாள். ஆம்லேட் போடுகிறேன் என்று முட்டைகளை எடுத்தாள். ஜன்னலிலிருந்து பார்க்கையில் தூரத்தில் பளபளக்கிற குண்டலகம்ம நீரோடை தென்பட்டது. ஈர வாசனை காற்றில் மிதந்து வந்தது. "நீங்க வந்திருக்கீங்கன்னு தெரிஞ்சது. வருவீங்கன்னு நேத்துலயிருந்து காத்துட்டுயிருந்தேன்" என்றாள். ஆச்சியின் பாஷை அற்புதமாக இருந்தது. கொஞ்சம் ராயலசீமா (ஆந்திரப்பிரதேச மாநிலத்தின் ஒரு புவியியற்பகுதி. அனந்தபூர், அன்னமய்யா, சித்தூர், கர்நூல், நந்தியால், ஸ்ரீசதய்சாய், திருப்பதி, கடப்பா, பிரகாசம் மாவட்டத்தின் சில பகுதிகள், நெல்லூர் மாவட்டத்தின் சில பகுதிகள் போன்றவற்றை ராயல சீமைப் பகுதிகள் என்பர்.) உச்சரிப்புக் கலந்த பாஷை அது. எவ்வளவோ உயிர்ப்போடு

இருந்தது (முரட்டுப் பாஷை, இழுத்துச் சென்று முகத்தின் மேல் அடிப்பது போன்று என்பார் அப்பா). எங்கள் பாஷையை எண்ணி வெட்கப்பட்டேன். எங்கள் பேச்சில் பாதி இங்கிலீஷ் வார்த்தைகளே. "கமலி ! நல்லா வளர்ந்துட்டயே" என்று என்னை மெச்சிக்கொண்டாள். ஆம்லேட் ரொம்ப எண்ணெய்யாக இருந்தது. ஆனால் எவ்வளவோ விருப்பத்தோடு தின்றேன். தம்பியின் முகத்தில் விருப்பமின்மை. அவனுக்கு வைத்த ஆம்லேட்டைக்கூட நானே தின்றேன். கண்ணாடிக் கோப்பையில், சுண்டக் காய்ச்சிய பால் (ஏலக்காய், லவங்கம் போடப்பட்ட) வெள்ளையாக இல்லாமல் வெளிர் நிறத்தில் இருந்தது. (ஆச்சியின் சரீர நிறத்தில் இருந்தது). "ஆச்சி எப்படி இருக்கிற ? எதுக்கு இப்படி ஒத்தையா கிராமத்துல இருந்து தூரமா, சித்தப்பா கூடவாது இருக்கலாம்லா ?" என்று கேட்டேன். ஆதெம்மா நீண்டநேரம் பேசவில்லை. "எனக்கென்ன ! பரவாயில்லை. கஷ்டப்பட்டு உழைக்கிற உடம்பு என்னோடது" என்று சிரித்தாள். காஃபிக் கோப்பையை வைத்துக்கொண்டு, காஃபியின் சுவையை ருசிக்கத் தொடங்கினாள். ஆதெம்மாவின் முகத்தில் எப்பொழுதும் மெல்லிய சிறுபுன்னகை பிரகாசிப்பதுபோல் இருக்கும். அந்தப் புன்னகை எனக்கெவ்வளவோ இஷ்டம். எவ்வளவோ தைரியத்தைத் தருகின்றது. தேவதையின் புன்னகை போல அன்போடு எங்களை ஆசீர்வதிப்பது போலிருந்தது. "கொஞ்சம் முழங்கால் வலி இருக்குது. உங்க சித்தப்பா மருந்து வாங்கிக் கொடுத்தான். ஆனா முழுசா தேஞ்சு போச்சு. முழங்காலுக்குக் கீழ அந்த மருந்து எதுவும் வேலைசெய்யாது" என்றாள். அப்பா கொடுத்த துணியை, வெறுமையாகப் பார்த்து, "பெட்டிநிறைய சேலைகள்தான். எல்லாம் விலையுயர்ந்த சேலைகள். நான், என்னத்த கட்டுறது. மண்ண பிசையற மனுஷி, இந்த ஷோக்கு எனக்கெதுக்கு" என்றாள். அம்மா கொடுத்த பணத்தையும் வெறுமையாகப் பார்த்தாள். "கோழியை அடிக்கிறன், இந்த வேளை இங்கயே இருங்கய்யா"என்றாள், எங்கள் பக்கம் கெஞ்சுவதுபோல் பார்த்து. "அப்பா உடனே வாங்கன்னு சொன்னாங்க" என்றான் ரூமி. "நீத்தண்ணி உங்க வீட்ல நல்லாயிருக்கும்னு அம்மா சொன்னா. அப்படியா ?" என்றான் ரூமி. ஆச்சியின் முகத்தில் சிரிப்பு மின்னியது. (பற்கள் சிவப்பாகக் கறை படிந்து இருக்கிறதே தவிர சிரிக்கும்பொழுது ஆதெம்மா அழகாக இருந்தாள். செம்பருத்தி விரிந்ததுபோல) குண்டாவில் நீத்தண்ணி. இரண்டு கோப்பைகளில் கொண்டுவந்து குண்டாவை நன்றாகக் கலக்கி (உள்ளே பஞ்சுபோல இருக்கும்) புளிப்பு வாசனை அடித்தது. புதிதாக இருந்தது ருசி, புளிப்பாக.

அந்தச் சாயந்தரம் பாராட்டு விழாவுக்காக ஊர்முழுக்க அட்டகாசமாக அலங்கரித்திருந்தனர். ஊரெங்கும், அப்பா

சுவரொட்டியில். ஒரு தொலைநோக்குப் பார்வையாளராக, எதிர்காலத்தை நோக்கி, திசையில் கையைச் சுட்டிக்காட்டும் (உண்மையில் அம்பேத்கர் சிலை மாதிரி) அப்பாவின் போட்டோவைப் பார்ப்பதற்குக் கண்கள் போதவில்லை. சிவப்பு நிறங்களின் (கம்யூனிஸ்ட்டு) ஆதிக்கம் நிறைந்த கிராமம் இது. (இப்பொழுது நகரம்போல மாறுகின்றது) வைஸ்யர்கள்கூட அதிக எண்ணிக்கையில் இருக்கிறார்கள். ஆனால் முஸ்லிம்களின் எண்ணிக்கை அதிகம் இங்கே. காஜாவலி மாமா முஸ்லிம்கள் அனைவரையும் கூட்டி வந்தார். வருங்கால எம்.எல்.ஏ என்றே பிரச்சாரம் வந்தது. (அந்தத் தொகுதி எஸ்.ஸி ரிசர்வ்) பொன் எழுத்துகளால் எழுதப்பட்ட பாராட்டுப் பத்திரம் தயாராகி வருகிறது. அப்பா சார்ந்திருக்கிற கட்சியின் மாநிலக்குழு உறுப்பினர் முக்கிய விருந்தினராக வந்துகொண்டிருக்கிறார். அந்த முக்கிய விருந்தினர் ரெட்டி சாதியைச் சார்ந்தவர். அதனால் கிராமத்தில் இருக்கிற ரெட்டி குலத்தினர் (தயக்கத்துடன்) பாராட்டுக்கூட்டத்தில் பங்கேற்கின்றனர்.

நாங்கள் ஆச்சி வீட்டருகில் இருந்துவரும் சமயம், சித்தப்பாவும் காஜாவலி மாமாவும் சேர்ந்து சொற்பொழிவைத் தயார்செய்துகொண்டிருந்தார்கள். காஜாவலி மாமாவின் தெலுங்கு எழுத்துக்கள், வளைவுகள் சுற்றி அல்லாமல் வேறு சில லிபிகள் போல் தெரிந்தன. பக்கத்தின் மேல், அப்படியும் இப்படியுமாக நடனம் ஆடி, அது ஏதோ கிராபிக்ஸ் ஆர்ட் போல இருந்தது. சித்தப்பா வட்டெழுத்துக்கள், தீர்க்க எழுத்துக் களைச் சரிசெய்துதர, அதெல்லாம் ஒரு கேலிக் கூத்துப்போல இருந்தது. முதல் பத்தியில், நாற்பது ஆண்டுகளுக்கு முன்பு தலித்துகள் (சாதியின் பெயரை வேண்டுமென்றே எழுத வில்லை) முஸ்லிம்கள் எப்படி இருந்தார்கள் என விவரித்தார். வன்முறைகள், அவமானம், பசி, வாழ்வதே ஒரு யுத்தம் போல இருந்த நாட்கள் எனப் பலவற்றை விவரித்தார். (அதை எழுதியபொழுது சித்தப்பாவின் கண்களில் ஒரு கணம் நெருப்பு கொழுந்து விட்டு எரிந்து, டக்கென்று அணைந்தது) கம்யூனிஸ்ட்கள் (சி.பி.ஐ) செய்த நன்மைகள் குறித்துக்கூட எழுதினர். குறைந்தபட்சம், அவர்களால்தான் தைரியமாக வீதிகளில் நடக்கமுடிந்தது என்று, இல்லையென்றால் பௌராணிக நாடகங்களில் வரும் பாத்திரம் போல அவர்கள் திடீரென்று மறைந்துவிடுவார்கள் என்று நக்சலைட்களைப் பற்றி ஒரு பத்தி எழுத, சித்தப்பாவின் விருப்பத்தின் பேரில் பின்னர் அதனை அடித்துப்போட்டார்கள். அங்கே அரசியலை எழுதுவதை நிறுத்தி, அப்பாவைப் பற்றி எழுதத் தொடங்கினார்கள். பால்யத்திலிருந்து, அவருக்கு எதிர்க்கிற மனநிலை இருந்தது என்று உதாரணத்துடன் விளக்கினார்கள். (சித்தப்பாவின் கண்களைப் பார்த்தேன். சித்தப்பாவின்

கண்களில் பற்றின்மை போன்ற உணர்வு). 1959ஆம் ஆண்டின் தொடக்கத்தைக் கூறத் (அப்பா பிறந்த வருடம்) தொடங்கினார்கள். (சித்தப்பாவின் கைகள் எதற்கோ நடுங்கின). சொற்பொழிவு, ஒரு வாழ்க்கைக் கதையாக மாறுகின்றது. தேதிகள், நிகழ்வுகள், சாட்சிகள், சான்றுகளோடுகூட அறுபதுகளில் ஒரு தலித் குடும்பம், ஒவ்வொரு பிள்ளைகளின் அனுபவங்கள், எழுத்துகள் ஆகின. தெருப்பள்ளிக்கூடத்தில் படிக்கமுடியாத சூழ்நிலை (வகுப்பறைக்கு வெளியே உட்கார வேண்டிய சூழ்நிலை) கடைசியில், மிஷினரி பள்ளியே கதி என்று இருக்கவேண்டிய நிலைமை. அங்கே, ஞானஸ்நானம் எடுத்தால்தான் படிப்பு. இல்லையென்றால் மண்ணைத்தோண்டியோ ஆடுமாடுகளை மேய்த்தோ வாழ வேண்டிய நிலை. இந்த நிலையில் தைரியமாக நின்று, பள்ளி இறுதியைத் தாண்டிய முதல் தலித் இளைஞர் ராஜய்யா ஆவார்.

காஜாவலி மாமா சொற்பொழிவை எழுதிக்கொண்டதும், சித்தப்பா மெதுவாக அங்கிருந்து வெளியே வந்தார். சிவந்த போகன் வில்லா பூக்கள் பக்கம் நேராகப் பார்த்து, சித்தப்பாவை அனுசரித்து நானும் ரூமியும், "ஏன் சித்தப்பா உங்க சிறுவயது ஞாபகங்கள் நினைவுக்கு வந்துவிட்டனவா" என்றோம். "அப்பாவை விட உங்க அனுபவமே எக்ஸைட்டிங் ஆனது சித்தப்பா" என்றான் ரூமி. சித்தப்பாவின் கண்களில் கணப் பொழுது ஒளி, அதற்குள்ளாகவே வெளிச்சம் ஆறிப்போனது. "காட்டின் மத்தியிலிருந்து வீட்டிற்கு நலச்செய்திகள் அனுப்புவது, அந்த நாட்களில் அசாத்தியமானது. ராத்திரிவேளை காடுகளின் மத்தியில் பறவைகள் பாடும் வெண்ணிலாப் பாடல்கள் ஒரு பக்கம், போலீஸ் ஜீப்பின் சப்தங்கள், எங்கேயோ புல்லட்டின் உரத்த சத்தம், முதுகுத் தண்டே நடுங்கும். உன் சித்தி வாரா வாரம் தாலுகா போலீஸ் ஸ்டேசனுக்குப் படபடப்போடு போவாள். வாரா வாரம் விசாரணை என்ற பெயரில், அவளைச் சித்திர வதைச் செய்தார்கள். புண்ணியவதி, அவளைக் கையெடுத்துக் கும்பிடணும். அந்தச் சித்திரவதைகளைப் பல்லைக் கடித்துக் கொண்டு பொறுத்துக்கொண்டாள். இதற்காக, ஒரு வார்த்தை கூடப் பேசவில்லை. விறகு வெட்டினாலும் கூலி வேலைக்குப் போனாலும் ஒருநாள் உயிர்ப்பிழைத்தால்கூட போதும் இப்படி வறுத்தெடுக்கிறார்களே என்று என்னை நிறுத்தவில்லை. பிள்ளைகள் இருவரும் அம்மாவுடனேயே இருந்தனர். வறட்சிக் காலம் அது. ஒரு வேளை கழிவதே கஷ்டமான நாட்கள் அவை. நடுராத்திரியில், போலீஸ் கதவைத் தட்டித் தேவையில்லாமல் தொல்லை செய்வார்கள். பிள்ளைகளுக்கோ, என் முகம்கூட நினைவில் இல்லை. பள்ளிக்கூடம் செல்லமுடியாத நிலைமை. எங்கே, எந்தத் துப்பாக்கிச்சூடு நடந்தாலும் சின்னண்ணா (கருணா சித்தப்பா)வை என்கவுண்டர் செய்கிறோம் என்று

போலீசார்கள் அறிவிப்பது வழக்கம். செத்துவிட்டோமோ, பிழைக்கிறோமோ என்று தெரியாமல் வீடுகள் பூட்டிக் கிடந்தன. கௌரவம் செய்யவேண்டுமென்றால் உன் சித்திக்குச் செய்யவேண்டும். வயதிலே சிறியவளாக இருந்தாலும் நான் எப்பொழுதும் அவளை அம்மா என்று அழைக்கவேண்டும் என்று தோன்றியது" என்ற சித்தப்பா, மெய்மறந்த நிலைக்குச் சென்றுவிட்டார் மேகம் சூழந்த காடாகக் கம்பீரமாக மாறிப்போனார்.

வராண்டாவில் சித்தப்பாவின் அருகில் உட்கார்ந்தோம். சித்தப்பாவைப் பக்கத்தில் வைத்து ஆறுதல் சொல்லத் தோன்றியது. அவர் கைகளைப் பற்றிக்கொண்டு "உங்களை நினைக்கின்ற பொழுதெல்லாம், எங்களுக்கு ரொம்பக் கர்வமாக இருக்கும் சித்தப்பா" என்றேன். (அப்படிப் பேசுவது செயற்கையாக இருந்தது என்றாலும் அது, என் இதயத்தின் வார்த்தையே). நாங்கள் அமர்ந்திருக்கிற இடத்துக்கு அருகில் இருந்து மேலே பார்த்தால் மாடியறையில் அப்பா, ஊர்ப் பெரியவர்களுடன் பேசிக்கொண்டிருந்தது தெரிந்தது. (வருங்கால எம்.எல்.ஏ என்று அப்பொழுதே தீர்மானித்துக்கொண்டார்கள்.) அந்த அறையில் பண்டிகைக் காலச் சூழல் காணப்பட்டது. பிரமுகர்கள் அனைவருக்கும் விலையுயர்ந்த பதார்த்தங்கள் பரிமாறப்படு கின்றன. (அம்மாவும் நர்கீஸ் சித்தியும் காலையிலிருந்து சமையலறையிலே இருந்தார்கள்). காற்றில் பிராந்தி, விஸ்கி வாசனை. துள்ளி துள்ளி சிரிக்கிற சப்தங்கள். அந்த வாசனைகள், அந்தச் சப்தங்கள், அந்தச் சூழல் ஆகிய மொத்தமும், புதிய தலைமுறை அரசியலின் அடையாளமாக இருக்கிறது என்றார் சித்தப்பா. சித்தப்பா தன் நினைவுலகத்திலிருந்து வெளியே வந்தார். காஜாவலி மாமா, தான் நிறைவுசெய்த உபன்யாசத்திலிருந்து வெளியே வந்தார். உபன்யாசத்தின் இரண்டாம் பாகத்தைப் படித்துக்கொண்டிருந்தார். (கல்லூரி நாட்களிலே, அப்பாவின் இயக்கச் சாதனைகள்). அவற்றை யெல்லாம் கேட்டதும் அவையெல்லாம் பொய் என்று கத்த வேண்டும் போலிருந்தது. ஆதெம்மாவின் கண்களுக்குள் புகுந்து பார்த்தால் தெரியும் ராஜய்யாவின் வாழ்க்கை. இரவு வேளைகளில் சரீரத்தின்மேல் இருக்கிற காயங்களுக்கு மருந்து போட்டுக்கொண்டு விம்மி விம்மி அழுகிற என் அம்மாவின் கண்ணீரைக் கேட்டால் தெரியும், ராஜய்யாவின் வாழ்க்கை. ரூமியின் முதுகின் மேல், பத்து சென்டிமீட்டர் உயரம் இருக்கிற இன்னும் ஆறாத காயத்தைக் கேட்க வேண்டும் ராஜய்யாவைப் பற்றி. என் அறையில் இருக்கிற புத்தகங்களுக்கு, டேபிள்களுக்கு, என் ஜன்னலில் தொங்குகிற மல்லிக்கொடிக்குத் தெரியும், ராஜய்யாவின் வாழ்க்கை. மணிக்கணக்கில் வகுப்பு எடுக்கும்

(கிண்டலாகத் திட்டுவது) இவையெல்லாம் அப்பாவின் ஆளுமைக்குச் சான்றுகள் போன்றவை.

மேல்மாடியில் இருக்கிற அறைக்கு, விருந்தினர்கள் வந்த வண்ணமாகவே இருக்கின்றனர். ஒவ்வொரு சாதியிலிருந்தும் பிரதிநிதித்துவம் வருகிறது. (இறுதியில் பிராமணச் சாதியிலிருந்தும்). ரூமி தயாராகிக்கொண்டிருக்கிற உபன்யாசத்தைப் பொறுமை யின்றிக் கேட்டுக்கொண்டிருந்தான். உள்ளே ஏதோ சத்தம் கேட்கிறது. அலையைச் சுமப்பவன் போலப் பலமாக மூச்சுவிடு கிறான். பதினாறு வயசு. உயரமாக, பலமாக, உடல் முழுக்க சக்தி மண்டலம் போலத் தயாராகிற சந்தர்ப்பம். அவனின் முகத்தில், வெளிப்படையாகத் தெரியும் அப்பாவின் சாயல். முக்கியமாக, அகன்ற கண்கள், அவற்றின்மேல் புதர்போல வளர்ந்திருக்கிற அடர்த்தியான புருவங்கள். முகத்திற்குக் கம்பீரத்தைத் தருகின்றன. தலைவனுக்கு இருக்கும் கூர்மை, அடர்த்தி, அவனின் முகத்தில் உள்ளது. அவனுக்கு அதிக நினைவாற்றல் உண்டு. (ஜோசுவாவின் நூற்றுக்கணக்கான செய்யுட்கள் அவனுக்கு மனப்பாடமாகத் தெரியும்) அப்பா, கூட்டத்தில்பேசுகிற உபன்யாசங்களை நினைவுபடுத்திக் கொண்டு, நண்பர்கள் மத்தியில் மிமிக்ரிசெய்துகொண்டிருந்தான். அப்பா முன்பு கவிதைகள் எழுதியவர். அந்தக் கவிதைகளை நாடகங்களில் உரையாடல்களாகப் பயன்படுத்தினார். "மீட்டிங்கில் நான் பேசுகிறேன் சித்தப்பா" என்றான், உறுதியான முடிவை எடுத்ததுபோல. சித்தப்பா மெலிதாகச் சிரித்து, "நீ பேசுறதுக்கு இன்னும் நாட்கள் நிறையக் கிடக்கு" என்றார். "இல்லை. நான் பேசுறன். எனக்குத் தெரிஞ்ச அப்பாவைப்பத்தி பேசுறன்" என்றான் உறுதியாக. சித்தப்பா எதுவும் பேசவில்லை. காஜாவலி மாமாகூட, எந்தப் பதிலையும் சொல்லவில்லை. ரூமி பொறுமையின்றி வெளியே நடந்தான். வெளியே பழங்காலத் தலைவரின் தூசிபடர்ந்த சிலையொன்று பயத்தோடு பார்த்துக் கொண்டிருந்தது. தலைவரின் வலது கை முறிந்திருந்தது. அதை யாரும் கண்டுகொள்ளவில்லை. புதிதாக அதைப் பார்ப்பவர் களுக்கு, அது முடமான ஒரு தலைவரின் சிலைபோல் தெரிந்தது. ரூமி அந்தச் சிலைக்கு அருகில் சென்று, அதன்முன் பாவனை செய்து கொண்டே சொற்பொழிவு செய்வதுபோல நின்றான். எனக்குச் சிரிப்பு வந்தது. "சரி போதும் வா" என்று சைகை செய்தேன். சாலையில் பிச்சைக்காரர்கள் (தொழுநோயாளிகள்) திடீரென்று கும்பலாகத் தோன்றினார்கள். கைகளில், மூக்கில், பாதங்களில் சில உறுப்புகள் வெட்டப்பட்டதுபோல் (அவர்கள், மிகவும் மகிழ்ச்சியாக இருந்தனர். டப்பாக்களில் உள்ள சில்லறைகளைக் குலுக்கிச் சப்தம் செய்துகொண்டு, சிரித்துக்கொண்டு, அரட்டை அடித்துக்கொண்டு) அவர்களின்

பின்னால் குழந்தைகள் கூட்டம் (உடல்முழுக்கத் தூசி படிந்து, முடி சிக்குவிழுந்து, சிலர் உடம்பில் சட்டைகள்கூட இல்லை) கத்திக்கொண்டு, கூச்சல் போட்டுக்கொண்டு. ரூமியின் பக்கம் நட்புமுறையில், கைகளை அசைத்தனர். "அக்கா! இது என்னவோ குடியரசு தின அணிவகுப்பு மாதிரி இருக்கு, இப்பொழுது, போலீஸ் கான்வாய் வருகிறது" என்றான் ரூமி. சின்னப் பிள்ளைகளின் கூட்டத்தைப் பின்தொடர்ந்து போலீஸ் ஜீப் வந்தது. உடனே ஒரு முக்கியத் தலைவர் (மாநில எஸ்.சி. நல வாரிய துணைத்தலைவர்) காரிலிருந்து இறங்கினார். காஜாவலி மாமா அவசரமாக வாசலுக்கு வந்து அவரை உள்ளே வரவேற்று அழைத்துச் சென்றார்.

சிறிதுநேரம் கழித்துப் பெண்கள் கூட்டம் அந்த வழியாகச் செல்வதைக் கவனித்தோம். குல்லகம்முக்குப் பெண்கள் துணிகளைத் துவைப்பதற்கு எடுத்துச்செல்லும்பொழுது, அடுப்பிற்குச் சுள்ளி பொறுக்கச் செல்லும் பெண்கள் அனைவரும் இருபது வயதுக்குள்தான் இருந்தார்கள். இளமைத் துளிர்விடுவது போலச் சென்றார்கள். பூந்தோட்டத்தில் நடப்பது போல் அவர்களும் அரட்டை அடித்தவர்களாய்ச் சிரித்துக்கொண்டு போனார்கள். (அவர்களில் பலருக்குக் கால்களில் செருப்புகூட இல்லை). அந்தக் காட்சி, கண்ணுக்கு முன்னிருந்து மறைவதற்கு முன்பே, ஒரு பெண் மார்பில் அடித்துக்கொண்டு, பெரிதாக அழுதுகொண்டு சாலையின்மேல் ஓடினாள். காஜாவலி மாமாவின் வீட்டின்முன் நின்று, "காஜாபாய், பாஹர் ஆஓ" என்று பெரிதாகக் கத்தினாள். தலையில் தலைப்பாகைச் சுற்றப்பட்டிருந்தது. (முஸ்லிம் பெண்ணாக இருக்க வேண்டும்). காஜாவலி மாமா வெளியே வரவில்லை. நர்கீஸ் சித்தி வெளியே வந்தாள். அழுகிற அந்த மனுஷியின் தோள்மீது கைகளைப் போட்டு உள்ளே அழைத்துச் சென்றாள்.

ரூமி, "எதுக்கு, என்னாச்சு" என்று கேட்டான். அவன், இன்னும் முடமாகிப்போன சிலை (கே.ரங்காரெட்டி சிலை அது) அருகில் நின்றிருந்தான். நான் போய்ச் சிலையின் முன் அமர்ந்தேன். சிலையை உற்றுப் பார்த்தேன். உடைபட்ட கை, சில நொடியில் ரத்தத்தில் நனைந்து, சிவந்த மாமிசம் ஏதோ வெளியே தள்ளிக் கொண்டுவந்ததுபோல்... அதிர்ச்சியடைந்தேன். அந்த இறந்துபோன தலைவரின் ஆத்மா, சிலையின் உள்ளே தங்கியிருப்பது போலத் தோன்றியது. ரூமி திடீரென்று உபன்யாசத் தோரணையில், "இது வெறும் சிலை அல்ல. இன்றைய அரசியல். அவயங்கள் ஒவ்வொன்றாக உடைகின்றன. ஒருவேளை என்றாவது ஒருநாள், இதனை மொத்தமாக நாமே துவம்சம் செய்ய வேண்டியிருக்கும்" என்றான். நான்

கணப்பொழுதில் பயந்தேன். அவன் வயதுக்கு மீறிய பேச்சுகளைப் பேசிக்கொண்டிருந்தான். அப்பாவின் உருவமே அல்லாமல், அப்பாவின் புத்தியே கூட இவனுக்குள் புகுந்துவிட்டதோ என்று எண்ணினேன். மேடையின் மேலிருந்த அறையின் குதூகலம் வெளியே கேட்டது.

"இன்றைய நாளை நினைவில் வைத்துக்கொள் அக்கா! ஏப்ரல் 30. இந்த நாளை நினைவில் வை. வானிலை முழுவதும் சூடாக இருக்கிறது. காணப்படாத பதற்றம் அலைக்கழிக்கிறது. எல்லா மென்மையான உணர்வுகளும் ஒருபுறம் இருக்க, அப்பா ஒரு புதிய அரசியல்வாதி மிருகமாக அவதாரம் எடுக்கிற நாள். இந்தப் பாராட்டுவிழா, ஒரு சாக்கு. ஒருவேளை, இது ஒரு பயணத்திற்குத் தயார் ஆவது என்று நினைக்கிறேன். காஜாவலி மாமா, வெறும் பொம்மை. பின்னிருக்கிற உத்தி அப்பாவினுடையது. இந்த அரசியல்வாதி அப்பா, நாம் கதைகதையாகச் சொல்லப்படுகிற ஒரு சங்கதியாக ஆகப்போகிறார். இந்த மரியாதை அப்பாவிற்குச் செயற்கையான இறக்கையாக இருக்கலாம். வெள்ளைத் தேவதை வஸ்திரங்களைப் போர்த்தினாள். அது அவரை ஒரு தொன்மம்போல உலகத்திற்குக் காட்டுகின்றது. அவரின் மகத்துவத்தை நாம் எல்லாரும் நம்புகிறோம். "ரூமிக்கு என்ன ஆச்சு இன்னைக்கு, இவ்வளவு பெரிய பெரிய யோசனைகள், இவனேதானா? யாராவது இவனுக்குள்ள நுழைஞ்சி இருக்குறாங்களா", பயத்தோடு கூடிய நடுக்கம் வந்தது எனக்குள். "அக்கா! அப்பாவை நாம பாதுகாக்கணும்" என்றான் ஒளிர்கின்ற கண்களால்.

அந்த மாலைப்பொழுதில், உயர்நிலைப்பள்ளி வளாகத்தில் வண்ணத் தோரணங்கள், மிகப் பெரிய கட்அவுட்டுகள் (ஒளிரும் கண்களுடன் நாளைய நம்பிக்கை நட்சத்திரமான ராஜசுந்தரத்தின் செங்குத்தான உருவம்). பேனர்கள், உயரமான மேடை, ஊர் முழுக்க மைக் செட்டுகள். பக்கத்து ஊர்களிலிருந்து முன்னதாகவே அழைத்து வரப்பட்ட கட்சிக்காரர்கள், கோஷங்களை முழங்குவதில் பயிற்சி செய்துகொண்டிருந்தனர். "அம்பேத்கர், பூலேவின் வாரிசு", "ஜிந்தாபாத், ஜிந்தாபாத் தலித்துகளின் சூரியன் ராஜசுந்தரம் ஜிந்தாபாத், ஜிந்தாபாத்", "இது தலித்துகளின் சுயமரியாதைப் போராட்டம்", "நம் தலைவர் ராஜசுந்தரம், ராஜசுந்தரம், ராஜசுந்தரம்" இசை லயத்தோடு முழங்கினர். பாட்டொன்றை, ஏதோ கூட்டாகப் பாடுவது போல. அந்தக் கத்தல்களின் நடுவிலிருந்து, சுதந்திரம் போன்ற வார்த்தைகள் கேட்டன. உயர்நிலைப்பள்ளியின் மாணவர்களைக் கூட்டத்திற்கு வரும்படி தலைமை ஆசிரியர் உத்தரவிட்டது போல் தெரிந்தது. சாயந்தரம் ஐந்துமணிக்கு, மைதானம் முழுக்க

அவர்களே காணப்பட்டனர். ஆறு பக்க உபன்யாசத்தோடு காஜாவலி மாமா போராடுகிறார்.

அப்பாவைச் சிறப்பாக அலங்கரித்துக்கொண்டிருக் கின்றனர். கதர் ஆடை, குர்தா, கழுத்தில் மூவர்ணத் துண்டு. புதிய அப்பாவைப் பார்த்தோம். நானும் தம்பியும் புதிய ஆடைகள் அணிந்திருந்தோம். கூட்டத்திற்குத் தான் வரவில்லையென்று அம்மா சொன்னாள். ராத்திரி விருந்துக்கு ஏற்பாடு செய்ய வேண்டியிருக்கிறது என்பதற்காக. ஆச்சிக்காக அப்பா காரை அனுப்பியிருந்தார். ஒரு மனுஷியை அனுப்பி, கூடயிருந்து கூட்டத்திற்கு அழைத்துவா என்று செய்தி அனுப்பப்பட்டது. இந்த ஆச்சரியத்திற்கு வலுசேர்க்கும் வகையில் ஆச்சி, அந்தக் கூட்டத்திற்கு வந்தாள்; முன் வரிசையில் அமர வைக்கப்பட்டாள்.

ரூமியை நான் கவனித்தேன். அவன் எங்கேயோ பார்த்துக் கொண்டிருந்தான். கூட்டத்தில் காணப்படுகிற பரபரப்புக்கும் தனக்கும் சம்பந்தம் இல்லையென்றவாறு வெறுமனே பார்த்துக் கொண்டிருந்தான். மேடையின்மேல் இளைஞர் சங்கத்தைச் சார்ந்த சிறுவர்கள் பாடிக்கொண்டிருந்தார்கள். அமைதியான அந்தக் கிராமத்தில், அவ்வளவு பரபரப்பு எங்கிருந்து வந்ததோ, அவர்களுக்கே ஆச்சரியமாக இருந்தது. லாரிகளிலும் டிராக்டர் களிலும் ஜனங்கள் வருவது அந்த ஊருக்கு, அதுவே முதல்முறை பிரமுகர்கள் அனைவரும் வந்துவிட்டனர். பிரமுகர்கள் வருவதன் அடையாளமாகப் பேண்டு மேளம் வாசித்தனர். கூட்டம் நடைபெறும் இடம் முழுக்கத் திருவிழாக் கோலம் வந்துவிட்டது. கூட்டத்திற்கு வந்த கிராம மக்களின் மண்வாசனை, தலைவர் களின் கதர் வாசனையோடு சேர்ந்து, ஒரு வித்தியாசமான வாசனையாக மாறி அந்த இடம் முழுக்கக் குப்பென்று அடித்தது.

காஜாவலி மாமா மேடையின்மேல் இருந்தார். ஒவ்வொரு விருந்தினரையும் மேடைக்கு அழைத்துக்கொண்டிருந்தார். மேடையின் ஒரு மூலையில் கருணா சித்தப்பா (சபிக்கப்பட்ட கிறிஸ்து போல) அமர்ந்திருந்தார். மேடையில் இருக்கிற விருந்தினர்களை அழைத்துப் பூமாலை அணிவித்த தருணத்தில், என் தோள்மீது இரண்டு மென்மையான கைகளின் ஸ்பரிசத்தைக் கவனித்தேன். நர்கீஸ் அத்தை, பக்கத்தில் ஆச்சரிய மாகக் காந்தம் சித்திகூட இருந்தார். பக்கத்தில் இருக்கிற டியூப் லைட் வெளிச்சத்தில் காந்தம் சித்தியின் முகம் தகதகவென்று மின்னியது. (சித்தி நல்ல உருவம். வெண்மையான பால்நுரை போன்ற சர்மம், எங்கள் கிராமத்தின் பிரகாசமான, அரிதான சூர்யகாந்த புஷ்பம்). சித்தியைப் பார்த்ததும், 'கையெடுத்துக் கும்பிடணும்' என்ற சித்தப்பாவின் வார்த்தைகள் நினைவுக்கு வந்தது. எவ்வளவு பரிசுத்தமாக இருக்கிறது அவரின் முகம்.

அவ்வளவு துன்பத்தை அனுபவித்த மனுஷி அவர்தானா என்று தோன்றியது. ரூமி இருவருக்காகவும் இரண்டு நாற்காலிகளைக் கொண்டு வந்து போட்டான்.

மேடையில், சொற்பொழிவுகள் தொடங்கின. அற்புதங்கள் செய்த ஒரு மனிதனின் வரலாற்றை விவரித்துக்கொண்டிருந் தார்கள் அவர்கள். "நாட்டுப்புறக் கதைகளில் வரும் மனிதர் போல, சர்வோத்தமன், சர்வகுணமும் இருக்கிற ராமபிரான் போன்றவர், மக்களின் முன்பு காட்சி தருகிறார்" என்றார் ஒரு சொற்பொழிவாளர். ராஜசுந்தரம் எம்.எல்.ஏவானால், இந்தப் பிராந்தியமே எப்படி மாறிப்போகும் என்று, எதிர்காலத் தரிசனத்தை தந்துகொண்டிருந்தார்.

அப்பாவைப் பிரத்யேகமான நாற்காலியில் அமரவைத்து, வேதமந்திரத்தை ஓதுவதுபோல (எவ்வளவு முரண்பாடு) சால்வை அணிவித்து, பட்டு வஸ்திரத்தைத் கொடுத்து, நீண்ட கௌரவச் சான்றிதழைச் சமர்ப்பித்த சமயம் (ஆச்சியின் முகத்தை அந்த நொடியில் பார்க்கவேண்டும் என்ற விருபபம் வந்தது). அப்பாவின் கண்களில் ஆனந்தக் கண்ணீர். முகத்தில் மெல்லிய நடுக்கத்தைக் கண்டேன். ரூமியின் முகத்தில் எந்த உத்வேகமும் இல்லை. எனக்கு மாத்திரம் ஏதோ தெரியாத புளகாங்கிதமும் கர்வமும் ஏற்பட்டது. அவமானங்கள் மாத்திரமே தெரிந்த தலித்திற்கு இவ்வளவு பெரிய மரியாதை, எவ்வளவு அற்புதம் என்று நினைத்துக்கொண்டேன். காஜாவலி மாமா தன்னுடைய ஆறு பக்க உபன்யாசத்தை வெளியே எடுத்தார். காஜாவலி மைக் அருகில் வந்ததும் ஒரே நேரத்தில் கை தட்டினர்.

"ராஜசுந்தரம் பாயை எனக்குச் சிறுவயதிலிருந்து தெரியும். அவரின் அப்பா போத்தராஜூ, என் அப்பா கதீர் சாகிப் இருவரும் நல்ல நண்பர்கள். அந்த நாட்களில் ..." என்று சொற்பொழிவு ஆற்றிக்கொண்டிருக்கும்பொழுது, திடீரென்று காந்தம் சித்தி நாற்காலியில் இருந்து எழுந்து மேடையை நோக்கி நடந்தாள். எல்லோரும் ஆச்சரியமாக வாயைத் திறந்து பார்த்துக் கொண்டிருந்தனர். நர்கீஸ் அத்தை, "காந்தம், காந்தம்" என்று அழைத்தாள். அவர் எதையும் பொருட்படுத்தாமல் ஒரே எண்ணமாய் மேடையை நோக்கி வேகமாக நடந்து போனார். காஜாவலி மாமாவின் கைகளிலிருந்த காகிதங்களைப் பிடுங்கினாள். வலதுகையில் அந்தக் காகிதங்களை மேலே உயர்த்திப்பிடித்துக்கொண்டு ஏதோ சொல்லப்போக, ஒரே நேரத்தில் அழுகைத் தள்ளிக்கொண்டுவந்து, "ஆறுவருஷம் நரகம், என்ன ஆனாரு தலைவரு?" அழுகையின் மத்தியிலே கத்த, ஏதோ பேசவேண்டும் என்று முயன்றும் அது முடியாமல்,

முகத்தை மூடியவராக, வருகிற அழுகையை அடக்கிக்கொண்டு, காகிதங்களைக் காற்றில் வீசியெறிந்து, ஆகாசத்தைப் பார்த்து "த்தூ" என்று உமிழ்ந்து படபடவென்று கீழே இறங்கி வந்தாள்.

அதன்பிறகு பதினைந்து நிமிடம் கூட்டத்தில் கந்தல் கோலம். பார்வையாளர்கள், பொம்மைகள்போல இறுக்கமாக இருந்தார்கள். என்ன பேச என்று யாருக்கும் புரியவில்லை. மேடைமேல் இருந்த நான்குபேரும், சுயநினைவை இழந்தனர். காஜாவலி மாமாவின் வாயிலிருந்து வார்த்தைகள் வரவில்லை. அந்த நேரத்தில் மெல்லிய தூறல் விழத் தொடங்கியது. கூட்டத்தில் இருந்த மக்கள், மேலே எழத் தொடங்கியதும் "மக்களே! தயவு செய்து அமருங்கள்" என்று மைக்கில் எவரோ கத்தினார். காந்தம் சித்தி, காற்றில் வீசியெறிந்த காகிதங்கள், எங்கே விழுந்ததோ தெரியவில்லை. காந்தம் சித்தியை அழைத்துக்கொண்டு நர்கீஸ் அத்தை வெளியே போனார். அந்தப் பதினைந்து நிமிடமும் என் மனசு முழுக்க வெறுமையாக ஆகிவிட்டது. அனைத்து எழுத்துகளும் அழிக்கப்பட்ட கரும்பலகை போல அப்படியே நின்றிருந்தேன். ஒரு கால்மணிநேரம் கழித்து, அப்பாவின் குரலைக் கேட்டு மீண்டும் சுயநினைவுக்கு வந்தேன். "இது நம்பமுடியாத பாராட்டு என் சொந்த ஊரில்..." என்று எல்லா அதிர்ச்சியையும் தாங்கிக்கொண்டு, மறுபடியும் கூட்டம் வழக்கம் போலத் தொடங்கியது, கடவுளே! அரசியல் என்றால் இதுதானா, ஒரு பக்கம் நறுக்கப்பட்டால், இரண்டாவது பக்கத்திலிருந்து வாழ்வதைத் தொடங்குவது. அப்பாவின் சொற்பொழிவு சப்பையாக உயிரற்று இருந்தது. பேச்சை மறந்துபோனதுபோல, தொண்டை வலியுடன் வருபவர்போல, வார்த்தைகளைச் சரியாக உச்சரிக்க முடியாதவர்போல...கூட்டத்தின் முடிவில் ஓர் அறிக்கை "பெருந்தலைவர் ராஜசுந்தரத்திடம் என் சார்பாகவும் என் குடும்பம் சார்பாகவும் மன்னிப்புக் கேட்டுக் கொள்கிறேன்..." அந்த வார்த்தைகளைச் சொன்னவர் கருணா சித்தப்பாவா காஜாவலி மாமாவா என்று சொல்லத் தெரியவில்லை. ஏற்கெனவே, ஜனங்கள் எழுந்து நின்றுவிட்டனர். நிறையபேர், மேடையில் ஊடுருவிப்போய் அப்பாவுக்கு வாழ்த்துத் தெரிவித்தனர்.

6

காலைப்பொழுது மிகவும் மந்தமாக இருந்தது. இருண்ட நினைவுகளை அழித்துக் கொண்டு, சீக்கிரமே வெளிச்சம் வந்தது. வீட்டில் யாரும் தூக்கத்திலிருந்து எழவில்லை. ராத்திரி, ஒரு சோக நாடகத்தின் பாத்திரங்கள் போல, எல்லாரும் எவ்வளவோ சகஜமாக நடந்துகொண்டனர். கூட்டம் நன்றாக நடந்ததென்று ஒருவருக்கு ஒருவர் வாழ்த்துகள் தெரிவித்துக்கொண்டு, கூட்டத்தின் ஒவ்வொரு நிகழ்வையும் (அந்த ஒரு சம்பவத்தைத் தவிர), நினைவுபடுத்திக் கொண்டு, மகிழ்ந்து, சிரிப்புக்கு இடையே, ராத்திரி விருந்து பரிமாறப் பட்டது. கடைசியில், நர்கீஸ் அத்தைகூட கருணா சித்தப்பா இல்லை. ராத்திரி இரண்டுமணிவரைக்கும், அரட்டை நீண்டுகொண்டேயிருந்தது.

அவர்கள் யாரும் இப்போதைக்குத் தூங்க மாட்டார்கள் என்று முடிவுசெய்துகொண்டு, சாலைக்கு வந்தேன் நான். குண்டலகம்மா பக்கம் நடந்தேன். ஆகாயம் தூய்மையாக இருந்தது. அப்பொழுதே தூக்கத்தில் இருந்து எழுந்த சிசுபோல, கொஞ்ச நேரம்கூட, அந்த அமைதி இருந்திருக்காது. வெயில், தீவிரமாகப் பெருகி, இதே ஆகாயம் ஜ்வாலாமுகியாக மாறியது. ஒருவேளை இந்தக் கிராமம்கூடப் படிப்படியாகத் தனது கன்னித் தன்மையை இழக்க நேரிடும்.

விடியற்காலையிலே வீட்டின் முன்பு பெருக்கு கின்ற பெண்கள், என்னை ஆச்சர்யமாகப் பார்த்தனர். அறிமுகமில்லாத முகம், இங்கே எப்படி என்பதுபோல. காலையில், மெல்ல மெல்ல கூட்டம் பெருகியது.

தூக்கத்திலிருந்து எழுந்த பறவைகள், சப்தங்கள் செய்துகொண்டு எல்லாப் பக்கத்திலும் பறந்து கொண்டிருந்தன. பிருந்தாகானம்போல இருந்தது

அவற்றின் இரைச்சல். அதன் மத்தியில், பிரத்யேகமாக ஓர் இரைச்சல் கவர்ச்சியான இசையாகக் கேட்டது. மோக்கிங் பறவையின் (சாம்பல் கலந்த ஒரு நீண்ட வால் கொண்ட பாடும் பறவை) கவர்ச்சியான ஓசை வெளிப்படையாகத் தெரிந்தது. நிபுணத்துவம் மிக்க வித்துவான் வாசிக்கிற நாதம்போல. அந்தப் பறவையின் ஓசை வந்த பக்கம் நடந்தேன். சாலையைக் கடந்து வயல்முழுக்க நடக்கத் தொடங்கினேன். எவ்வளவு தூரம் நடந்தாலும் பறவை தென்படவில்லை. இனிமையான அதன் ஓசை மாத்திரம் கேட்டுக்கொண்டிருந்தது.

அப்படியே நடந்துபோகும்பொழுது, குண்டலகம்மா (நீரோடை) வந்தது. ஆச்சி சொன்ன கோயில்கூடக் கரையில் (கிட்டத்தட்ட சிதிலமடைந்திருந்தது) தென்பட்டது. பல ஆண்டு களாக வழிபாட்டில் இல்லாத தேவதையாக, ஓடைகூடக் கிட்டத்தட்ட காய்ந்து கிடந்தது. கரையிலிருக்கிற, சிறு பள்ளத்தில் நீரைப் பிடித்துக்கொள்கிறார்களோ மனிதர்கள் என்று தோன்றியது. கரைக்குச் சிறிது தூரத்தில் பளபளவென்று மின்னுகிற, ஒரு நடுத்தரவயதுப் பெண் தென்பட்டாள். விலையுயர்ந்த சேலை, நகைகள் அணிந்த அவள் காலை வெளிச்சத்தில் தேவதைப்போல இருந்தாள். இவள், குண்டலகம்மா தெய்வம் இல்லையல்லவா என்று நினைத்துக்கொண்டேன். அருகே நடந்தேன். அவளின் சரீரத்தில் இருந்து மயக்கம் தரும் வாசனை (பாடி ஸ்பிரே) வந்தது. “ராஜசுந்தரத்தின் பொண்ணு தானே” என்றாள் என்னைப் பார்த்ததும். நான், திடுக்கிட்டு ஆமாம் என்றேன். “என் பெயர் மோகினி. உன்னோட அப்பாவை எனக்கு நல்லா தெரியும்” என்றாள். “உங்கள நா எப்பயும் பாத்தது இல்லையே” என்றேன். அவள் மர்மமாகச் சிரித்தாள். ‘நீங்க அரசியல்வாதியா?’ என்றேன். அவள் சிரித்தாள். அவ்வளவு விடியற்காலை வேளையிலே அந்த இடத்தில், இவ்வளவு மர்மமாகச் சிரிக்கும் அந்த மனுஷி, நொடிப்பொழுதில் பயம் எடுத்தது. (பேய்பற்றி எனக்கு நம்பிக்கையில்லையென்றாலும்). “ஒரு காலத்துல, நானும் அரசியல்ல இருந்தேன். உன் வயசுல கொடியப் பிடிச்சுக்கிட்டுக் கம்யூனிஸ்ட் பாடல்களைப் பாடிக்கொண்டு, சிவப்புச் சால்வையைப் போர்த்திப் பிஸ்தா மாதிரி திரிஞ்சேன்” என்றாள். வாய்க்கால்கரைப் பக்கம் பார்த்தேன், நீரில் மெல்லிய கலங்கல். சூரியக்கதிர்கள் நீர்மேல் விழுந்து, நீரில் சின்ன நடுக்கம். “நீங்க, பாஸ்ட்டென்ஸ்லயே பேசுறீங்க” என்றேன் சீரியஸாக மறுபடியும் சிரித்தாள். மோகனமாக இருந்தது சிரிப்பு அவளின் பெயரைப் போலவே. “இப்ப நான், ரியல் எஸ்டேட்டர். ரியல் எஸ்டேட் தொழில் செஞ்சிட்டு இருக்குறேன்” என்றாள் திடுக்கிட்டேன். “இந்த இடத்தைச்

சர்வே செய்றதுக்கு வந்தேன். இதை *SEZ (Special Economic Zone)* ஆக அறிவிச்சிருக்கு அரசாங்கம். நம்பமுடியாதவளாக அவள் பக்கம் பார்த்தேன். "இந்தத் திட்டத்துல உன் அப்பாவுக்குக்கூடப் பங்கு இருக்கு" என்றாள், முன்னே நகர்ந்து கொண்டு. "இந்த நதிக்கரையில, உனக்காக ஒரு கனவு வீட்டைக் கட்டணும்னு ப்ளான் வச்சிருக்காரோ என்னமோ உங்க அப்பா" என்றாள்.

"அற்புதமான ஆம்பியன்ஸ் இருக்கு இந்தப் பிளான்ல." அவளின் செல்போன் அடித்தது. "எக்ஸ்கியுஸ்மீ" என்று, பக்கவாட்டில் நடந்து, பின்னால் வந்து, தன்னுடைய விசிட்டிங் கார்டை, என் கைகளில் வைத்து "ஸீ யூ லேட்டர்" என்று, தன் காரை நோக்கி நடந்தாள் நொடிப்பொழுதில் மறைந்துவிட்டாள். அவளிடம் அமானுஷ்ய சக்தி எதுவும் இருக்கிறதோ என்ற சந்தேகம் வந்தது. ஆகாயம் வெள்ளிச்சேலையை உலர்த்தியது போல இருந்தது. மரங்களின் அடர்ந்த இடத்திலிருந்து, மோக்கிங் பறவை மறுபடியும், அதன் இசைக் குறிப்புகளை ஒலிக்கத் தொடங்கியது. இந்த மோகினிபோல அந்தப் பறவைகூட மாயப் பறவையோ என்று தீர்மானித்துக்கொண்டு, அதைத் தேடுவதை விட்டுவிட்டு, பின்னால் திரும்பி நடக்கத் தொடங்கினேன்.

சூரியன் ஆகாயத்தில் தொங்கிக்கொண்டிருந்தான். சுற்றி யிருக்கிற மண் வாசனை நன்றாக இருந்தது. என்றென்றும் நினைவுகள், நடந்து நடந்து கண்கள் மூடிக்கொண்டேன். பாடும் பறவை அழைப்புபோல ஓர் இனிமையான ஸ்வரம், என் காதுகளிலே. வாசலில் நுழைந்ததும் மோகினியின் சரீர வாசனை குப்பென்றது திடுக்கிட்டேன். நான் ஊகித்ததுபோல மோகினி இங்கே இல்லை. ஒருவேளை இந்த வாசனை, அரசியல்வாதிகளின் அருகே வரும் வாசனையோ என்னமோ!

வீட்டுக்குள் நுழைந்ததும், ஓர் அற்புதமான காட்சி தென்பட்டது. மூன்று பெண்கள் மெல்லிய குரலில் பேசிக் கொண்டிருந்தனர். அம்மா, நர்கீஸ் அத்தை, காந்தம் சித்தி மூவரும் காஃபி குடித்தபடி, சுற்றியிருக்கிற உலகத்தை மறந்தது போலப் பேசிக்கொண்டிருந்தனர். அந்த மூன்று பெண்களும் எனக்கு ஆச்சரியமாகத் தெரிந்தனர்.

ராத்திரி நடந்த சம்பவத்துக்குப்பின், காந்தம் சித்தி வெளியே வரமாட்டார் என்று நினைத்திருந்தேன். அந்தச் சம்பவத்துக்கும் தனக்கும் சம்பந்தம் இல்லையென்பதுபோல இருந்தார். காந்தம் சித்தி குறித்து, (சூர்யகாந்தம் அவரின் முழுப்பெயர்) அம்மா எப்பொழுதும் கதை கதையாகச் சொல்வாள். "காந்தம் என் ஹீரோ" என்று அம்மா பிரகடனமே

செய்திருந்தாள். “அவளைப் போல, ஒரு நொடிப்பொழுதாவது நான் இருக்கவேண்டும் என்று நினைத்துக்கொண்டேன். ஊகூம் என்னால முடியாது” என்று காந்தம் சித்தியை மெச்சிக் கொண்டாள் அம்மா.

பிறக்கும்போதே, கனவுகள் இறக்கின்றன என்றால் என்ன என்பது காந்தம் சித்திக்குத் தெரியும். ஆறு பிள்ளைகள் உள்ள குடும்பத்தில் கடைசிப் பிள்ளை. அவருக்கு இரண்டு வயதாக இருக்கும்பொழுது, விறகை வெட்டிக்கொண்டிருந்த தந்தையின் கையில் இருந்த கோடாரி எகிறி வந்து, அவளின் பாதத்தின்மேல் விழுந்து பாதம் இரண்டாகப் பிளந்துவிட்டது. அந்தப் பாதம் இயல்பான இயக்கத்தை இழந்து, பூமியிலிருந்து பாதத்தை மேலே இழுத்ததுபோல, ஒவ்வொரு அடியையும் சுமையோடு எடுத்து வைத்தார். இளமைக்காலம் முழுக்க, நொண்டிக் காலோடு மீதியிருக்கிற பிள்ளைகளோடு விளையாடக்கூட முடியாமல் போனது. எட்டாவது வயதிலிருந்து வயலுக்குச் செல்ல வேண்டி வந்தது. படிக்க வேண்டும் என்ற ஆசையிருந்தாலும், அவர்களின் ஊரிலிருந்து கிட்டத்தட்ட, எட்டுக்கிலோ மீட்டர் தூரம் நடந்து போக வேண்டும் பள்ளிக்கூடத்திற்கு. கிராமத்தில், படிப்பதே ஆச்சரியம் ஆகையால், பெண் குழந்தைகள் பள்ளிக்கூடத்திற்குச் செல்வது இன்னும் ஆச்சரியம். காந்தம், ஆறாம்வகுப்புவரை படித்தாள். வயல் வேலைகளுக்குச் சென்றுகொண்டே படித்தாள். இழுத்துக்கொண்டு நடக்கிற கால்கள் காரணமாக அவள் எப்பொழுதும் வெளியே போவது கிடையாது. வீட்டிலேயே அமர்ந்திருப்பாள். (புத்தகங்களை முன்னே வைத்துக்கொண்டு) காந்தத்தின் உடல்வண்ணம் அழகாயிருக்கும். வெண்ணிலா நிறத்தில் இருப்பாள் முகம் களையாக இருக்கும். பள்ளிக்குச் சென்ற ஆறு ஆண்டுகளில் அவள் ஓர் ஆச்சரியம். பாடத்தை ஒருமுறை கேட்டால் மறந்துபோவது கிடையாது.

காந்தத்திற்குப் பத்து வயது இருக்கும்போது, அவளின் தந்தை, பக்கத்தில் இருக்கிற கிராமத்துக்குப் பிழைப்புக்காகப் போனார். தலித்துகளின் கிராமத்தில் இருந்து வந்து, பெரிய கிராமத்தின் சின்னப்பட்டணத்தின் கடைசியில் கூடாரம் அமைத்துச் சின்ன சின்ன வேலைகளைச் செய்துகொண்டு வாழத் தொடங்கின நாட்கள். அப்படிப் பிழைப்புக்கு வந்த குடும்பங்கள் இருபதுக்கும் மேலாக, ஊருக்குக் கடைசியில் கூடாரம் போட்டுத் தங்கின. விறகை வெட்டி வந்து விற்பது, வீடு கட்டும் பணி என என்னென்ன கிடைக்கின்றனவோ அந்தந்தப் பணியைச் செய்வார் அவரின் தந்தை. அவரின் அம்மாவிற்குப் பண்ணையார்களின் வீடுகளில் பாத்திரம் தேய்க்கும் வேலை

கிடைத்தது. நான்கு அக்காக்களுக்குத் திருமணம் செய்தனர். ஓர் அக்கா, டி.பியில் இறந்துபோய்விட்டாள். வீட்டில், காந்தம் மட்டுமே மிச்சமிருந்தாள். வீட்டு வேலைகள் எல்லாவற்றையும் காந்தம் செய்தாள். கோழிகளை வளர்க்கும் வேலையும் காந்தத்தினுடையதே. அவற்றிற்குத் தானியங்கள் போடுவது, கூடைக்குக் கீழே மூடிவைப்பது, நாள் முழுக்க அவற்றைக் கண்காணிப்பது (கோழித் திருடர்கள் இருக்கிறார்கள்) போட்ட முட்டைகளை ஜாக்கிரதையாக எடுத்து வைப்பது, காந்தத் திற்குத் தினமும் நாட்கள் பரபரப்பாகவே கழிந்தன.

“ராத்திரிவேளை மரங்களின்மேல் ஆயும் மின்மினிப்பூச்சிகள் எனக்கு எவ்வளவோ இஷ்டம். அவை ஆயும் இலைகளில்கூட, அந்த வெளிச்சம்பட்டு மின்னும். இரவுகளில் அவற்றைப் பார்ப்பது எனக்கு எவ்வளவோ இஷ்டம். மின்மினிப்பூச்சியைத் தீப்பெட்டியில் மறைத்துவைக்க வேண்டும் என்று முயற்சி செய்தேன். அவை எப்பொழுதும் எனக்கு அகப்படுவதில்லை.

வறட்சியில் கிராமங்களெல்லாம் அல்லல்படுகிற நாட்கள் அவை. காந்தத்திற்குப் பதினைந்து வயது ஆனது. திருமணம் பற்றிய கற்பனைகள் என்னவோ நகர்கிறது என்றாலும், அவற்றை மனத்துக்குள்ளேயே வைத்துக்கொண்டாள். வாழ்க்கைத் திகிலாகவும் பயமாகவும் இருந்தது. சுற்றியுள்ள வீடுகளில் சோகப்பாடல்களாக ஒலிக்கின்றன. இறந்துபோன அக்கா பெற்றெடுத்த பச்சைக்குழந்தை, ஒரு தனிமையான சாலையில் ஒரு வயலில் வேலை செய்யும்பொழுது ஓரத்தி லிருந்து தாக்குதல் நடத்தும் முரட்டுக் கைகள், கட்டைகளை உச்சந்தலையில் வைத்துக்கொண்டு எட்டுக் கிலோமீட்டர்கள் நடப்பது, இரவுகளில் மணிக்கணக்கில் இறுமுகிற தந்தை, இதையெல்லாம் பார்த்து ‘என்ன வாழ்க்கை’ என்று சலிப்படைந்தாள். அவர்களின் கிராமத்தில் ஒரு புதிய கூடாரத்தை இட்டு, சர்ச் தொடங்கப்பட்ட பிறகு, புதிதாக, வியப்பூட்டத் தொடங்கிய இந்தச் சர்ச் அனுபவம், காந்தத்திற்குப் புதிய உத்வேகத்தைத் தந்தது. முக்கியமாகச் சர்ச்சில் பாடும் பாடல்கள் காந்தத்திற்குப் பிடிக்கும். அந்தப் பாடல்கள் காந்தத்தைச் சூழ்ந்து அவளை அன்புடன் தொட்டுப் பார்ப்பதுபோலவும், கண்ணீரைத் துடைப்பது போலவும் இருந்தது. ஒருத்தியே அமர்ந்து பாடல்கள் பாடிக்கொண்டிருக்கும் பொழுது, மீண்டும் புதிதாகப் பிறந்ததுபோல, எல்லாத் துன்பங்களும் மாயமாகிப் போய் உடம்பில் இறக்கைகள் முளைத்ததுபோலத் தோன்றியது. ஓடையில் துணி துவைக்கிற வேளையில், வயலில் பருத்தி எடுக்கும் வேளையில் என்றென்றும் அந்தப்பாடல்கள் காந்தத்தைத் துரத்துவதுபோல இருக்கும். காயம்பட்ட பாதத்தில் புதிய

ஜீவன் வந்ததுபோலத் தோன்றியது. வண்ணம், வடிவம், ஸ்வரம் இல்லாத மனுஷி என்றென்றும் அவளை மீண்டும் வைத்திருப்பது போல – அந்த மனுஷியின் ஸ்பரிசம் குளிர்ச்சியாக, மனத்துக்கு ஓய்வு கொடுத்தது போல இருந்தது. அந்த உருவம் இல்லாத மனுஷியின் இதயத்தின்மேல் தலைவைத்துப் படுத்திருப்பதுபோல, அந்த மனுஷி அவளைச் சமுத்திரத்துக்கு அப்பால் எங்கேயோ ஒரு ரகசிய தேசத்திற்குத் தூக்கிக்கொண்டு சென்றது போல் தோன்றியது. சர்ச்சில் பாடும், அநேகப் பாடல்கள் காந்தத்தின் குரலில் ஒலித்தது. காந்தத்தின் குரலில் இனிமை ஏதோ மின்னியது. அந்தப் பாடல்களைப் பாடும்பொழுதெல்லாம் காந்தத்திற்கு என்றுமில்லாத தைரியம் வந்தது. எல்லா அவமானங்களையும் மரணங்களையும் எதிர்கொள்ளும் முரட்டுத் தைரியம் வந்தது. அந்நியமான சக்தி எதுவோ அவளை மூச்சுத் திணறச் செய்த சமயத்தில், அவளுக்கு ஓர் அந்நியன் அறிமுகமானான். வெயில் அதிகம் இருக்கிற ஒரு காலையில், அவன் சூரியன்போல வந்தான். அவன் பலமானவனாக இருந்தான். உயரமாக இருந்தான். நீல வண்ணக்கண்கள் அவனுடையவை. கரடுமுரடான பார்வைகள் அவனுடையவை. அவன்கூடப் பாடல்களைக் கொண்டு வந்தான். அவனின் பாடல்கள் புதிதாக இருந்தன (அவை மக்களின் பாடல்கள் என்று சொன்னான் அவன்) அந்தப் பாடல்களைக் கவனத்துடன் கேட்டாள் காந்தம். அந்தப் பாடல்கள்கூட, தன்னைக் கவர்ந்திழுத்ததைக் காந்தம் கவனித்தாள். சர்ச் பாடல்களோடு சேர்த்து, இந்தப் பாடல்களையும்கூடக் காந்தம் பாடத் தொடங்கினாள். காந்தத்தின் உதடுகளிலிருந்து அந்தப் பாடல்களைக் கேட்டபொழுது அவனின் உதட்டில், மெல்லிய புன்னகை மின்னியது. அவனின் சிரிப்பு, அவனின் கண்கள், காந்தத்தைத் தினமும் கவர்ந்திழுத்தது. அவனின் பெயர் கருணா குமார் என்று தெரிந்துகொண்டாள் காந்தம்.

"கருணா பற்றி நினைக்கத் தொடங்கியதும் எல்லாப் பொருட்களும் வண்ணமயமாகக் கண்ணுக்குத் தெரியத் தொடங்கின. சிறுபிராயத்தில் மாற்றுப்பாதையில் சென்று இலந்தைப்பழத்தைப் பறித்துக்கொண்டு வந்தது. அப்படியே நாவல் மரத்தில் ஏறிக் காய்களை உலுக்கியது. இப்பொழுதும் அப்படி மரத்தில் ஏறிப் பழங்களைப் பறிக்கவேண்டும் என்று தோன்றியது. பறித்த பழங்களைக் கழுவி, பாவாடையில் மறைத்து, அந்த மனுஷனுக்குத் தரவேண்டும் என்று தோன்றியது. வண்ண வண்ணப் பொருட்கள் என்றால் விருப்பம் வளரத் தொடங்கியது. இலைப்பச்சை நிறம், எலுமிச்சைக்காய் நிறம், நீல நிறம், செம்பருத்திப்பூ நிறம், எல்லா நிறங்களும் என்னுடனே இருப்பதுபோலத் தோன்றியது. தெருவின் முனையில் நின்று,

அந்த மனுஷன், எங்கள் கூடாரத்தையே பார்த்த பொழுது, என் கண்கள் வண்ண விளக்கானது. அந்த மனுஷன் என்னையே பார்த்து விசிலடித்தது போல் தோன்றியது.

சர்ச்சின் வெளியே எதிர்பார்த்துக் காத்திருப்பான் கருணா. புளியமரத்துக்குக்கீழ் நின்று அவர்கள் இருவரும் மணிக்கணக்காகப் பேசிக்கொள்வதை அந்தச் சின்ன கிராமத்தில் விந்தையாகப் பேசிக்கொள்வார்கள். கருணா நிறைய பெரிய பெரிய விசயங்களைச் சொல்வான். காந்தத்திற்கு அது எதுவும் புரியாமல் போனாலும் இஷ்டத்தோடு கேட்பது அந்தப் பேச்சுகளைத்தான். இருவரும் சேர்ந்து வயல்வெளிகளில் நடக்கின்றபொழுது அவள் அசாதாரணமாக நடப்பதைக் (இழுத்துக்கொண்டு) கவனித்தான். அவளின் பாதத்தை அவன் அக்கறையோடு கவனித்தது போல் தோன்றியது. அது ஒரு விசயமே இல்லை என்றான். அந்தப் பாதமே, அவளுக்கு ஆபரணமானது போல் தோன்றியது.

அந்த வருடமே அவர்கள் இருவரும் திருமணம் செய்து கொண்டனர். இருவருக்கும் சொந்தமாக ஒரு வீடு. காந்தத்திற்கு நிஜமாக இறக்கையே வந்துவிட்டது. கருணா சில ஆண்டுகள், கல்குவாரிக்கு வேலைக்குச் செல்லத் தொடங்கினான். அவர்களின் கிராமம் படிப்படியாக வளர்ந்தது. நூறு வீடுகளுக்கும் மேலாக வந்தது. அந்த ஊருக்கு ஒரு பேர் வந்தது. கூரைக் குடிசைக்குப் பதிலாகச் செங்கல் சுவரோடு சீட்டுப் போடப்பட்ட புதிய வீடு கட்டிக்கொண்டார்கள் அவர்கள். அவர்களின் கிராமத்துக்கு ஒரு புறம், பேருந்துகள் வரத்தொடங்கின.

"இருவரும் ஆனந்தமாக நேரத்தைக் கழித்தோம். இருவரும் சேர்ந்து வேலைக்குச் சென்றோம். வீட்டிற்கு ஒவ்வொரு பொருளாக வாங்கத் தொடங்கினோம். சில்வர் கிண்ணங்கள், பானைகள், கயிற்றுக் கட்டில், கருணாவைப் பார்ப்பதற்கென்று வருபவர்கள் அமர்வதற்காக நாற்காலிகள், சந்தோசமாகக் கழிந்தன நாட்கள். கருணா அந்தச் சமயங்களில் பிள்ளைகளுடன் பேசுவது எனக்கு நன்றாக இருந்தது. கருணா எனக்குத் 'தேர்ந்தெடுக்கப்பட்ட குழந்தையாகத்' (சர்ச்சில் சொல்வார்கள்) தோன்றினான். கருணா பேசுகிற பேச்சுகள், எனக்குப் பிடிக்கும். எல்லாரும் ஒன்றே என்று, குலம், தீண்டாமை இல்லாத நாட்கள் வரும் என்று சொல்வான்.

கருணா கல்குவாரி வேலையை விட்டுவிட்டான். கம்யூனிஸ்ட் கட்சியில் முழுநேரப் பணியாளராகச் சுற்றத் தொடங்கினான். வீட்டில் காந்தம் ஒருத்தியே அவனுக்காக எதிர்பார்த்துக் காத்திருந்தாள். வீடு வெறுமையாகத் தோன்றியது.

வீட்டில் தனியாக அமர்ந்திருக்கச் சலிப்பு வந்தது. வீட்டைப் பலமுறை ஒதுங்கவைத்தாள். சர்ச் பாடல்களை நினைவுபடுத்திக் கொண்டு, பாடவேண்டும் என்று பார்த்தாள். அவற்றை மறந்து போய்விட்டாள். சர்ச்சுக்குக்கூடச் செல்வது கிடையாது. கிராமத்தில் 'கம்யூனிஸ்ட் வீடாக' முத்திரைக் குத்தப்பட்டது அவர்களின் வீடு. "தெய்வம் இல்லாத வீடு" என்று அனைவரும் நினைத்துக்கொண்டார்கள். படிப்படியாகச் சுற்றியிருக்கிற வீட்டுப் பெண்களிடம் பேசுவதே கடினமாகப் போய்விட்டது. பக்கத்தில் இருக்கிற நகரத்திற்குச் சென்று, பொருட்கள் வாங்கத் தொடங்கினாள். இந்த நகரப் பயணம், காந்தத்திற்குக் கொஞ்சம் உற்சாகத்தைத் தரத் தொடங்கியது. புதிய புதிய சேலைகள் வாங்குவதில், பெரிய ஆனந்தம் கிடைப்பதை உணர்ந்தாள். பழைய சேலை, கிழிந்த சேலைகளைக் கட்டிய நாட்களை ஒதுக்கிவைத்துப் புத்தம் புதிய சேலைகளைக் கட்டத் தொடங்கினாள். அந்தக் கிராமத்தில் அவள் வித்தியாசமான ஈர்ப்பாயினாள். சுற்றியிருக்கிற பெண்கள், காந்தத்தின் சேலை குறித்து மணிக்கணக்காக விவாதித்தார்கள். படிப்படியாக அந்தக் கிராமத்துப் பெண்களின் ஆடைப் பழக்கவழக்கமே மாறிவிட்டது. இந்த மகிமை காந்தத்தினுடையதே. நல்ல சேலையைக் கட்டுவது, நன்றாக அலங்கரித்துக்கொள்வது தன்னுடைய உரிமை என்று தீர்மானித்தாள் காந்தம். ஆனால் அவளின் புதிய சேலைகளை, ஒப்பனையைப் பார்ப்பதற்குக் கருணா இருப்பது கிடையாது. கூட்டங்களிலும் பல நாட்கள் காணப்படவில்லை.

கருணாவுடன் சண்டை போடுவதும், அவனைச் சத்தமாகத் திட்டுவதும் தினமும் வழக்கமானது. ஆனால் கருணா எதுவும் பேசுவது கிடையாது. வெளியே அமர்ந்து பேப்பர் படிப்பான். எனக்கு மேலும் கோபம் வந்தது. "உன் வீட்ல என்ன பெரிய பெரிய சத்தம் கேட்குது" என்று கேட்பார்கள் பக்கத்து வீட்டுக்காரர்கள். அத்தையுடன்கூடச் சண்டைப் போட்டிருக்கி றேன். கருணாவை விட்டுவிட்டு நான் பிறந்தவீட்டுக்குப் போகிறேன் என்று வதந்திகள் வந்தன. கருணா இவைகளை யெல்லாம் பொருட்படுத்துவதில்லை. அவன், குடிபோதையில் இருந்தால்கூட நன்றாக இருக்குமே என்று தோன்றியது. கிராமத்தில் உள்ள மற்ற ஆடவர்களைப் போலத் திருமணம் ஒரு மோசமான பகுதியாகத் தெரிகிறது. எல்லோரையும் போல இல்லாமல் அவர் இப்படித் தனித்த மனிதனாக இருப்பது எனக்குப் பயத்தைத் தந்தது.

அந்த வருடம் காந்தம் மாசமானாள். கருணாவின் உற்சாகத்திற்கு அளவில்லை. கட்சி வேலைகளை நிறுத்தி விட்டு, வீட்டிலேயே நீண்ட நேரம் இருப்பதற்கு முயன்றான்.

மறுபடியும் திருமணமான புதிதில் இருந்த நெருக்கம் அவர்கள் மத்தியில் பெருகியது. காந்தத்திற்கு இப்பொழுது ஒவ்வொன்றும் வண்ணமயமாகத் தெரியத் தொடங்கியது. குளிர்காலப் பனிக்கு இலைப்பச்சை நிறம் பெயிண்டிங் செய்ததுபோல, இலைப்பச்சை மரத்துக்கு வெள்ளி வண்ணப் பெயிண்ட் அடித்தது போன்று காணப்பட்டது. இந்த ஆனந்தம், நீண்ட நாட்கள் நீடிக்கவில்லை. கருணாவை வட்டச் செயலாளராக நியமித்தனர். தாழ்த்தப்பட்ட சாதியிலிருந்து அந்த நிலைக்கு உயர்ந்த முதல் தலைவன் கருணா. மீண்டும் கட்சிப் பணிகள், அலுவலகத்தில் மணிக்கணக்காகக் கழிக்கத் தொடங்கினான். மீண்டும் தனியாக இருக்கும் நோய் பிடித்தது காந்தத்திற்கு. அந்த நாட்களில்தான் சினிமா பார்க்கும் பழக்கம் தொடங்கியது அவளுக்கு. மேட்னிஷோ புதிதாகக் காட்டப்பட்ட நாட்கள் அவை. இந்தச் சினிமா காந்தத்திற்குப் புதிய ஆனந்தத்தைக் கொடுக்கத் தொடங்கியது. ‘அழகு’ பற்றிய ஆலோசனைகள் பெருகின. சினிமாவில் காட்டப்படும் “ரொமாண்டிக் காதல்” புதிய வகை உணர்வைக் கொடுக்கத் தொடங்கியது. சினிமாவில் காட்டப்படும் வாழ்க்கையோடு தன்னுடைய வாழ்க்கையைப் பொருத்திக்கொண்டு பெருமூச்சுவிட்டாள். அதில் வருகிற ஆடவர்கள் போலக் கருணா எப்பொழுதும் காதல் பேச்சுகள் பேசாமல் போவதும், வாழ்க்கை அப்படி வண்ணப் படமாய் இல்லாமல் போவதும் கோபத்தை ஏற்படுத்தியது. வாழ்க்கை, சிறைச்சாலை ஆகிப்போவதும் அவளுக்கு வெளிப்படையாகத் தெரிந்தது. படிப்படியாகக் காந்தத்திற்குச் சினிமாவே ஞானத்தைத் தருகிற வேதம் ஆனது. அழகும் அலங்காரமும் முக்கியமான விஷயங்கள் ஆயின. அவளின் மனசு ஒரு வெள்ளித் திரையானது. அந்தத் திரையின்மேல் இலைப்பச்சைக் காடுகள், ஒற்றையடிச் சாலைகள், ஆற்றங்கரைகள், மென்மையாக–மோகனமாகக் கண்களால் பேசும் வார்த்தைகள், சுற்றியுள்ள பிரதேசங்கள் மறைந்துபோயின. ‘மாதிகா கருணா மனைவி’ ‘கிராமத்து மனுஷி’ போன்ற நிஜங்களை அங்கீகரிப்பதை நிறுத்தினாள். கனவுகளின் மயக்கத்திலேயே வாழத் தொடங்கி னாள். ஒருமுறை சினிமாவிற்குச் சென்று வரும்போது ஹோட்டலில் காஃபி குடிக்கப்போக, தனிக் கோப்பையைக் கொடுத்த தற்கு, அதனைத் தரைமேல் வீசி அடித்து, ஹோட்டல்காரன் கன்னத்தில் அடித்ததற்கு ஊரில் பெரிய பிரச்சினை ஆனது. மாதிகா கிராமத்திற்கும் ஊருக்கும் இடையில் யுத்தமே நடந்தது. கிராமத்தில் பெண்களுக்கு அருகில் ஆடவர்கள் கம்புகளை வைத்துக்கொண்டு, காவல் இருக்க வேண்டிய நிலை வந்தது.

“சினிமா தியேட்டரில் அமர்ந்தபொழுது, எனக்குச் சந்தோஷம் ஏற்படுவதைக் கவனித்தேன். பத்து நிமிஷத்துக்கு

முன்பே தியேட்டருக்குச் செல்வேன். விளக்கை அணைக்கக் காரிருள் சூழ்ந்ததும், என்னுள் சந்தோஷம் ஒளியேற்றத் தொடங்கியது. திரைமேல் படம் விழுகிற வேளை, கண் இமைக்காமல் பார்ப்பேன். இமையை மூடினால் அந்த ஒரு நொடிச் சந்தோஷமும் என்னிலிருந்து தூரப்போய்விடுமோ என்று தோன்றியது. சினிமாவில் பெண்கள், ஆண்கள் எல்லோரும் சந்தோஷமாக எப்படித்தான் இருக்கிறார்களோ என்று தோன்றியது. அவர்களின் வாழ்க்கையில் கஷ்டங்கள் எதுவும் இருக்காதோ? அர்த்தம் புரியவில்லை. சினிமா தியேட்டரைவிட்டு வீட்டுக்குப் போகவேண்டுமென்றால் இஷ்டமே இருக்காது. கருணாவைப் பார்க்கவேண்டும் என்ற விருப்பம் வருவதே கிடையாது. ஐந்துமாதக் கர்ப்பிணியாய் இருந்தாலும்கூட சினிமாவுக்குப் போனேன். ஒருமுறை வீட்டுக்கு வந்தபொழுது கருணா மட்டுமே இருந்தான். அவன் சமைப்பதைப் பார்த்ததும், எனக்குக் கோபம் நிற்கவில்லை. பொம்பளைக வேலையைப் பாக்குறீங்க என்று எகிறிக் குதித்தேன். கருணா, மறுத்துப் பேசுபவன் கிடையாது. குறைந்தபட்சம், திட்டி அடித்து, அவ்வளவு நல்லவனாக இருப்பதும்கூட எனக்குக் கோபத்தை வரவழைத்தது. அவன் ஏன், பணம் இல்லாதவனாகப் பிறக்க வேண்டும். இந்த மாதிகா கிராமத்தில் எதற்குப் பிறக்க வேண்டும். அதுகூடக் கோபத்தை வரவழைத்தது"

ஹோட்டல் சம்பவத்தால் நான் நன்றாக மிரண்டு போனேன். வெளியே செல்வதற்குப் பயம் வந்தது. ஹோட்டல் காரனை இழுத்து அடித்ததுவரைக்கும், எல்லாம் சினிமா மாதிரியாக நடந்தது. அந்த நொடியில் அவன் கண்களில் கோபம், அவன் திட்டிய திட்டுகள் (என்னை, என் தாயை, என் அக்காக்களை யாரையும் விடவில்லை அவன்), மொத்த உலகம் எல்லாம் என்னைத் தாக்குவது போல், அவர்களின் கண்களில் எவ்வளவு விஷம்? ஆனால் கருணா எனக்காக முன்னே வந்து சண்டை போட்டது. எனக்கு ஆச்சர்யம் தந்தது. கிராமத்துப் பெண்களெல்லாம் என் பின்னால் நின்று சண்டை போட்டது, எனக்குக் கண்ணீரை வரவழைத்தது. நான்குபேரின் தலைகள் உடைபட்டன. காவல் நிலையத்தில் வழக்குகள் போட்டனர். ஆனால் கருணா ஒருமுறையாவது, "எதுக்கு இப்படிச் செஞ்சன்னு" என்னைக் கேட்கவில்லை. காதல் என்றால் என்னவென்று அந்த நொடியில் புரிந்தது. சினிமாவில் விதவிதமான ஆடைகள் அணிந்து சுற்றி, பாடல்கள் பாடுவது காதல் இல்லையென்ற விஷயம் புரிந்தது. காதலிப்பதென்றால், அந்த மனுஷனுக்கு நாம் அம்மாவாக வேண்டும். அந்த மனுஷனை நம்ம மனுஷனாக நினைக்க வேண்டும். ஓர் இரவுவேளை, கருணாவின் மார்பில் தலைவைத்துக்கொண்டு மனப்பூர்வமாக அழுதேன்.

கருணா, கம்யூனிஸ்ட் கட்சியை விட்டுவிட்டு நக்சலைட் இயக்கத்தில் சேர்ந்த சமயத்தில் இரண்டு பிள்ளைகள் காந்தத்திற்கு. மூன்று வயதில் ஒன்று, ஐந்து வயதில் ஒன்று (அருணா, ரவி). காந்தம், கருணாவிடம் ஒரு வார்த்தைகூடச் சொல்லாமல் கூலி வேலைக்குச் செல்லத் தொடங்கினாள் கூலி வேலைக்குச் சென்றாள். விறகுக் கட்டுகளைத் தலைமேல் வைத்துக்கொண்டு நடந்தாள். வீட்டிலேயே இருந்து பலகைகள் தயார் செய்தாள். பல ஆண்டுகளுக்குப் பிறகு மீண்டும் சர்ச்சுக்குச் செல்லத் தொடங்கினாள். வாழ்க்கை தலைமேல் வைத்த முள்கிரீடமாகத் தெரிந்தது. அதற்காக அவள் எவரையும் பழிசொல்லவில்லை. காவலர்கள் வீட்டிற்கு வரத் தொடங்கினர். எந்த நாட்களிலும் அவள் பயப்படவில்லை. (ஆனால் சினிமாவின் மேலிருந்த விருப்பம் மட்டும் போகவில்லை. பார்க்க விருப்பம் இருந்தாலும், பணப் பற்றாக்குறையால் அந்த விருப்பத்தை அப்படியே அடக்கிக் கொண்டாள். அங்கன்வாடிப் பள்ளியில், உத்தியோகம் கிடைத்ததால் வீட்டு நிலைமை கொஞ்சம் மாறியது. பிள்ளைகள் கொஞ்சம் வயிறாரச் சாப்பிடமுடிந்தது. ஒருமுறை கருணா இறந்துபோனதாகச் (என்கவுண்டர்) செய்தி வந்தது. கிராமத்துப் பெண்களெல்லாம் அவளைச் சுற்றிச் சூழ்ந்தனர். அழுகைகள், மூக்குச் சிந்துதல்கள், தாலுகா ஆஸ்பத்திரிக்குப் போய்ச் சவத்தைப் பார்த்து வருவோம் என்று எல்லோரும் நடத்திய போராட்டங்கள். காந்தம் அசையவில்லை.

சடங்குகளையாவது செய் என்று போராடினர். சவத்தை அடக்கம் செய்ய வேண்டுமென்று, சர்ச்சில் பிரார்த்தனை செய்வோம் என்று கோரினர். ஆனால் காந்தம் அசையவில்லை. எதையும் பொருட்படுத்தாமல் பிள்ளைகளைப் பள்ளிக்கு அனுப்பிவிட்டு, அவள் வேலைக்குச் சென்றாள்.

திருமணமாகிப் பத்து வருடங்களானாலும் கூட காந்தம் அழகாய் இருக்கிறாள் என்று ஜனங்கள் சொன்னார்கள். ஆனால் அந்த அழகு உள்ளிருந்து வெளியே தள்ளி வந்த அழகு. மனசு விறைப்பாகச் சிதறிப்போகாமல் இருப்பதால் வந்த அழகு. இந்த மனுஷி பயம் இல்லாமல் வாழ்கிறாள். மகன் கட்டுப்படுத்த வில்லை என்று அத்தை ஆதெம்மா திட்டினாலும், சிரிப்பதைத் தவிர எதுவும் பேசுவதில்லை. காந்தம், சர்ச்சில் முக்கியமான உறுப்பினர். அழகாகப் பாட்டுப் பாடுவாள். பைபிளை வியாக்யானங்கள் செய்வாள். கஷ்டப்பட்டு வாழ்வது என்றால் என்னவென்று கிராமத்து மக்களுக்குப் புரிய வைத்தாள். (நாளொன்றுக்குப் பதினாறு மணி நேரம் வேலை செய்தாள்) அப்பொழுது அவளின் சிறுவயதுக் கனவுகள், வாழ்வதற்கான ஆலோசனைகள், கற்பனைப் பாடல்கள் அவளுக்குள் ஓடிக்

கொண்டிருந்தன. அவற்றை நிராகரிக்கவும் இல்லை. அதற்காக, அப்படியே ஆமோதிக்கவும் இல்லை. அப்படிப்பட்டது அவளுக்குக் கருணா மேல் இருந்த காதல். அவனின்மேல் பெரிதாகக் காதல் இருந்தது என்று ஒப்புக்கொள்வதும் கிடையாது. இல்லையென்றுகூடச் சொல்வதும் இல்லை.

"அவன், எனக்காகச் செஞ்சது எதுவுமில்ல. என் சரீரம்கூட, அவனின் ஸ்பரிசத்தை மறந்துவிட்டது. கல்யாணமான புதிதில், என்னை அப்படிக் கட்டிப்புடிச்சுப் படுத்துருப்பான். கொஞ்சம் குண்டா இருந்தாலும், அவனோட தொடுதல் பிடிச்சு இருந்தது எனக்கு. பிள்ளைகள் பிறந்த பிறகுகூட, அந்தப் பழக்கத்தை விடல. இப்பல்லாம் தூக்கத்துல என் சரீரத்தின், சுமைதாங்காமல் என் மேல யாரே இருப்பதுபோல உணர்ந்து திடுக்கிட்டு எழுவேன். யாரும் இருக்கிறது கிடையாது. தனிமையை எண்ணி அழுகை வரும். கடவுள் இருக்கார்னு நினைச்சுப்பேன்."

அம்மா, சித்தியைப் பற்றிப் பெருமையாகச் சொல்லும் போது எனக்கு ரொம்ப உற்சாகமாக இருக்கும். காந்தம் சித்தியைப் பற்றி சொல்லும்போது, அம்மாவோட கண்கள் ஒளிரும். "அவள் ரொம்பப் பெரிய மனுஷி" என்றாள் பெருமூச்சு விட்டுக்கொண்டு.

7

குண்டூருக்கு மீண்டும் திரும்பி வந்ததும், வழக்கமான வாழ்க்கை தொடங்கியது. திருத்தல யாத்திரை செய்துவந்த மகாராஜாவாக அப்பா குஷியாக இருந்தார். அன்றைய நாளிதழ்களில் வந்த செய்திகளையெல்லாம் சேகரித்து அனுப்பினார் காஜாவலி. கட்சி வட்டத்திலே, அது ஒரு பிரம்மாண்டமான கூட்டமாக அடையாளம் ஆனது. கட்சிப் பரிபாஷையில், இவை வலிமையைக் காட்டுகிற கூட்டம் என்பார்கள். எம்.எல்.ஏ சீட்டு உறுதி என்றனர் எல்லாரும். அப்பா, தன் முயற்சியை விடவில்லை. பிரபல நாளிதழில், வார இதழில் எழுதத் தொடங்கினர். 'தலித் சப்பரிங்' 'தி அன்டோல்டு ஸ்டோரி' என்ற தலைப்புகளில் இங்கிலீஷ் சேனலில் (அப்பாவின் நேர்காணல் சேர்த்து) ஒரு முக்கியமான திட்டச் செயல்பாடு வந்தது. அந்தத் திட்டம் பிரச்சாரமான இரவு நூற்றுக்கணக்கான தொலைபேசி அழைப்புகள் வந்தன அப்பாவிற்கு. ராத்திரி ஒரு மணி வரைக்கும் அப்படி வந்துகொண்டே இருந்தன. ராஜசுந்தரம் அரசியல் வாழ்க்கையில் புதிய அத்தியாயம் தொடங்கியது.

இந்தக் களிப்பூட்டும் விசயங்கள் தவிர, எங்கள் மூவரின் வாழ்க்கையும் வழக்கம்போலக் கழிந்து போனது. அம்மா, அதிகாலையிலேயே தூக்கத்தில் இருந்து எழுந்தாள். வீட்டில் கைத்தட்டல்கள், காலையிலேயே, ஒரு தனித்த வாசனை (சமையல் அறையிலிருந்து ஆம்லேட்டோ வேறென்னவோ, அவற்றின் வாசனையோடு கலந்த காஃபி கமகம வென்று மணக்கிற வாசனை) அந்த வாசனை காலை வேளையில் அம்மாவைச் சுற்றி வரும் வாசனை. ஒரு சிலசமயம் (லாவண்டர் சோப்பு வாசனையோடு, இஸ்திரி செய்த சேலை வாசனையோடு சேர்த்து) விசேஷ சமையல் (பீப் ப்ரை) செய்து, காலை

உணவுக்குத் தோசைகள் செய்து அப்படிப்பட்ட நாட்களில் அம்மா, அதிகப்படியான வாசனையாக ஆகிறாள் (ராத்திரி, அப்பா கொஞ்சம் காதலோடு பேசினார் என்று கிசுகிசுத்தான் தம்பி.)

அப்பா காலையிலேயே அலுவலகத்திற்குச் சென்றார். அவர் செல்லும்வரைக்கும் பரேடு படைவீரர்கள்போல ஒழுக்கமாக இருப்போம். அவர் சென்றபின் கதவு டக்கென்று மூடியதும் வீடு மறுபடியும் வழக்கமான நிலைக்கு வரும். அரட்டைகள், கத்தல்கள், புத்தகங்களை வீசியெறிதல், அம்மாவிடம் கேலி கிண்டல் செய்தல், ஆசிரியர்கள் பற்றிய வர்ணனைகள் ஆகியவற்றோடு, காலையில் பெரிய சத்தமாக இருக்கும். சிற்றுண்டி செய்து ரூமி, அம்மாவைப் பாராட்டத் தொடங்குவான். அவள் சிறுகோபத்தோடு சலித்துக்கொண்டே அவனின் வர்ணனைகளை எதிர்கொள்வாள். அவர்கள், இருவரின் உரையாடல்களைப் பார்த்தால் ஆச்சரியமாக இருக்கும். எங்கள் வாழ்க்கையில் துக்கம், கவலைப் போன்றவை எதுவும் இல்லாததுபோலத் தோன்றும். நாங்கள் சொர்க்கத்தில் வாழ்கிற உணர்வு கிடைக்கும்.

அம்மாவின் கண்களுக்குக் கீழே இருக்கிற கருவளையம் சொல்கின்றது, அவள் எவ்வளவு துக்கத்தைத் தாங்குகிறாள் என்று. ஆனால் காலைவேளையிலே அம்மா அத்தனை கவலைகளை யும் துடைத்துவிட்டு, முகம் முழுக்கச் சிரிப்பைப் பூசிக்கொண்டு, ராத்திரியில் நடக்கிற ரகசிய வன்முறைகளை அறைச்சுவர் களுக்கு மத்தியிலேயே மறைத்துக்கொள்வாள். ஒருமுறை கண்ணுக்குக் கீழே கன்னம் உப்பி இருக்கும். அதன்மேல் சிவப்பாக இருக்கிற இடம், சொல்லணுமே என்று ஒரு கதை சொல்வாள். அம்மா மாத்திரம் கதவு இடித்தது என்று சொல்வாள். அப்படிப்பட்ட காயங்களைப் பார்க்கிற நாட்களை நாங்கள் முகத்தின் மேல் சிறுபுன்னகையை வரவழைத்துக்கொண்டு, துக்கதினமாக அனுசரிக்கிறோம். அந்த நாட்களில் அப்பாவை 'ராஜசுந்தரம்' என்றே குறிப்பிடுவான் ரூமி.

அன்றைக்குக் காலை, சமையலறையிலிருந்து விசேஷமான வாசனைகள் வந்தன. ஊகித்தது போலவே அம்மா குளித்து விட்டுப் புத்தம்புது சேலையைக் கட்டிக்கொண்டு, தலை முழுக்க மல்லிகைப்பூ வைத்துக்கொண்டு வருவாள். "தி ப்ராகிராண்ட் மாம்" என்று ரூமி கத்தினான். அவர்களுக்கென்று பட்டாணிக் கறி செய்தாள். ஆம்லேட், சின்ன பெட்டியில் குலோப்ஜாமூன் ஆகியவற்றோடு உணவு தயார் ஆனது. ரூமி, இன்னும் உடை மாற்றிக்கொண்டிருந்தான். அம்மா, உப்புமா சேர்த்து அவன் வாயில் ஊட்டிக்கொண்டிருந்தாள் (வாட் எ ஸீன்). "பத்துமணிக்கு

எந்திக்குற, கொஞ்சம் முன்னாடி எந்திச்சு எனக்குச் சமையலுல உதவி செய்யலாம்ல" என்றாள், என் பக்கம் திரும்பி. காலையி லிருந்து சோர்வில் விழுந்ததை நினைவுசெய்துகொண்டு, தான் சிறுவயதில் என்னென்ன வேலைகள் செய்தாள் என்று, தன் பழைய நினைவுகளை எங்கள் முன்பு வைத்தாள். நான் எதுவும் பேசவில்லை. ஒரு காட்சியைக் கற்பனை செய்தேன். பதினைந்து வயது விஜயாம்மா உருவத்தைப் பற்றிய கற்பனை அது.(கத்தியால் கோழித் தலையை நறுக்கி, அதன் குடலை உருவி மாமிசத்தை நறுக்கியதைச் சொன்னாள்) கோழிக் கழுத்தைப் பிடித்துக் கொண்டு, கால்களால் கோழிக் கால்களைத் தரையில் மிதித்து, அந்தக் காட்சியைத் தொடர்புபடுத்திப் பார்த்தால் பெரிதாகச் சிரிப்பு வந்தது. "நீ தேவதைக் கதையின் பெண்ணாக எனக்குத் தெரியுற விஜயா" என்று கன்னத்தில் முத்தம் கொடுத்தபின், சமையல் அறையிலிருந்து வெளியே வருவோம்.

விடுமுறைக்குப் பின் பள்ளிக்கூடம் கோலாகலமாக இருக்கும். கூண்டுக் கதவு கொஞ்சநேரம் திறந்ததுபோல, எல்லாரும் உற்சாகமாக இருப்போம். முதல் இரண்டு வகுப்புகளுக்கு ஆசிரியர்கள் வரவில்லை. வகுப்பறையிலேயே அரட்டையடிப்போம். மூணு நாலாவது வகுப்புகளை ரத்து செய்து பட்டிமன்றம், பேச்சுப்போட்டிகள் வைத்தனர். கேண்டீன் அருகில் சமோசா சாப்பிடும்போது, பசங்க கும்பல் வந்தது. மூன்றாம் பிரிவைச் சேர்ந்த பையன் ஒருத்தன் என்னிடம் வந்து ரோஜாப்பூவைக் கொடுத்தான். நான் படபடப்பானேன். கால்களில் நடுக்கம். "பரவாயில்லை, எடுத்துக்கோ எனக்குச் சாதியெல்லாம் முக்கியம் கிடையாது", "என் கறுப்பு செம்பருத்தி ஐ லவ் யூ" என்றான். என் வாய் உலர்ந்துபோய்விட்டது. என்ன செய்யவேண்டும் என்று புரியவில்லை. "நீ என்ன கன்னி மேரியா" என்றான். கண்களில் கண்ணீர் வழிந்தது. கோபத்தோடு, வெறுப்போடு "பாஸ்டர்ட்" என்று பெரிதாகக் கத்தவேண்டும் போல் தோன்றியது. பேச்சு வரவில்லை. தொண்டைக்குப் பக்கவாதம் வந்துவிட்டதுபோல. அங்கிருந்து வேகமாக ஓடினேன். ஆடிட்டோரியத்தில் அமர்ந்தேன். ஆனால் இதயம் இன்னும் வேகமாகத் துடித்துக்கொண்டிருந்தது. "நோ நோ நான் பயப்படக் கூடாது. அவன் மேல புகார் கொடுக்கணும், அவனை விடக்கூடாது" என்று எனக்குள் நானே அழுத்தமாக நினைத்துக் கொண்டேன். பட்டிமன்றம் தொடங்கியதும், "முதலமைச்சரானால் தேசத்திற்கு என்ன செய்வாய்?" நான்சென்ஸ், சரியா தலைப்பு தேர்ந்தெடுக்க வராது. ஒவ்வொரு வரும் போய்த் தொடர்ந்து குப்பையை வாரிப் போட்டனர். அவர்களை மெச்சிக்கொண்டு கைத்தட்டல்கள்கூட. என்

டாக்டர். வி. சந்திரசேகர ராவ்

பெயரைக்கூடக் கொடுத்தேன். நான் மேடைக்குப் போகும்போது பின்னாலிருந்து கத்தல்கள், அவன் கையை அசைத்தான். விரல்களால் செக்ஸ் அடையாளம் செய்து காட்டினான். இம்முறை எனக்குள் நடுக்கம் வரவில்லை. கோபம் வந்தது. "நான் முதலமைச்சர் ஆகவேண்டும் என்று விரும்பவில்லை. ஒரு 'ரிவால்வர்' தேவையென்று நினைக்கிறேன்."

அதன் பிறகு நிறைய பேசவேண்டும் என்று நினைத்தேன். பேச்சு வரவில்லை. கண்களில் கண்ணீர் வரத்தொடங்கியது. "நோ!" என்று அழுத்தமாக எனக்குள் நானே நினைத்து, அழுகை தள்ளிக்கொண்டு வரும்போது, "எனக்கு ரிவால்வர் வேண்டும் போல் இருக்கிறது" என்று பெரிதாகக் கத்தி, மேடை மீதிருந்து இறங்கி வந்தேன். ஆடிட்டோரியத்தில் அமைதி. நீண்ட நேரம் யாரும் பேசவில்லை.

சாயங்காலம் வீட்டுக்கு வந்த பிறகும் பயம் குறைய வில்லை. கமெண்ட் செய்தபொழுது, அவன் முகத்தில் தெரிந்த துன்புறுத்தி மகிழும் ஆனந்தம், அவன் முகம் எனக்கு நினைவுக்கு வந்தது. பெண்களுக்கு இந்த ஹிம்சை தப்பாதா? என் வயதில் அம்மாவிற்கும்கூட இப்படிப்பட்ட அனுபவங்கள் வந்ததா? அம்மா, ஒருமுறை ஏரியில் அடித்துப்போன சங்கதி சொன்னாள். ஒன்பதாவது வயதில் குளத்தில் அல்லி பறிக்கப்போய் வெள்ளம் அடித்துப் போனது. ஆனால் இரும்புக் கதவைப் பிடித்துக் கொண்டு இரண்டு மணிநேரம் தொங்கிக்கொண்டு இருந்தாளாம். அம்மா, என்னை மாதிரி அவ்வளவு கூச்சமாக, பலவீனமாக இருப்பது இல்லையோ என்னமோ! அவளின் அத்தைகளைப் பற்றிச் சொன்னாள். அவர்களின் சரீர தசைகள் இறுகியிருக்குமாம். அடிதடி நடக்கும்போது முந்தானையை வரிந்துகட்டி கம்பை எடுத்துக்கொண்டு வருவார்களாம். அவர்கள் வயசுக்குவந்த நேரத்தில், ஒரு சாயங்கால வேளை (கொஞ்சம் இருள் கவிழ்ந்த சமயம்) சோளக் கொல்லையில் நடுவிலிருந்து நடந்து வரும்போது, ஒருத்தன் கையைப் பிடித்து இழுத்தானாம். அவனை, அந்த இருட்டில் அவங்க இரண்டுபேரும் சேர்ந்து நசுக்கி எடுத்துட்டாங்களாம். அவன் அப்படியே சுயநினைவு இழந்துவிட்டானாம். அவன் செத்துப்போயிட்டான்னு நினைத்துக்கொண்டு, அத்தைகள் இரண்டுபேரையும், இரண்டு மாதம் உறவுக்காரங்க ஊர்லயே மறைத்துவைத்தாராம் தாத்தா.

அம்மா, கறுப்பாக இருந்தாலும் (கறுப்பு இல்லை, பார்ப்பதற்கு அப்படித் தெரியும்) அழகாக இருப்பாள். பள்ளி இறுதிவகுப்பு தேறியிருந்தாள். டீச்சர் டிரெயினிங் கோர்ஸ்கூடப் படித்தாள். அம்மாவின் அழகைப் பார்த்து அப்பா இஷ்டப் பட்டார் என்று சொன்னாள். வட்ட முகம் எடுப்பான சரீரம்

விசாலமான நெற்றி சிரிக்கும்போது கன்னத்தில் குழி விழும் கண்கள், தீபம் போல் இருக்கும் பார்வைகள் தீட்சண்யமாக விளக்கொளிபோல் பிரகாசிக்கும் "இப்பம் இப்படி மென்மையா இருந்தாலும், சின்ன வயசுல ரௌடியா இருந்தேன்" என்றாள் அம்மா. இப்படிச் சேட்டை பண்றவங்க எதிரில் வந்தால், அம்மா என்ன செய்வாள்? அம்மா நல்ல மூடுல இருக்கும்போது கேட்க வேண்டும்.

சாயங்காலம் முழுக்க என் அறையிலேயே இருந்தேன். "குளிச்சிட்டுக் கீழ வா" என்று அம்மா அழைத்தாள். குளித்து விட்டுக் கொஞ்சம் காபிக் குடித்ததும் பயம் குறைந்து கொஞ்சம் உஷார் வந்தது. "வா நட, அப்படியே வாக்கிங் போலாம்" என்று கிளம்பினாள். இருள் மெதுவாகச் சூழ்ந்தது. ரோட்டோர மாகவே நடந்து போனோம். மெல்லிய காட்டன் சேலையோடு, உலாவிற்குப் போகிற பெண்போல இருந்தாள் அம்மா. நன்றாக அடியெடுத்து வைத்தாள். தெருவிளக்கு வெளிச்சத்தில், சுற்றி யிருக்கிற பங்களாக்களின் நிழல்கள் சாலைமீது பரந்து விரிந்து இருந்தன. நகரம் முழுக்கக் கறுப்பு முகமூடியில் அழகை மறைத்துக்கொண்ட பெண்கள்போல இருந்தது. பிள்ளைகள் கத்திக்கொண்டு விளையாடும் சத்தங்கள் கேட்டன. அங்கங்கே கார்கள், ஆட்டோக்கள் நிரந்தரமாகப் வந்துபோய்க் கொண்டிருந்தன. பேக்கரிகளைச் சுற்றித் தாய், தந்தையர்கள் சூழப் பிள்ளைகள் இருந்தார்கள் பீட்சா, பர்கர் தின்றுகொண்டு. இருவரும், கிட்டத்தட்ட மூன்று கிலோ மீட்டர்கள் நடந்தோம். நன்றாக இருட்டிவிட்டது. வரும்போது பீட்சா கார்னர் அருகே நின்று, இரண்டு கோக் பாட்டில் வாங்கிட்டுவா என்று பணம் கொடுத்தாள். ஒரு கம்பியில் சாய்ந்துகொண்டு கோக் குடிக்கும் போது "ரொம்ப டிஸ்டர்ப் ஆயிருக்குற இல்லயா, உள்ளுக்குள்ள மறைச்சுகிட்டு, உட்கார்ந்து அழுதுகிட்டு, நீ இப்படி ரியாக்ட் ஆவது நல்லாயிருக்கு. அவ்வளவு எமோஷன் ஆகாம கொஞ்சம் கூலா இருந்தா நல்லாயிருக்கும். அந்தப் பையனைச் சஸ்பெண்ட் செய்யுறோம்னு சொன்னாங்க. ஆனா வார்னிங் கொடுத்து விட்டுவிடுங்கன்னு சொன்னேன். இதெல்லாம் பெண்களுக்குத் தப்பாமல் வரும் தொல்லைகள். பயப்படக்கூடாது. நீ கான்பிடென்ட்டா இருக்குறவரைக்கும், இந்தக் கமெண்ட்டுகள் எல்லாம், உன்னை எதுவும் செய்யாது. ஆம்பளைகளோட மலிவான ஆயுதம் ஈவ்டீசிங். சில வேளைகளில் கத்தியால் குத்துறமாதிரிதான் இருக்கும். பீரியட்ஸ் ஆனதும், நாப்கின்னைத் தூரமா டஸ்ட்பின்னுல போடுறோம்லா. அப்படி, இந்தக் கமெண்ட்டுகளை டிஸ்போஸ் செய்யணும்" என்று தோள்மீது கைபோட்டுக்கொண்டு, என்னை நெருக்கமாகக் கட்டிக் கொண்டாள். 'அம்மாதானா!' என்று ஆச்சர்யப்பட்டேன்.

வீட்டில் அப்பாவின் துன்பங்களை, அவ்வளவு மௌனமாகத் தாங்கிக்கொள்கிற அம்மாதானா இது என்று தோன்றியது. உள்ளேயிருந்த பயமெல்லாம் குறைந்து போனது. அம்மா, சர்ச் பாட்டொன்றை ஹம்மிங் செய்துகொண்டு நடந்தாள். சாலை முழுக்கத் தீபமயமாக இருந்தது. நாங்கள் வெளிச்ச சமுத்திரத்தில் நடந்தது போலிருந்தது.

அதற்கு மறுநாள் எங்கள் பக்கத்துத் தெருவில் ஒரு சோகம். நாகபூஷணம் என்ற மாவட்ட நீதிபதி தற்கொலை செய்து கொண்டார். அவர், அப்பாவிற்கு நல்ல நண்பர். எங்களுக்குத் தூரத்து உறவும்கூட. கம்பீரமான தோற்றம் அவருடையது. மனிதரைப் பார்த்தாலே கௌரவமாக வணங்க வேண்டும் என்று தோன்றும். நேர்மையாக இருக்கிற, மன தைரியம் உடைய நீதிபதி என்று பெயரெடுத்தவர். தற்கொலை செய்துகொண்ட செய்தியுடன் ஊழல் காரணமாகவே தற்கொலை என்ற பிரச்சாரமும் வந்தது. அந்த மரணம், ஒரு அதிர்ச்சி எங்களுக்கு. அம்மா, அப்பா இருவரும் இரண்டு நாட்கள் அவர்கள் வீட்டிலே இருந்தனர். எனக்கும் ரூமிக்கும் இது ஊகிக்க முடியாத அதிர்ச்சி தான். போலீஸ் வர, போஸ்ட்மார்ட்டம், மருத்துவமனையில் இருந்து சவத்தை எடுத்துவருவது, எங்கே அடக்கம் செய்ய வேண்டும் என்று சர்ச்சை (அவரின் சொந்த ஊருக்கு எடுத்துச் செல்ல வேண்டும் என்று, அவரின் தாய் தந்தையர் பிரச்சினை செய்தனர்), சர்ச்சுக்குச் சம்பந்தமுடைய பரியல் கிரவுண்ட்லயா, இல்லை, இந்து மயானத்திலயா போன்ற சர்ச்சைகள் வந்தன. அவரின் மனைவியும் பிள்ளையும் அவரைக் கல்லறைத் தோட்டத்தில் புதைக்க வேண்டும் என்று ஒரேயடியாகப் பிடிவாதம் பிடித்தனர். சர்ச்காரர்கள் ஒப்புக் கொள்ளவில்லை (அவர் சர்ச் உறுப்பினர் கிடையாது). கடைசியில், அப்பாவின் குறுக்கீட்டால் அந்தப் பிரச்சினை தீர்ந்தது. இதெல்லாம், இரண்டு நாள் வேலை. இரண்டு நாட்களைப் பயத்தோடு கழித்தேன். சாவை அருகில் இருந்து பார்ப்பது அதுவே முதல்முறை. அதிலும், அப்படிப்பட்ட சாவு. அந்த இரண்டு ராத்திரிகளும் தூக்கம் வரவில்லை.

அதற்கு மறுநாள், தண்டோரா தலைவர்கள் செய்தித் தாளில் அறிக்கை விட்டனர். நீதிபதி நாகபூஷணம் தற்கொலைக்கு விசாரணை நடத்தவேண்டும். என்று சாதியின் பெயரால் அவரை இம்சை செய்ததால் இது தற்கொலை கிடையாது, கொலையென்று. (நாகபூஷணத்தின் தந்தையைக்கூடச் சந்தித்தார்கள். அப்பா, எதற்கும் ஒன்றும் சொல்லவில்லை) இந்தச் செய்தியால், ஒருவாரமாக ஊரெல்லாம் அல்லோகலம் தில்லோகலம் ஆனது. நாகபூஷணம் டைரியில், எல்லா விசயமும் இருக்கிறதென்றும் டைரியைச் சாட்சியாக எடுத்துக்கொண்டு,

வழக்குப் பதிவுசெய்ய வேண்டும் என்றும் கோரினார்கள். அவர்கள் மாவட்ட ஆட்சியர், மாவட்ட நீதிமன்றம் முன்பு ஊர்வலம் சென்றார்கள்.

அந்த வாரம் முழுக்க அம்மா நாகபூஷணத்தின் வீட்டிலேயே இருந்தாள். அத்தை, (மேரியம்மா அவரின் பெயர்) ரொம்ப அப்பாவியான மனுஷி இந்தச் சாவை ஜீரணிக்க முடியாமல் போனார். அவர்களுக்கு ஒரே பெண். இன்டர் படித்துக் கொண்டிருந்தாள். அந்தப் பெண், கொஞ்சம் தைரியமாக இருந்தாள். ராத்திரி வேளையில் அம்மாவுடன் சேர்ந்து, நானும் அவர்களின் வீட்டுக்குப் போகவேண்டி இருந்தது, அந்தப் பெண்ணிற்குத் துணையாக. விசாலமான வீடு அவர்களுடையது. வீட்டைச் சுற்றி, அழகான தோட்டம் இருந்தது. (வழக்கமாக எவ்வளவோ அழகாக இருக்கிற தோட்டம், ராத்திரி வேளையில் நிழலாகப் பரவிப் பயத்தைத் தருவதாக இருந்தது) உறவுக்காரர்கள் அனைவரும் சென்றுவிட்டனர். அவர்கள் இருவர் மட்டுமே இருந்தனர். வீடு முழுக்க, விளக்குகள் போடப்பட்டிருந்தது. (விளக்கை அணைத்தால் பயமாக இருக்கிறது என்றார் அத்தை) அவ்வளவு விளக்கு வெளிச்சத்திலும், வீடு இருட்டில் சோகமயமாக இருந்தது. அம்மா, இருவருக்கும் சாப்பாடு கொண்டு வந்தாள். அத்தை ஓர் உருண்டைகூடத் தின்னவில்லை. உருண்டையை வாயில் வைத்ததும், புருஷன் பற்றிய நினைவு வந்து, கண்ணீர் வடித்தார்.

நீதிபதி வீட்டில், ஒரு ராத்திரிகூட, அதிகமாக இருக்க முடியாமல் போனேன். ராத்திரி முழுக்க, அவர் வீட்டிலேயே சுற்றுவது போல் தோன்றியது. அவர் பேசுவதுபோல, என் எதிரே நின்று கட்டணங்களின் பட்டியலைப் படிப்பதுபோல, பயத்தில் நடுங்கிப்போனேன். நடுராத்தியில் எப்பொழுதோ விழிப்பு வந்து, பெரிதாக அழுவது போல் தோன்றி, விளக்குப் போட்டுப் பார்த்தேன். சரோஜா (நீதிபதியின் மகள்) படுத்திருந்தாள். அந்த ராத்திரி முழுக்க அழுகைச் சத்தங்கள் கேட்டுக்கொண்டே இருந்தன. சரோஜா மௌனமாக இருந்தாள். எதுவும் பேசுவது கிடையாது. காலையில் வழக்கம் போல் எழுந்தாள். எனக்குக் காபிக் கொடுக்கும்போது கவனித்தேன். சரோஜா, அன்றைக்கு ராத்திரி முழுக்கத் தூங்கவில்லையென்று. முகம் உப்பியிருந்தது. கண்களில் கண்ணீரோ துக்கமோ மெல்லிய திரைப் படர்ந் திருந்தது. பேசிப் பேசி உதடுகளைக் கடித்துக்கொண்டு, நான் சரோஜாவை அப்படியே பார்த்துக்கொண்டிருந்தேன். கனவுக் காட்சியாய் இருக்கிற பெண். இதுவரைக்கும் பலமுறை, அவர்கள் வீட்டுக்குச் சென்றிருக்கிறேன். அந்தப் பெண், கலகலவென்று பேசுவாள். அவர்களின் தோட்டத்திற்கு அழைத்துச் சென்று,

பூச்செடிகளைக் காண்பிப்பாள். தினமும் அந்தப் பெண்ணின் அப்பாவும் அவளும் கார்டனிங் செய்வார்கள். அம்மா, சமையலறையில் இருந்ததுபோல் தெரிந்தது. அவர்களுக்குச் சிற்றுண்டி செய்தாள். நான் எழுந்து, அவர்களின் தோட்டத்தில் கொஞ்சநேரம் நடந்தேன். தோட்டம்கூட, இரங்கல் தெரிவிப்பது போல் இருந்தது. பல செடிகளில் பூக்கள் இல்லை. மரத்தைச் சுற்றி இலைகள் வட்டமாக விழுந்து கிடந்தன. பறவைகள் வருவதை விட்டுவிட்டன. காலையில் பறவைகளின் சத்தங்கள் கேட்கவில்லை. ஒரு மரத்துக்குக் கீழ்ப் பயத்தோடு அமர்ந்திருந்தேன். "சரி போலாம்" என்ற அம்மாவின் குரல் கேட்டு எழுந்தேன். என் தோள்மீது கையைச் சுற்றிக்கொண்டு, அன்போடு என் தலையை நிமிர்த்தினாள். அந்த ஸ்பரிசத்தில், விசித்திரமான ஆறுதல் தெரிந்தது. அவள் எதுவும் பேசுவது இல்லையென்றாலும், தன் ஸ்பரிசம் வழியாக எனக்கு எத்தனையோ விஷயங்களை விழிப்புணர்வு தந்ததுபோல் தோன்றியது. மரணம் பற்றி, நெருக்கமானவர்களை இழந்தது பற்றி, அந்தத் துக்கம், அந்தக் கவலை பற்றி எங்கள் இருவருக்கும் இடையில் நடந்தது போலத் தோன்றியது.

நீண்ட நேரம், அப்படியே அம்மாவின் தோள்மேல், வாடிப் போனது போல் சாய்ந்துகொண்டு நடந்தேன். நீதிபதியின் மனைவி, நினைவுக்கு வந்தார். முகம் உப்பி, சிவந்த கண்களோடு இருக்கிற சரோஜா நினைவுக்கு வந்தாள். "எவ்வளவு கவலை, தீர்க்கமுடியாத கவலை இல்லையா அம்மா"என்றேன்.

"ஆமாம்மா"என்றாள் அம்மா.

வீட்டை அடைந்ததும், குளியலறைக்குள் நுழைந்தேன். சுடுதண்ணீரில் குளித்தேன். அம்மா சமையலறையில் இருந்தாள். அம்மாவிடம் காஃபி வாங்கும்போது, அவளின் சரீரத்திலிருந்து விசித்திரமான வாசனை. அது காஃபி, உப்புமா வாசனையா இல்லையென்றால் அம்மாவின் தனித்த வாசனையா புரியவில்லை.

8

ஞாயிற்றுக்கிழமை நாளிதழில் அப்பாவின் கட்டுரை வந்திருந்தது. "நீதிபதி நாகபூஷணம் மரணம். சமகாலத் தலித் சோகம்" என்று முழுப் பழியையும் அமைப்புகள் மீதும் தலித்துகள் மீதும் பாகுபாடு காட்டும் நிலைமைகள் மீதும் போட்டு, சட்ட அமைப்புகளில் வேரூன்றிய சாதி அந்தஸ்து குறித்து, மிகவும் தீவிரமான வார்த்தைகளில் அப்பா எழுதிய கட்டுரை, கிட்டத்தட்ட பரபரப்பை உருவாக்கியது. (தண்டோரா தலைவர்கள் சொல்லியதையே அழகான பாஷையில் எழுதியிருந்தார்) அவரின் மரணத்திற்கு நீதி விசாரணை நடத்தவேண்டும் என்று கோரியிருந்தார். அவரின் கட்சிக்காரர்கள் சிலரோடு சேர்ந்து நீதிமன்றம் வரை, ஊர்வலமாகப் போய் (கறுப்புப் பட்டை அணிந்து) மாவட்ட நீதிபதி யிடம் விண்ணப்பக் கடிதம் கொடுத்து வந்தார். கட்சிக்காரர்களிடம் கலந்து பேசி அதற்கு மறுநாள், நீதிமன்ற வளாகத்தில் ஒருநாள், முழு உண்ணாவிரதப் போராட்டத்துக்கு ஏற்பாடு செய்தார். (தண்டோரா தலைவர்களுக்கு இந்தப் பரிமாணம் புரியவில்லை.) இந்த விஷயத்திற்காக, ஹைதராபாத்தில் அடாவடி செய்தனர். சட்டசபையில் இது குறித்து விவாதிக்கப் பட்டது. மாவட்டம் முழுதும், இந்த விசயம் பற்றிய விவாதமே. உயர்நீதிமன்ற நீதிபதி கொண்டு, விசாரணை நடத்த உத்தரவிட்டது அரசாங்கம். இதெல்லாம் ஒரு பக்கமென்றால், அப்பா ஏற்பாடு செய்த இரங்கல் கூட்டம் இன்னொரு பக்கம்.

வெயில், அதிகமாக இருந்த ஒரு மத்தியானம் கூட்டம் தொடங்கியது. அவ்வளவு மக்கள் வருவதை, நான் கற்பனைகூடச் செய்யவில்லை. (உண்மையில் அது ஜாதிக் கூட்டமாக நடந்தது என்று பலபேர் கிசுகிசுத்தனர்.) ஆச்சரியமாக,

அப்பா, தண்டோரா தலைவர்களைக்கூடக் கூட்டத்திற்கு அழைத்திருந்தார். சர்ச் பெரியவர்கள்கூட வந்திருந்தனர். சுமார் பத்தாயிரம்பேர் வந்த கூட்டம் அது.

கறுப்பு நிறக் காகிதத் துணியால் அலங்கரிக்கப்பட்ட மேடைமேல், மிக உயரத்தில் நாகபூஷணம் அங்கிளின் போட்டோவை வைத்தனர். போட்டோவுக்குக் கீழே "எத்தனை நாட்களாக அவமானங்கள்" என்று சிவப்பு எழுத்துக்களால் எழுதப்பட்டிருந்தது. மேடையின் மேல், விம்மிக்கொண்டு, வயதான தம்பதியர் (நாகபூஷணம் அங்கிளின் தாய் தந்தையர்) உறுப்புகளின் மூட்டைப்போல மேடையில் ஒரு பக்கம் ஒதுங்கி அமர்ந்திருந்தனர். நாகபூஷணம் அங்கிளின் தாய் துக்கத்தைப் பொறுக்கமுடியாமல் கதறிக் கதறியழுதார். கூட்டத்திற்கு வந்த பொழுது, அந்தக் காட்சி இதயத்தைப் பிழிவதுபோல் இருந்தது. மேடையின்மேல் நாற்காலி போடப்படவில்லை. பேச்சாளர்கள், நான்குபேர் மட்டும் மேடைமேல் அமர்ந்திருந்தனர். சர்ச் ஃபாதர், இயக்கங்கள் நடத்தும் தலித் தலைவர்கள், ஆளும் கட்சிக்குத் தொடர்புடைய தலித் மந்திரி, இரண்டு தலித் வழக்கறிஞர்கள். மேடையின் மேலிருந்து பார்த்தால், கீழே அவ்வளவு கறுப்புநிற சமுத்திரம் இருக்கிறதோ என்று தோன்றியது. எல்லா இடத்திலும் கறுப்பு வண்ணக் கொடிகள் சோகத்தோடு பறந்துகொண் டிருந்தன. கட்சி ஆதரவாளர்கள் ஒவ்வொரு ஐந்து நிமிஷத்துக்கும் ஒருமுறை "நாகபூஷணம் அமர்ஹய்!" என்று கோஷங்களை எழுப்பினர். (இந்தக் கோஷங்கள், அலங்காரம் இல்லாமல் இருந்தால், எவ்வளவு நன்றாகயிருக்கும் என்று நினைத்தேன்) அமைதியாக இருந்த அந்தச் சின்ன நகரத்தில், ஒரேயடியாகச் சலனம் வந்தது. அம்மா, நான், ரூமி மூவரும் நாகபூஷணம் அங்கிளின் குடும்பத்தோடு சேர்ந்து முன்பே வந்தோம். முன் வரிசையில் அத்தைக்குப் பக்கத்திலே அம்மா அமர்ந்தாள். சரோஜா, ரூமி, நான் மூவரும் இரண்டாம் வரிசையில் அமர்ந்தோம். கூட்டத்தில் ஓர் உத்வேகம். துக்கம். வழக்கமான கூட்டத்தில் இருக்கிற இரைச்சல்கள், கத்தல்கள், ஒலிகள் போன்றவை இல்லை இங்கே. அவரவர்கள் மௌனமாக அமர்ந்திருந்தனர். மதிய வெயிலில் வியர்த்து வழிந்தது. பக்கத்தில் இருந்தவர்கள் சேர்ந்து நாகபூஷணம் பற்றிப் பேசிக்கொண்டிருந்தனர். அசல் விசயத்தைக் கொஞ்சம் உணர்ச்சியுடன் கலந்து, கொஞ்சம் கிசுகிசு ஜோடித்ததில் மர்ம நாவல் போலப் பரபரப்பாக மாறியது நீதிபதியின் மரணம். மேடையின் அருகில் நான்கைந்து மரங்கள் இருந்தன. வெயிலின் தாக்கத்தைப் பொறுக்கமாட்டாமல் பல பேர் அந்த மர நிழலுக்குச் சென்றனர் (பதினோரு மணிக்குத் தொடங்கவேண்டிய கூட்டம், மந்திரியின் வருகைக்காகப்

பன்னிரண்டுமணிவரை காத்துக்கொண்டிருந்தது) காற்று ஸ்தம்பித்துப்போய், மர இலைகள் அசையாமல் ஒரே வெக்கை யாக இருந்தது. மரத்தின்மேல் பறவைகளின் சப்தங்களைத் தவிர, கூட்டம் மொத்தமும் அமைதியாகயிருந்தது ஆச்சர்யத்தைத் தந்தது. முன்னதாகப் பிரபல தலித்கவி, தன்னுடைய கவிதையைப் படிக்கத் தொடங்கினார். கூட்டம் மொத்தமும் ஒரேயடியாக அமைதியானது. நீல வண்ணச் சூரியன், துக்க உதயம், மரணக் கதைகள் போன்ற பதங்கள் தவிர, அவரின் கவித்துவம் எனக்குப் பெரிதாகப் புரியவில்லை. ஆனால் அவர் கவிதை வாசித்த முறை நன்றாகயிருந்தது. நேரடியாக, இதயத்துக்குள் ஒரு பெரிய வேதனை நுழைந்ததுபோல் இருந்தது. கவலையோடு இருந்த மனத்தை மீண்டும் கொஞ்சம் முறுக்கியது போலிருந்தது. மூச்சுக் கூட விடாமல், அவர் தன் கவிதைகளைப் படித்துக்கொண் டிருந்தார். அவர், கவிதையைப் படிப்பதன் வாயிலாகக் கூட்டத்தில் ஓர் ஒருமித்த மனநிலையை உருவாக்கினார். அவர் வாசித்து முடித்ததும் ஒரேயடியாகக் கோஷங்கள் எழுந்தன. (இந்தக் கோஷங்கள் இல்லையென்றால் நன்றாகயிருக்குமே என்று தோன்றியது) வருத்த மனநிலை, சோகங்கள் அப்படியே கொஞ்ச நேரம் நீடித்தால் நன்றாகயிருக்குமே என்று தோன்றியது. அங்கே அமர்ந்திருந்த அவ்வளவுபேரும், அப்படியே ஒரு துக்க நிலையில் இருப்பது எனக்கு மர்மமாக இருந்தது. எவரோ மொத்த துக்கத்தை யும் மந்திரித்து அந்த மைதானத்தில் விட்டுவிட்டார்களோ என்று நினைத்தேன். நானும் அழுதால் நன்றாகயிருக்கும் என்று (அசௌகர்யம் போன்றது) உணர்ந்தேன். அனைவரும் உத்வேகமான மனநிலையில் இருந்தனர் என்று தோன்றியது. மந்திரி வருகையால் அமைதியான இடம் பரபரப்பானது. அந்த இடம் ஒரேயடியாகக் களேபரமாக மாறியது. ஆதரவாளர்கள் துப்பாக்கி ஏந்திய காவலர்களை அழைக்காமல் மௌனமாக வந்து அமரக்கூடாதோ என்று தோன்றியது.

நாகபூஷணம் அங்கிளின் தாய்தந்தையர், பேசத் தொடங்கியதோடு கூட்டம் ஆரம்பித்தது. நீதிபதியின் பால்ய காலம், பால்ய காலக் கஷ்டங்களை (பால்ய கதைகள் எல்லாம் ஒரேமாதிரியாக இருப்பது ஆச்சரியத்தைத் தந்தது. ஒரே கதையைப் பலமுறை கேட்டதுபோலத் தோன்றியது) விவரித்ததும், "என் புள்ளைய பெருசா சொல்லல. அவன் கடவுள். ஏசய்யாவா என் வீட்ல பிறந்தான்" என்று கத்தி அழுதார். எழுபது வயது முதியவர், அப்படிக் கண்ணீர் சிந்துவது இதயத்தைப் பிழிந்தெடுத்ததுபோல் இருந்தது. நீதிபதியின் அம்மா கொஞ்சம்கூடப் பேசவேயில்லை "அய்யா! பூஷணம்!" என்று அழத்தொடங்கினார். மார்பில் அடித்துக்கொண்டு,

இதயமே உடையும்படியாக அழுதார். (அவர்களை இங்கு அழைத்துவந்து, இந்த விளம்பரம் எதற்கு என்றான் ரூமி, கண்ணீரைத் துடைத்துக்கொண்டு எனக்கு அதில் தவறு எதுவும் காணப்படவில்லை. இரங்கல் கூட்டத்தில் துக்கங்கள், அழுகைகள் இல்லாமல் வேறு என்னதான் இருக்கும்?)

மேடையில் நான்குபேர் மட்டுமே அமர்ந்திருக்க, பேசியவர்களோ இருபதுக்கும் மேல் அதிகமாக இருந்தனர். மக்கள் மத்தியிலிருந்து ஆவேசமாகக் காணப்பட்ட நிறையபேர், மேடைக்கு வந்தனர். அவர்கள் அனைவரின் பேச்சிலிருந்தும் நாகபூஷணம் என்ற மனிதரின் வாழ்க்கை வரலாறு மொத்தமும் தெரிந்துகொண்டேன். அது அவரது வாழ்க்கையே கிடையாது. கிட்டத்தட்ட, அது அங்கிருந்த அனைவரின் வாழ்க்கையைப் போல இருந்தது. அந்தக் கூட்டம் எனக்கு ஒரு பெரிய பாடம் போன்றது. ஜாதிப் பற்றி, ஜாதிப் பாகுபாடு பற்றி, எத்தனையோ விசயங்கள் எனக்குத் தெளிவானது. நகரத்தில் பணம் இருக்கிற தந்தையின் வளர்ப்பில், எல்லாம் இலைப்பச்சை கனவு வாழ்க்கையாக நினைத்த எனக்கு, கறுப்புத்துக்க வண்ணம் கண்முன்பு காட்சிகொடுத்தது. உளவியல் ரீதியாகத் தாக்குதல் நடந்தால், அவமானம் எப்படி நம்மைத் துன்புறுத்துகிறது என்று புரிந்தது. என்னிடமிருந்து மறைக்கப்பட்ட எத்தனையோ மர்மங்கள், மெல்லமெல்ல முடிச்சு அவிழ்க்கப்பட்டதாகத் தோன்றியது. அதுமட்டுமல்ல, அந்தக் கூட்டத்தில் எனக்குப் புரிந்த இன்னொரு விஷயம், அடுப்பில் விறகு எரிவதுபோல, நம் உத்வேகங்கள் முக்கியமாக, கோபங்கள், எதிர்பார்ப்புகள் போன்றவற்றை எப்படி நமக்குள் நுழைய விடுகிறோமோ அவை அனைத்தும், ஒரே நேரத்தில் காட்டுத்தீப் போன்று கொழுந்துவிட்டு எரிகின்றனவோ என்று பார்த்தேன். மெஸ்மரிசம் போன்ற ஒரு செயல்முறையை இங்கு அமல்படுத்துகிறார்கள் என்று தெரிந்தது. ஒரு முறைப்படி மெல்ல முதலில் துக்கத்தை நமக்குள் நுழைய வைத்து, மெதுவாக ஓர் ஆத்திரத்தை, ஏறுவரிசையில் படிப்படியாகக் குதிக்கவைக்கிற செயல்முறையை நான் பார்த்தேன். (அப்பா பேசிய ஒருமணி நேரம் இருபது நிமிட சொற்பொழிவில் அப்படியொரு செயல்முறை தெரிந்தது). ஒரு கணம், ‘கமலா’ என்ற நான் மொத்தமும் அழிந்துபோய், (நான் மாணவி, நான் டீன் ஏஜ் பெண், நான் ராஜசுந்தரத்தின் மகள் போன்ற விசயங்கள் மறந்துவிட்டன) வெற்று ஆவேசம், மனிதனின் உயரம் எப்படி ஆயுதமாகப் மாறிப்போகும் என்று புரிந்தது. கூட்டத்திற்கு முன்பு வரை, வெறும் பயம் இருந்தது. (அதாவது எங்களுக்கு நெருக்கமான மனிதரை மறுபடியும் பார்க்கமுடியாது என்ற நிஜம் காரணமாக) ஆனால், முடிவில்,

அது என்னவோ என் மரணமே நிகழ்ந்தது போல, என்னை நானே காப்பாற்றிக்கொள்வதற்கு, நானே பழிவாங்குபவளாக மாறவேண்டும் என்று ஆத்திரமாக மாறியது, எனக்கு அது ஆச்சர்யமாக இருந்தது. (கூட்டம் முடிந்த இரண்டு, மூன்று நாட்களில் இந்த ஆத்திரத்தின் தீவிரம் குறைந்தாலும், உள் உணர்வுகள் மாத்திரம் என்னைத் துரத்திக்கொண்டே இருந்தன.) கூட்டம் முடிந்தாலும் நிறைய இளைஞர்கள், நீதிமன்றம் போய், கோஷங்கள் எழுப்பி, கடுமையாகக் கத்தி, அதன் வெளிவாயிலை உடைத்ததால் போலீஸ் குறுக்கீடு செய்யவேண்டிய நிலைமை வந்ததென்று ரூமி சொன்னான். அப்பாவுக்கு முன்பாகப் பேசியவர்கள் வழக்கமாகப் பேசினார்கள். நாகபூஷணம் என்ற பெரிய மனிதரிடம் தங்களுக்கு இருக்கும் இணைப்பை யும் நினைவுகளையும் சொன்னார்கள். சர்ச்ஃபாதர்கூட, 'நாகபூஷணம் மிகப் பெரிய மனிதர், கடவுள், தன் பிள்ளைகள் எப்படி இருந்தால் சந்தோசப்படுவாரோ, அப்படி இருந்தார் அவர்' என்று விவரித்தார். மந்திரியின் சொற்பொழிவும் அப்படியே தொடங்கியது. அப்பாவின் சொற்பொழிவோ, மரணத்திலிருந்து ஜாதி என்ற பாகுபாட்டிற்கு வந்து ஜாதி வரலாற்றுக்குள் அவமானம் என்பது எப்படி இருக்கிறது, அதன் வண்ணம்– சுவை –வாசனை – அதன் உளவியல் விளைவுகள் போன்றவற்றை அற்புதமான மொழியில், சிலிர்ப்பான குரலில் பேசினார். தொண்டை கிழியப் பேசவில்லை. மெல்லிய ஸ்வரத்தில் மிகவும் பொதுவான பாஷையில் பேசினார். ஆனால் பேசிய ஒவ்வொரு வார்த்தையும் நேரடியாக இதயத்திற்குள் நுழைந்தது அற்புதம். ராஜசுந்தரம் என்ற பெரிய ஆளுமையை, நான் முதல்முறை யாகப் பார்த்ததுபோல் தோன்றியது. அவரது முரட்டுத்தனமான உணர்வுகளை மனைவி, பிள்ளைகள் மேல் தேய்க்க, சாடிஸ்ட் அப்பாவாக மாத்திரமாகத் தெரிந்த கோபம் வந்தால் மிகக் கொடூரமாக அடிக்கிற அநாகரிகமான ஆண் விலங்காக மாத்திரமே தெரிந்த ராஜசுந்தரத்தின் புதிய உருவத்தைப் பார்த்தேன். சின்ன சின்ன விஷயங்கள், நாகபூஷணம் அங்கிளின் பால்யம் குறித்துச் சொல்லத் தொடங்கினார். மண்ணெண்ணெய் விளக்கு மாத்திரமே இருந்த குடிசையில் படித்த இளைஞர். பள்ளி இறுதித்தேர்வில் மாவட்டத்திலேயே முதலாவதாக வந்த விஷயத்தைச் சொன்னார். ஒரு ஜோடி ஆடை, ஒரு வேளை சோறு, விடுமுறையில் வயல் வேலைகள், அந்தக் குடும்பத்தில் ஆறு பேரும் கஷ்டப்பட்டு, ஒருவரைப் படிக்க வைத்தனர். மிகச் சாதாரண விசயங்களை, வண்ணமயமான சித்திரமாகக் கண்முன் கொண்டுவந்தார். அதன் பிறகு நாகபூஷணம் அங்கிள் வாழ்க்கையில் சம்பவங்கள் எதுவும் இல்லை. எல்லாம் அவமானங்கள், சாகிறவரைக்கும் நூற்றுக்கணக்கான

சம்பவங்களே. (நாகபூஷணம் அப்பாவிடம் சொன்னவை) எல்லாம் அவமான சரித்திரம், காயம்பட்ட சரித்திரம், பயமுறுத்தும் தனிமை போன்றவை. அவர் உடல் ரீதியாகச் சாகும் வரைக்கும் உள்ளேயே எரிந்தது. ஆனால், அவர் சாகவேண்டும் என்ற செயல்முறையைத் தொடங்கியது முப்பது வருடங்களுக்கு முன்பு என்று, அப்பா சொன்ன விதம், பயத்தை ஏற்படுத்தியது. "ஆத்மாவிற்கு ஓய்வு எங்கே இருக்கிறது? தினசரி சாகிற இந்த நிலைமையிலிருந்து நமக்கு ஏதாவது விடுதலை உள்ளதா" என்ற கேள்வியை எழுப்பினார். "நாம் எல்லாரும் இதற்காகத் தானே, எல்லா ஆண்டுகளும் சண்டையிடுவது. நாகபூஷணம் பெரிய பக்திமான். சர்ச்சுக்கு ஒவ்வொரு ஞாயிற்றுக்கிழமையும் செல்வார். இந்த ஹிம்சையிலிருந்து விடுதலை கிடைக்குமோவென்று, எந்தப் பயனும் கிடைக்கவில்லை. பரமபிதாகூட, அவரைக் காப்பாற்ற முடியாமல் போனார். கல்வி என்பது தன்மைக்கான வெகுமதி என்று எண்ணி, நம்மவர்கள் எவரும் படிக்காத பெரிய பெரிய படிப்புகள் படித்தார். இத்தனை படிப்புகளுக்குப் பிறகுகூட, அவர் ஒரு தீண்டத்தகாதவராக இருந்தார். பெரிய பங்களா, கார், நீதிபதி பதவி, என்னவென்று யூகிக்கலாம். இவையெல்லாம் சரீரத்தோடு சம்பந்தமுடையது. ஆத்மா என்றால் என்ன? ஒரு விசாரிப்பு இருக்காது. சிறுபுன்னகை இருக்காது. திறமைக்கு அடையாளம் இருக்காது. ஆன்மா, அனாதையாக வாழ்வது என்றால் புரிகிறதா? மனதின்மேல் தினசரி கத்தியை வீசி, கல் எறிந்து, அந்த அனுபவத்தைக் கற்பனை செய்து பாருங்கள். சிறிய விஷயங்கள், தீண்டத்தகாதவர் என்று... ஓ... இதுவா, ஓ... அவரின் எல்லாம், இவர்கள்தான் பெரிய திறமைகாட்டினால், அந்த... இதுதான், இரத்தம் தரையில் விழுந்தால், இதுதான் அவர்களின் வாழ்க்கை. கற்பனை செய்யுங்கள் ஓர் இலைப்பச்சைச் செடிக்குத் தண்ணீருக்குப் பதிலாக, நெருப்பை ஊற்றினால் எத்தனை நாள் வாழமுடியும்? இது நாகபூஷணம் அவர்களின் விஷயம் கிடையாது. ஒருமுறை உங்களுக்கு உள்ளாகவே நீங்கள் பாருங்கள், இது, நம் அனைவரின் நிலைமை. இல்லையென்றால் நாகபூஷணம் கொஞ்சம் சென்சிட்டிவான மனுஷன், பச்சைக்குழந்தை போன்றவர், தாங்கமுடியாமல் போய்விட்டார்".

இந்த வார்த்தைகள் எல்லாவற்றையும் சொன்னபொழுது, பிள்ளைகளை மடியில் உட்காரவைத்துப் பேசும் தந்தையைப் போல, அனுபவம் வாய்ந்த மருத்துவர் அறுவை சிகிச்சை செய்ததுபோல வேகமாகத் திறமையோடு சொன்னார் அப்பா. ஓர் உண்மையைக் கண்டுபிடித்து, எல்லாருக்கும் அதனைத் தெரியச் செய்த ஒரு தீர்க்கதரிசி போல, நெற்றியில் மெல்லிய வியர்வை வழிந்து, ஆவேசமாகக் கைகளை மேலே அசைத்து,

நடுநடுவே தண்ணீர் குடித்து, சொற்பொழிவு பூர்த்தியானதும், சக்தியெல்லாம் வறண்டுபோனவர் போல, மேடையில் அமர்ந்தது, பார்ப்பதற்கு அதெல்லாம் பெரிய அனுபவமாக இருந்தது.

கூட்டம் முடியவும், ஜனங்கள் கோஷம் எழுப்பி, கோப அறிக்கை விட்டு, அனைவர் இதயத்திலும் முழுக்கத் துக்கத்தை யும் பெரும் கோபத்தையும் நிரப்பிக்கொண்டதுபோல ஆனதால், அப்பா ஒருவர் மட்டும் மேடையின் மேல் இருந்தார். வெற்றுப் பார்வை பார்த்து, இப்பொழுதுவரை பேசியது இவர்தானா என்று எண்ணியவாறு, வானத்தைக் கூர்மையாகப் பார்த்து நின்றுவிட்டனர். என் நிலையும் அப்படித்தான் இருந்தது. மேடையின் கீழ் ஒரு மூலையில் நின்று விரல்களைக் கடித்துக் கொண்டு, புரியாமல் ஏதேதோ ஆலோசனைகள் சுற்றிச் சூழவும், எத்தனையோ விஷயங்கள், கொஞ்சம் அர்த்தமாகியும் அர்த்தமாகாமலும் 'கறுப்புச் செம்பருத்தி', 'அந்தப் பொண்ணு...' போன்ற கமெண்ட்கள் நினைவுக்கு வந்து கவலையோடும் பயத்தோடும் ஆகிவிட்டேன். பக்கவாதம் வந்தவள்போல நின்றிருந்த என் தோளை அசைத்து, இந்த உலகத்திற்கு அழைத்து வந்தான் ரூமி. அவனிடம் பேசினேனே தவிர, இன்னும் நான், காரிருளின் கீழ் இருந்ததுபோல், என் காதருகில் "மாதிகா, மாதிகா" என்று எவரோ கிசுகிசுப்பது போல், யுத்தபூமி முன்பு நின்றிருந்தது போல, எங்கு பார்த்தாலும் ஆயுதங்களே தென்பட்டு, எந்தக் கணத்திலும் அழிந்துவிடுவேனோ என்று தோன்றுவதுபோல் இருந்தேன்.

"இதெல்லாம் ஓர் உளவியல் விளையாட்டு. இவருக்கு, நாகபூஷணம் மேல் நிஜமான அன்பு கிடையாது. இங்க இருக்கிற ஜனங்களை, அவர் ஓட்டு வங்கியாக மாத்தறதுக்குச் செய்த ஒரு மாஜிக் அடி" என்றான் ரூமி, வெளிறிப்போன என் முகத்தைப் பார்த்து. எந்த உணர்ச்சியும் இல்லாமல், அவ்வளவு பெரிய சொற்பொழிவு எப்படிச் சாத்தியம் ஆகிறது? அரசியல் பிரயோஜனம் இருக்கலாம், ஆனால் இங்கே பேசியது மாத்திரம் அவரின் இதயமே. அதில் எந்தக் கற்பனையும் இல்லை என்று தோன்றியது. என்வரைக்கும் சுதந்திரமாக முடிச்சுகளை அவிழ்ப்பது போன்ற பரிசைத் தந்தார் அவர்.

9

ஆச்சிக்கு உடம்பு சரியில்லையென்ற செய்தி வந்தது. நடக்கும்போது தலைசுற்றிக் கீழே விழுந்தாரென்று, சித்தப்பா மருத்துவமனையில் காண்பித்தாரென்று, இதயம் சம்பந்தப்பட்ட வியாதி என்று. அப்பாவிற்குக் கட்சிக் கூட்டங்கள். அம்மாவையும் என்னையும் முதலில் முன்னால் போங்களென்றார். கடைசியில் நானும் ரூமியும் போகவேண்டி வந்தது. அம்மா பத்தாயிரம் ஓர் உறையில் போட்டுக் கொடுத்தாள், சித்தப்பாவிடம் கொடு என்று. நாங்கள் சென்றுபோது, இரவு பத்து மணி ஆகியிருந்தது. ஆச்சி தூங்கிக்கொண்டிருந்தாள் (சித்தப்பா தன் வீட்டிலேயே வைத்திருந்தார்.)

ஆதெம்மா (ஆச்சியை அப்படி அழைப்பதே எனக்கு இஷ்டம். ஆதெம்மா என்றால் முதல் அம்மா. எல்லாருக்கும் அம்மா என்று சொன்னாள் அம்மா) எல்லாரையும்விட, முன்பே காலையில் எழுந்து, வீட்டின் முன்பு பெருக்கி வாசல் நனைத்தாள். காந்தம் சித்தி சொன்னாலும் கேட்பதில்லை. சாண நீரைத் தெளித்து, கோலம்போட அதற்குள் சூரியனும் வந்துவிட்டான். வீட்டின்முன் கயிற்றுக் கட்டிலில் அமர்ந்து பெரிய டம்ளரில் (லோட்டா) காபி குடித்து நான், ரூமி இருவரும் ஆதெம்மா பக்கத்தில் அமர்ந்திருந்தோம். காலையிலேயே பனந்தோப்புக்குச் சென்று, கள்ளுக் கலயத்தைக் கொண்டுவந்த ஒரு மனிதன் (ஆச்சியின் வயதே இருக்கும்), "ஆதி, சூடா இருக்கு கள்ளு, கொஞ்சம் ஊத்தவா" என்றான் சிரித்துக்கொண்டு. ஆதெம்மா வெட்கப்பட்டுச் சிரித்தாள். "செத்தப்பயலே!" என்று அன்போடு திட்டினாள். அந்த மனிதனின் வடிவம் ஒருவிதமாக இருந்தது. வேட்டியைத் தூக்கிக் கட்டியிருந்தான். கிட்டத்தட்ட கோவணம் போல் இருந்தது. மேல் சட்டை இல்லை. தலைக்குச் சுற்றிக் கொண்ட துண்டு, பேண்ட், சட்டை அணியும்

இந்த யுகத்தில், எப்பொழுதும் ஒரு கிராமத்துக் காட்சியை அடையாளப்படுத்துகிறார். சீவப்படாத முடி, நன்றாக வளர்ந்த தாடி, கறுப்பாகப் பளபளக்கிற சரீரம், நீண்ட நேரமாக அந்த மனிதனையே பார்த்துக்கொண்டிருந்தேன். ஆதெம்மாவிற்காக நீர்த்த கஞ்சியை வடித்தாள் காந்தம் சித்தி. ஆதெம்மாவிற்குக் காலைவேளையில் கண்ணாடிக் குவளையில் காஃபி குடிக்கவே இஷ்டம். உடம்பு சரியில்லாமல் எல்லோரையும் பயப்படுத்திய மனுஷியாக இருந்தாள். காலையிலேயே ஒரு குத்து மாத்திரையை முழுங்க வைத்தாள் ஆதெம்மாவை.

ஆதெம்மாவை, ஓங்கோலுக்கு அழைத்துச் செல்ல வேண்டியிருந்தது. இரண்டு சோதனைகள் செய்ய வேண்டும் என்றார் டாக்டர். கிட்டத்தட்ட பத்துமணிக்குப் பத்து இளைஞர்கள் வந்தனர். (தண்டோரா இளைஞர்கள் என்று கிசுகிசுத்தான் ரூமி, அவர்கள் என்னவோ விசேஷமான மனிதர்கள் என்பது போல) ஒரு காரைக்கூட எடுத்து வந்திருந்தனர். 'அண்ணா' என்று சித்தப்பாவைச் சுற்றினர் அவர்கள். சித்தப்பாவின் கண்களில் ஒளி வந்தது. கண்களில் பற்றின்மை சிதறிப்போனது. சித்தப்பாவின் இந்தப் புதிய உற்சாகம் வீட்டிலும் தெரிந்தது. ரூமி ஊகித்தது சரியே, வீட்டில் தண்டோரா துண்டுப் பிரசுரங்கள், போஸ்டர்கள் இருந்தன.

பத்துவயது அருணா, ஆச்சியின் அருகிலேயே அமர்ந்து, தலைக்கு எண்ணெய் வைத்துத் தலை பின்னினாள். ரவி முகத்துக்குப் பவுடர் பூசினான். "ஆஸ்பத்திரிக்கு இந்த ஷோக்கு எதுக்கு?" என்று ஆச்சி சலித்துக்கொண்டாள். சித்தப்பாவிடம் பேசிக்கொண்டிருக்கிற தண்டோரா இளைஞர்களில் ஒருவர், எங்கள் பக்கம் பார்த்துக் காகிதத்தின்மேல் ஏதோ வரைந்துகொண்டிருந்தார். காகிதத்தின்மேல் பென்சில் வேகமாக அசைந்தது. "ஐந்து நிமிடத்தில் ஓர் அழகான காட்சி, காகிதத்தின் மேல் காட்சி கொடுத்தது. ஆதெம்மாவிற்கு அருணா ஜடை பின்னுகிற காட்சி. படம் அவ்வளவு தத்ரூபமாக இருந்தது. அற்புதமான கோட்டோவியம், அந்தப்படத்தை ரூமிக்குப் பரிசாகக் கொடுத்தார் அந்த இளைஞர் (அணிலண்ணா). காலைவெளிச்சம், வீட்டின் முன்பிருந்த மரத்தின் மேலிருந்து கீழிறங்கியது. ஆதெம்மாவிற்கு மேக்அப் செய்கிற நிகழ்வு இன்னும் நடந்துகொண்டேயிருந்தது. உள்ளே, காந்தம் சித்தி சமையல்செய்துகொண்டிருந்தாள். விறகடுப்பிலிருந்து புசுபுசுவென்று புகைவந்துகொண்டிருந்தது. ப்பூ... ப்பூ... என்று சித்தி அடுப்பை ஊதினாள். தண்டோரா இளைஞர்கள், அரட்டை அடித்துக்கொண்டு, அதை ஒரு பாடலாக மாற்றினார்கள். பாட்டின் சப்தத்திற்குக் கிராமமே ஆடிப் போனதாகத் தோன்றியது.

பக்கத்து வீட்டிலிருந்து ஒரு கிழவன். தப்பட்டை எடுத்துக் கொண்டு வந்தார். சமையல் பணியை நிறுத்திவிட்டு காந்தம் சித்தி வெளியே வந்தாள்.

கொஞ்சநேரம் ஆதெம்மா உடல்நலம் பற்றிய கவலை மறந்துபோய் எல்லோரும் பாடலின் 'ரித'த்தில் மகிழ்ந்தோம். பாடல் முடிந்ததும் இன்னொரு பாட்டைப் பாடினர். இம்முறை, பாட்டின் சிந்துவைத் தொடங்கினர் (ஆச்சரியமாகச் சித்தப்பா கூட, லுங்கியை உயர்த்திக்கட்டிக்கொண்டு சிந்து பாடத் தொடங்கினார்.) பாட்டு, தப்பட்டை அடித்தல், சிந்து. மறுபடியும் ஓர் ஆதிகாலத்து வாழ்க்கை முறை கண்முன் காட்சிகொடுத்தது போலிருந்தது. நகரத்தில் நான்கு சுவர்களுக்கு மத்தியில் மூச்சுத் திணறலோடு கழிக்கும் எங்களுக்கு, இக்காட்சி அற்புதமாகத் தோன்றியது. ரூமி மெதுவாகத் தண்டோரா இளைஞர்களுடன் சேர்ந்துகொண்டான். சிந்து கட்டுகிற இளைஞன் பக்கம் (எல்லாரும் கல்லூரியில் படிப்பவர்கள்) தன்னம்பிக்கையுடன் பார்த்துக்கொண்டிருந்தான். அவனுக்கு உற்சாகம் வந்து ஆடினான். பத்து நிமிடங்களுக்குப் பிறகு, அவன் பல நாட்கள் பயிற்சி எடுத்தவன் போல் சிந்து கட்டினான். ஏதோ விசித்திரமாகப் பார்ப்பது போல ஆகிவிட்டேன் நான். இவ்வளவு உற்சாகமாக, ஆனந்தமாக நாங்கள் இருந்தோமா என்று எங்களுக்குள் ளாகவே கேட்டுக்கொண்டோம். கூண்டிலிருந்து மறுபடியும் சகஜ நிலைக்கு வந்த பறவைகள் போல உணர்ந்தோம். ரூமிப் பையனின் சிந்துவைப் பாராட்டி, ஆச்சியின் ஓவியத்தைப் பரிசாகக் கொடுத்தார் அனிலண்ணா. 'டிபன் ரெடியாகிவிட்டது' என்று கத்தினாள் சித்தி. அரிசியும் பெசலு (பாசிப்பருப்பு) மாவும் கலந்து சமைத்தது. காஃபி குடித்து, எல்லாரும் மரத்தின் கீழ் அமர்ந்து, தேக்கு இலையை உள்ளங்கையில் வைத்துக்கொண்டு, அந்தச் சமபந்தி காட்சி எனக்கு எவ்வளவோ பிடித்திருந்தது. சிற்றுண்டி வேளை முடிந்ததும் இளைஞர்கள் அனைவரும் ஆதெம்மாவைச் சுற்றிச் சூழ்ந்தனர். ஆதெம்மா, அவர்களுக்குத் தன் சிறுவயது செய்திகளைச் சொல்லிக்கொண்டிருந்தாள். பத்துவயதில் அவளின் கிராமத்தில் நடந்த சண்டையைச் சொன்னாள். நக்சலைட்களோடுகூட, அவளும் கம்பை எடுத்துக் கொண்டு சண்டைபோடப் போனதைச் சொல்லிக்கொண் டிருந்தாள். பத்துமணிக்கு, ஆதெம்மாவை அழைத்துக்கொண்டு ஒங்கோலுக்குச் சென்றார் சித்தப்பா.

அந்தப் பகல் முழுக்க, ரூமி என் கண்களுக்கு அகப்பட வில்லை. தண்டோரா இயக்கத்தில், முக்கியக் காரியகர்த்தாவாக ஆனான். தாலுகா ஆபீஸ் முன்பு, உண்ணாவிரதப் போராட்ட முகாமில் மத்தியானம்வரை அமர்ந்திருந்தான். அதன்பின்,

அருகில் இருந்த கிராமத்தில், மீதியிருக்கிற இளைஞர்கள் அனைவரும் ஓரிடத்தில் சேர்ந்து, அந்த ஊரின் பிரச்சினைகளை விவாதித்தனர். முன்பு அந்த ஊரில் (மாதிகா கிராமத்தில்) படித்தவர்கள், அவர்களின் நிலைமை போன்றனவற்றைப் பேசுவார்கள். அதன்பின் அந்த ஊரின் பிரத்யேகப் பிரச்சினை களான, கூலி ரேட், அரசாங்கத்திட்டங்கள் வேறு முக்கியமான பிரச்சினைகள் (சாதியின் பேரால் அவமானப்படுத்தப்படுவது போன்றன) பற்றியெல்லாம் விவாதித்தனர். ஆனால் ரூமிக்கு இதெல்லாம் புதிய அனுபவம். கிராமத்து வாழ்க்கையை அருகிருந்து பார்ப்பது இதுவே முதல்முறை. ஒரேயடியாக அவனுக்குப் புதிய பார்வை வந்ததுபோலத் தோன்றியது. அன்றைக்குச் சாயங்காலம் அவன் என் அருகில் அமர்ந்து தண்டோரா இயக்கம் குறித்து லெக்சர் கொடுப்பவனாக வளர்ந்தான். இருட்டுகிற சமயத்தில் ஆதெம்மா ஓங்கோலில் இருந்து வந்தாள். மரத்தின் மேல் பறவைகளின் இரைச்சல் வெகுவாகக் கேட்டது. தூரத்தில் கருவேல மரத்தின் மத்தியிலிருந்து சில்வண்டு கிர் என்று கத்திக் கொண்டிருந்தது. சித்தப்பாவின் முகம் வெளிறிப் போயிருந்தது. கண்களில் துக்கம் வெளிப்படுவதற்குத் தயாராக இருந்தது. ஆதெம்மாவின் உடல்நல அறிக்கை நன்றாக இல்லை. உடனே ஹைதராபாத் அழைத்துக்கொண்டு செல்லுங்கள் என்றனர். இந்த விசயத்தை எங்கள் யாருக்கும் சொல்லாமல் மறைத்தார். பிள்ளைகள் எல்லாரையும் ஆதெம்மாவின் அருகில் உட்காருங்கள் என்று உத்தரவிட்டாள் சித்தி. ஆதெம்மாவிடம் பேசிக்கொண்டிருங்கள் என்று சொன்னாள். அந்த இருட்டில் குண்டலக்கம்மாவுக்கு அழைத்துச் செல்லுங்கள் என்று ஆதெம்மா வேண்டினாள். சித்தி, ரிக்ஷா வரவழைக்கிறேன் என்றாள். அதைக் காதில் போட்டுக்கொள்ளாமல் கையில் கைத்தடியின் உதவியோடு குண்டலக்கம்மாவை நோக்கி நடந்தாள். நான், ரூமி, அருணா, ரவி எல்லோரும் ஆதெம்மாவோடு சேர்ந்து சென்றோம். ஆதெம்மாவிற்குப் பலவந்தமாகப் புதிய சேலையைக் கட்டிவிட்டாள் சித்தி. குண்டலகம்மா நிசப்தமாக இருந்தது. தண்ணீர் அதிகமாக இல்லை. இருட்டில் வெள்ளைக் கோடுபோல ஒளிர்ந்தது. அது பக்கத்துக் கிராமங்களுக்கு விளக்கு ஒளிபோல மினுக் மினுக் என்றது. ஆதெம்மா சொன்ன குண்டலக்கம்மா தேவதைக் கோயில், நான்கைந்து கற்களால் கட்டின பிரதேசம் அந்த இருட்டில் ஒரு பாறைக்குவியலாக இருந்தது. உள்ளே விக்கிரகம் காணப்படவில்லை. பல வருடங் களாகப் பூசைகள் நடத்தப்படாமல் அந்தப் பகுதியைச் சுற்றி முட்கள் படர்ந்து கிடந்தன. அதன்மேல் கூழாங்கற்கள் சப்தம் செய்து, கொஞ்சம் பயத்தைத் தருவதாக இருந்தது. ஆதெம்மா, கோயில் முன்பு குண்டலகம்மா தென்பட்டது போன்ற ஒரு

பகுதியில் அமர்ந்தாள். மினுக் மினுக் என்ற ஒளி, ஆதெம்மாவின் மேல் விழுந்தது; ஆதெம்மா ஒரு தெய்வம்போலத் தெரிந்தாள் எனக்கு. கோயில் முன்பு தலையைச்சுற்றிச் சேலை முந்தானையைப் போர்த்தி அமர்ந்தாள். முந்தானை சூழ்ந்திருந்த இடத்திலிருந்து, வெள்ளி நரைமுடி காற்றில் கொடிபோலப் பறந்தது. தலையை முன்னால் வளைத்துத் தரையோடு வைத்துக் கோயில் முன்பு முழங்காலிட்டாள். தேவதையுடன் ஏதோ நேராகப் பேசுவது போல் மெல்லிதாக முணுமுணுத்தாள். எங்களுக்கு எதுவும் புரியவில்லை. தேவதையிடம் பேசியதும், குண்டகம்மா பக்கம் திரும்பிக் கைகளைக் கூப்பினாள். 'என்ன கும்பிடுறா' என்று சித்தியிடம் கேட்டேன். சித்தி சொன்னாள், ஆதெம்மா பூசையில். "இந்தநாள்வரை உயிருடன் இருக்கச் செய்ததற்கு நன்றியை உரித்தாக்குகிறேன். இத்தகைய புதிய உதயத்திற்கு, இத்தகைய சூரியகாந்திக் கதிர்களுக்கு நன்றி உரித்தாகுக". புராதனமான பாஷை (தெலுங்கே) யின் ஒவ்வொரு சொல்லையும் மந்திரம் போல் உச்சரித்தாள்.

உண்மையில் அது பூசை இல்லை. ஆத்மாவோடு நினைவு களோடு செய்யும் சம்பாஷணை. கோயிலுக்குள் நுழையாத நாட்களிலே சிருஷ்டித்த கிராமத் தேவதைகளில் ஒன்று இந்தக் குண்டலகம்மா. தனித்த பூசை முறைகள் எதுவும் கிடையாது. பூசாரிகள் என்று யாரும் கிடையாது. தீபம் ஏற்றிக் கொஞ்சம் நைவேத்யம் வைத்துத் (முன்னொரு காலத்தில் விலங்குகளைப் பலி கொடுத்தார்களாம்) தன் மனத்தில் இருக்கிற விசயங்களைப் பகிர்ந்துகொள்வது மட்டுமே. "எல்லாரும் சுகமாக இருக்க வேண்டும். பேரப் பிள்ளைகள், மகன்கள் நன்றாக இருக்க வேண்டும்" போன்ற கோரிக்கைகளைக் கோருவது.

ஆதெம்மாவின் பூசை நீண்ட நேரம் பிடித்தது. இருள் நன்றாகச் சூழ்ந்து, தனிமையான நீரோடை பயமுறுத்துவதுபோல மாறியது. காகங்களின் கரைதல்கள் கேட்டன. பிள்ளைகள் எல்லாரையும் கோயில் முன்பு மண்டியிடச் சொன்னாள். மீண்டும் பிள்ளைகளுக்காகக் கொஞ்சநேரம் பிரார்த்தித்தாள். ஆதெம்மாவின் முகம் அமைதியாக இருந்தது. திரும்பிவரும்போது குண்டலக்கம்மாவின் மகிமைகளைக் கதை கதையாகச் சொல்லத் தொடங்கினாள். அவை குண்டலக்கம்மாவின் மகிமைகளாக அன்றி, ஆதெம்மாவின் பால்யகாலக் கதைகளாக இருந்தன. அவளின் பால்யம், இளமை, அந்த நாட்களை, எங்கள் கண்கள் முன்பு காட்சிப்படுவது போல் இருந்தது. வீட்டிற்கு வந்தபிறகும் ஆதெம்மா பேசிக்கொண்டே இருந்தாள். இந்தப் பேச்சுகளை, இந்த ராத்திரியே சொல்லி ஆகவேண்டும் என்பது போல் பேசினாள். அவளின் படுக்கையின் பக்கத்திலேயே

எங்களுக்கும் படுக்கையைப் போட்டாள். பேசிக்கொண்டே தூங்கிவிட்டாள். தூக்கத்தில்கூட அவளின் முகத்தில் மெல்லிய சிறுபுன்னகைப் பூத்திருந்தது.

அன்றைக்கு இரவு சித்திகூட எங்களுக்கு விசேஷமான விருந்து செய்தாள். ஆதெம்மாவிற்கு விருப்பமான 'கம்பு உணவு' செய்தாள். அதனுள் கருவாட்டுக் குழம்பு, அருமையான ருசி. முக்கியமாக ஆதெம்மா மறுபடியும் மறுபடியும் கேட்டு வாங்கிக் கொண்டாள். வெளிப்புறத்தில் கட்டில்மேல் அமர்ந்து (நிலாச்சோறு) அரட்டையடித்துக்கொண்டு சாப்பிட்ட அந்த விருந்து எப்பொழுதும் மறந்துபோகாது. சித்தப்பா, ஆதெம்மா பக்கத்திலேயே அமர்ந்து நியூஸ்பேப்பரால் விசிறிக்கொண்டிருந் தார். சித்தி, மீனை உருவி (முள்ளை எடுத்துவிட்டு) ஆச்சிக்குத் தின்னக் கொடுத்தாள். எங்களோடு இரண்டு தண்டோரா இளைஞர்கள்கூட விருந்தில் கலந்துகொண்டனர். சோறு சாப்பிட்டால் அது ஆகாரத்தை உள்ளே அனுப்புவது மாத்திரமே கிடையாது என்று அன்றைக்கு இரவு தெரிந்தது. ஒன்பது மணிக்குத் தொடங்கி ராத்திரி பதினோருமணி வரைக்கும் தொடர்ந்தது அந்த விருந்து. தண்டோரா இளைஞர்களுக்கும் ஆச்சிக்கும் நடுவில் நீண்டநேரம் விவாதம் நடந்தது. ஆச்சிக் காலத்து அனுபவங்களைக் கேட்டார்கள் அவர்கள். அவமானங் களை வலிகளைச் சொல்லுங்கள் என்றார்கள். ஆதெம்மா, விசித்திரமான கதையைச் சொன்னாள். குண்டலக்கம்மாவில் படகுப் பயணத்தில் கிளம்பியபொழுது "வேண்டாம். அதன் உள்ளே முதலைகள் உள்ளன. போகவேண்டாம்" என்று பலர் எச்சரித்தாலும், இரண்டு தம்பதிகள் படகில் குண்டலக்கம்மா நதியில் பயணம் செய்தனர். நீண்ட தூரம் பயணம்செய்தபிறகு படகில் ஓட்டை விழுந்ததென்றும், கீழே முதலை பல்லால் கடிக்கிற சப்தம் கேட்டதென்றும் தெரிந்தது. படகுக்குள் தண்ணீர் வந்தது. நின்று முதலையைக் கொல்வது, இல்லையென்றால் முதலையிடமிருந்து தப்பித்துக்கொண்டு முன்னே பயணிப்பது, முடிவெடுக்க முடியாமல் போனார்கள் அவர்கள். "நாங்கள் பயணம் செய்வது முக்கியம் என்று நினைத்தோம். நீங்கள் என்னவோ முதலையைக் கொல்வது வரை பயணம் செய்ய வேண்டும் என்று நினைக்கிறீர்கள்" என்றாள் சிரித்துக்கொண்டு. அவர்கள் அப்படிப் பேசிக்கொண்டிருக்கும் போதே, எனக்குத் தூக்கம் வந்தது. தூக்கத்தில் நதி, எதிர் வந்தது. நதி முழுக்கப் படகுகள். படகுகள் முழுக்க முதலைகளின் சவங்கள். மனிதர்கள் என்ன ஆனார்களோ தெரியவில்லை. படகின்மேல் பிரயாணங்கள் செய்கிற மனிதர்களுக்காக, தூக்கம் முழுவதும் தேடிக்கொண்டிருந்தேன்.

அருணா என் தோள்களைப் பிடித்து அசைத்து, தூக்கத்தில் இருந்து எழு என்றாள். என் கனவுகள் முழுக்க நதிகளே. கனவுக்கும் விழிப்புக்கும் மத்தியில் இருந்த நான், அருணாவின் ஸ்பரிசத்தால் திடுக்கிட்டு எழுந்தேன். "வா ! வா !" என்று ஆச்சியின் படுக்கைக்கு அழைத்துச் சென்றாள். 'வெயில் முகத்தின்மேல் விழுந்தது, 'எழுந்திரு' என்று அழைத்தேன். ஆச்சி அசையவில்லை' என்றாள் பயத்தில் நடுங்கிக்கொண்டு, 'அம்மா தண்ணி எடுக்கப் போயிருக்கா' என்றாள் அருணா. 'ஆதெம்மா! ஆதெம்மா' என்று அழைத்தேன். அசையவில்லை. முகத்தில் சிறுபுன்னகை அப்படியே இருந்தது. மூக்கின்கீழ் கையை வைத்தேன். சுவாசம் இல்லை. மார்பில் கையை வைத்தேன் சத்தம் கேட்கவில்லை. "ஆச்சி!" என்று சத்தம்போட்டுக் கத்தினேன். அருணா பெரிதாக அழத் தொடங்கினாள். பக்கத்துவீட்டினர் வந்தனர். தண்ணீர் குடத்தைத் தூக்கிக்கொண்டு வந்த சித்தியும் சித்தப்பாவும் படபடப்போடு ஓடி வந்தனர். கட்டில்முன்பு அமர்ந்து, ஆதெம்மாவை மேலே தூக்கி, 'அத்தை அத்தை' என்று சரீரத்தை உலுக்கினாள். 'அத்தை எழுந்திரு தூக்கத்திலிருந்து' என்று பெரிதாகக் கத்தினாள். சித்தப்பா கட்டில் அருகே அமர்ந்தார். ஒரு நிமிஷத்தில் எல்லாரும் மௌனமானார்கள்.

மரத்தின்மேல் பறவைகளின் இரைச்சல்கள் தவிர, வேறு சப்தங்கள் இல்லை. அந்த நிசப்தத்தை உடைத்து, அத்தை பெரிதாக அழத் தொடங்கினாள். "அம்மா, தூக்கத்துல இருக்குறா, தூக்கத்துல இருக்குறா" என்று சித்தப்பா இரண்டு முறை முணங்கினார். அப்படி முனங்கிக்கொண்டே ஆதெம்மாவின் மடியில் தலை வைத்துப் பெரிதாக அழுதார். 'அம்மா, அம்மா' என்று சித்தப்பா துக்கம் தாங்கமுடியாமல் இருந்தார். ரூமி பயத்தில் வெளிறிப்போனான். அருணாவும் ரவியும் அழுது கொண்டிருந்தனர். எனக்குத் துக்கமாக இருந்தது. இதயத்தை முறுக்கியதுபோல இருந்தது ஆனாலும் அழுகை வரவில்லை. ரூமியோ பயத்தில் நடுங்கிப்போனான், என் தோள்மேல் தலை வைத்துக்கொண்டு. எனக்கு அழுகை வந்தால் நன்றாக இருக்குமே என்று தோன்றியது. உள்ளே துக்கமோ பயமோ சுமையாக இருப்பதுபோல் தோன்றியது. அந்தச் சுமையால் ஆயிரம் துண்டாக உடைந்து இருக்கிறோமோ என்று தோன்றியது. சுற்றுப் பக்கத்தில் இருந்து நிறைய பெண்கள் வந்தனர். மரத்தின்கீழ் அமர்ந்து, கண்களில் கண்ணீர் வடித்துக்கொண்டிருந்தனர். நான் இன்னும் அழுகைக்காக முயன்றேன். சாத்தியப்படவில்லை. அத்தனைப்பேர்கள் மத்தியிலும் நான் அப்படியே நிசப்தமாக நிற்பது கடினமாக இருந்தது. (மரணத்தின் அருகில் நமக்காக அழுபவர்கள் குறித்து எங்கேயோ படித்திருந்தேன், மரணத்தோடு

சம்பந்தம் இல்லாமல் போனாலும் மனதுக்குள் சோகத்துடன் அழுகிறார்கள் அவர்கள். அப்படிக் கொண்டுவந்த துக்கம்கூட எனக்கு வரவில்லை). நேற்று சாயங்காலம், குண்டலக்கம்மா அருகில், ஆதெம்மா நினைவுபடுத்திக்கொண்ட அவளின் மூதாதையர்கள் நினைவுக்கு வந்தனர். ஒருவேளை ஓராயிரம் ஆண்டுகளுக்கும் முன்பு, ஆதெம்மாவின் முன்னோர்களின் உடம்பை மூடுவதற்கான ஆடைகள் இல்லாத நாட்களில், வசிப்பதற்கு வீடுகூட இல்லாத நாட்களில், ஒரு காட்டுப்பகுதியில் சமூகப்புறக்கணிப்புக்கு எதிராக எப்படிப் போராடி இருந்திருப்பார்கள், ஒருவேளை வாழ்வதே போராட்டமாக வாழ்ந்திருந்தார்கள். அந்தப் போராட்டத்திற்காகவே, ஒருவேளை ஆதெம்மா தன் முன்னோர்களை நினைவில் கொண்டாள். கூட்டம் கூட்டமாக வந்த ஜனங்கள் திகைத்து நின்றனர். பெண்கள் எல்லாரும் அவர்களின் துக்கத்தைக் கண்ணீராக மாற்றி அவர்களின் சுமையைக் குறைத்துக்கொண்டிருந்தனர். ஆடவர்கள் மட்டும் மௌனமாக நின்றிருந்தனர். அப்பாவிற்குச் செய்தி சென்றது. ஒரு மணி நேரத்துக்குள் வீட்டைச் சுற்றி, நூற்றுக்கணக்கானவர்கள் கூடினர். ஆதெம்மா, மூன்று தலைமுறைக்கு முன்பான மனுஷி, அவளின் வாழ்க்கை ஒரு சரித்திரம். ஒவ்வொரு வீட்டிலும் கதை கதையாக அவளின் அனுபவங்களை நினைவுப்படுத்திக்கொண்டிருந்தார்கள். ஒரு பெரிய மரம் காய்ந்துபோனதுபோல, அந்தக் கிராமத்தில் பத்தோ பதினொன்றோ குடும்பங்கள் இருந்தபொழுது, அங்கே வந்தவள் ஆதெம்மா. அவரின் தலைமாட்டில் தீபம் ஒளிர்ந்தது. படுக்கையின் அருகில், அகர்பத்தியின் புகைப் பரவிக்கொண்டிருந்தது. சித்தி அழுதுகொண்டே எங்களை அருகில்வர சைகை செய்தாள். எங்களை அருகில் அணைத்துக்கொண்டு, ‘ஆச்சி தாத்தாகிட்ட போயிட்டா. நம் முன்னோர்கள் வாழ்ற பிரதேசத்திற்குப் போய்ட்டா. இனி திரும்பி வரமாட்டா” என்று எங்களுக்குப் புதிய விஷயத்தை மறுபரிசிலனை செய்வதுபோலச் சொன்னாள். ரூமி உள்ளிருந்து போர்வையைக் கொண்டுவந்து ஆச்சியின்மேல் போர்த்தினான், முகம்மட்டும் தெரிகிற மாதிரி. எனக்கு ஆதெம்மாவைத் தொடவேண்டும்போல் தோன்றியது. ராத்திரி, அருணா எண்ணெய் தேய்த்து முடியைத் திருத்தியதுபோல் ஆச்சியின் தலையைத் தடவிவிட வேண்டும்போல் இருந்தது. ஆனால் எதுவும் செய்ய முடியாமல் போனேன். மௌனமாக அப்படியே அமர்ந்துவிட்டேன். நீண்டநேரம் கண்களை மூடிக் கொண்டேன். மனிதர்கள் யாரும் காணப்படவில்லை. ஆனால் வார்த்தைகள் காதில் விழுந்தன. நிறைய மனிதர்கள், ‘ஆதெம்மா’ என்று சொல்லும்பொழுது அவர்கள் நினைவில் கொள்ள விரும்புகிறார்கள். ஒரு கோரஸ் போலக் கேட்டது பேச்சுகள்.

அப்பா கிளம்பிவிட்டதாகச் செய்தி வந்தது. சித்தப்பா ஏதேதோ பேசுகிறாரே தவிர, கரகரப்பான குரலில் பேச்சுகள் எதுவும் புரியவில்லை. பன்னிரண்டுமணி சுமாருக்கு, ஆயிரம் பேருக்குமேல் கூடினர். தண்டோரா இளைஞர்கள் எல்லாரும் வந்தனர். தண்டோரா தரப்பில் மிகப்பெரிய ஊர்வலமாக ஆதெம்மாவின் இறுதிச்சடங்கைச் செய்யவேண்டும் என்று நிர்ணயித்தனர். வீட்டின்முன்பு கறுப்புப் பதாகையைப் பறக்க விட்டனர். "மாதிகாவின் முதல் அம்மா 'ஆதெம்மா' நம் எல்லாருக்கும் உத்வேகம். ஆதெம்மாவிற்குக் கண்ணீரஞ்சலி" என்று அதில் எழுதினர். சுமார் இருபது தப்பட்டைகளால் சங்கீதம் தொடங்கியது. குண்டலக்கம்மா கரையில் அடக்கம்செய்ய வேண்டும் என்று தீர்மானித்தனர்.

ஆதெம்மாவின் உடம்பைக் குளிப்பாட்டினர். என்னைக்கூட வாவென்றனர், தைரியம் போதவில்லை. காலையிலிருந்து இரண்டு சொட்டுக் கண்ணீர்கூட வடியவில்லை. என்னைவிடச் சின்னவளான அருணா, தேம்பி தேம்பி அழுதாள். நான் மாத்திரம் முட்டைக்கண் வைத்துப் பார்த்துக்கொண்டிருந்தேன். துக்கப்படுவது என்ற மானசீகக் கலை தெரியாத முரட்டுமனுஷி என்ற பெயர் எனக்குக் கிடைத்தது.

ஆதெம்மாவின் இறுதி ஊர்வலத்திற்கு எல்லாம் தயார் ஆனது. ஜீப்பின் மேல் ஆதெம்மாவைப் படுக்க வைத்தனர். சுமார் ஐநூறுபேர். ஆதெம்மாவின் சவத்தின் பின்னால் மாதிகா தண்டோராவின் பதாகை, அவளுக்குக் கண்ணீர் அஞ்சலி தெரியப்படுத்தும் விதமாக. ஜீப்பு முன்பு, பத்துப்பேர் தப்பட்டை அடிப்பவர்கள் (தொழில்முறைக்காரர்கள்). அற்புதமான பின்னணி இசையை வழங்கும்போது எல்லாரும் குண்டலக்கம்மாவை நோக்கிக் கிளம்பினோம். ஐந்துமணி கடந்தும் அப்பா, இன்னும் வரவில்லை. எனவே அவரை நேராகக் குண்டலகம்மாவிற்கு வரசொல்லிவிட்டு அனைவரும் நகர்ந்தோம். சவம் கிளம்பும் சமயம், ஒரேயடியாக அழுகை உச்சஸ்தாயியை அடைந்தது. சுமார் நூறு குரல்கள், அத்தை, அம்மா, மதினி போன்ற உறவுகளை அழைத்துச் சத்தமாக அழுகிற குரல்களுடன் கடைசியாக ஊர்வலம் கிளம்பியது. சித்தி, இரண்டு மூன்று முறை என்னைப் பார்த்தாள். என் கண் முழுக்கக் கண்ணீரோ, முகத்தில் துக்க அறிகுறியோ இல்லாமல் இருப்பதைப் பார்த்து ஆச்சரியப்பட்டுப் போனாள்.

ஐந்தரைமணிக்கு அப்பா வந்து சேர்ந்தார். முகம் வெளிறிப் போயிருந்தது. (அம்மாகூட வந்திருந்தாள் என்று எண்ணிக் கொண்டேன். ஆனால் வரவில்லை). விலையுயர்ந்த சூட்டில்

இருந்தார். பக்கத்தில் காஜாவலி மாமா இருந்தார். குண்டலக்கம்மா செல்லும் வழியில், நூற்றுக்கணக்கான ஜனங்களின் மத்தியில் ஆதெம்மாவின் கடைசி யாத்திரை. அப்பாவின் முகத்தில் பொறுமையின்மையை நான் கவனித்தேன். சித்தப்பாவை அழைத்து, 'இதெல்லாம் என்ன?' என்றார், சலிப்பாக முகத்தை வைத்துக்கொண்டு. காஜாவலி மாமாவின் முகம் கோபத்தில் சிவப்பாகப் புசுபுசு என்றிருந்தது.

"அம்மாவின் சாவில் இப்படி அரசியல் பண்றயா" என்றார் காஜாவலி மாமா கோபத்தோடு (அந்த வார்த்தை காஜாவலி யுடையது இல்லை அப்பாவுடையதே). "இதில் அரசியல் இல்லை. அம்மா கிராமப்புறத்தைச் சேர்ந்தவள். எல்லாரும் சேர்ந்து அவளை அடக்கம் செய்கின்றனர்" என்றார் சித்தப்பா. "எனக்குத் தண்டோரா இயக்கத்தின்மேல் ஒருமித்த கருத்து இல்லை" என்றார் அப்பா. "அதனால் என்ன?" என்றார் சித்தப்பா கம்பீரமாக. இந்த விவாதம் குறித்து நிமிஷத்தில் எல்லாருக்கும் தெரிந்துவிட்டது. இளைஞர்கள் வந்து, அப்பாவிடம் பிரச்சினை செய்தார்கள். அப்பா பொறுமை இழந்துவிட்டார். பெரிதாகக் கத்தத் தொடங்கினார். (அப்பாவின் மேல் எனக்குப் பரிதாபம் ஏற்பட்டது. தாயின் மரணத்தில்கூட அமைதியாகத் துக்கப்படாத நிலையில் இருக்கிறார் என்று). அப்பாவின் கோபம் உச்சத்திற்குச் சென்றது. என் பக்கமும் ரூமி பக்கமும் திரும்பி, "வாங்க, போலாம்" என்று கட்டளையிட்டார். நாங்கள் பயந்துவிட்டோம். நான் பேசப்போனேன். "நோ, கிளம்புங்க" என்று சர்வாதிகாரியின் கட்டளைபோலப் போட்டார். தண்டோரா இளைஞர்கள் ஒரேயடியாக, "ராஜசுந்தரம் ஒழிக! ஒழிக!" என்று முழக்கங்கள் எழுப்பினர். சித்தப்பா, அவர்களின் பக்கம் "வேண்டாம்" என்று சைகை மூலம் கேட்டுக்கொண்டார். "ஆதெம்மா அமர்ஹை" என்ற முழக்கம் ஒலித்தது.

நாங்கள் மூவரும் வண்டியில் ஏறும்போது தப்பட்டை ஒலிக்கத் தொடங்கியது. நூற்றுக்கணக்கான ஆத்மார்த்த மானவர்கள் மத்தியில் நடக்கிற ஆச்சியின் கடைசி யாத்திரையை நாங்கள் பார்க்க முடியாமல் போனோம்.

வாசல் அருகே நின்று அம்மா எங்களை எதிர்பார்த்துக் கொண்டிருந்தாள். சிரித்த முகத்தோடு அம்மா, "வாங்க, வாங்க எவ்வளவு நாளாச்சு ஒங்களைப் பார்த்து" என்று. அந்தச் சிரிப்பு அம்மாவின் முகத்தில் ஒட்டவைத்ததுபோலிருந்தது. அம்மா நீண்ட நேரம் அழுதிருந்ததுபோல் தெரிந்தது. முகமும் கண்களும் உப்பி இருந்தன. வலக்கண்ணின் கீழே இருந்த கறுப்பு மச்சம், ஒரு வன்முறைக் கதையைச் சொல்லாமல் சொல்லியது. ரூமி,

அம்மாவின் தோள்மேல் தலையை வைத்துக்கொண்டு கண்ணீர் வடித்தான். 'அம்மாவின் சாவில்கூட அரசியல் செஞ்சான் அந்த முட்டாள்" என்று சீறினார் அப்பா. தண்ணீர்க் குவளையை பட்டென்று மேசைமேல் வீசியெறிந்தார். அம்மா கண்ணீரைத் துடைத்துக்கொண்டாள். "சித்தப்பா செஞ்சதுல என்ன தப்பு இருக்கு" என்றான் ரூமி. "வாயை மூடு" என்று கத்தினார் அப்பா. "உங்களை அங்க அனுப்புனது தப்பாயிட்டு" ரூமி ஏளனமாகப் பார்த்தான். அம்மா சரிசெய்வதுபோல, "போங்க! போய்க் குளிங்க" என்று உள்ளே அனுப்பினாள்.

சாப்பிடும்போது யாரும் பேசவில்லை. அப்பாவின் முகத்தில் பொறுமையின்மை, கோபம் அப்படியே இருந்தது. ரூமி சாப்பிட்டுவிட்டுப் பேசாமல் தன் அறைக்குள் சென்றான். "சித்தப்பா செய்கிற அரசியல்பற்றி எனக்குப் போன் செய்திருக்க லாம் இல்லையா" என்றார் அப்பா என் பக்கம் முறைத்துப் பார்த்து. இந்தச் செய்தி மறுநாள் நாளிதழில் வரும். "கட்சியில என் இமேஜ் என்ன ஆகும். கொஞ்சநாளு அமைதியா இருக்கலாம்னு நினைச்சா மறுபடியும், அரசியல் சேத்துல காலை நுழைக்கிறான். இவனுக்காக நல்ல உத்யோகம் பார்த்து வச்சிருந்தேன். இவன் என்னை இப்படி அவமானப்படுத்திட்டான் இன்னைக்கு. தாயோட ஈமக்கிரியையைக்கூடச் செய்யாதவன்னு நாலுபேர் என்னை நினைக்கும்படியா சதி செஞ்சுட்டான். அவன் ஜெயிலுல இருக்க வேண்டியவன். இப்படி வெளியே சுத்திட்டு இருக்கு றான்னா அது நான் போட்ட பிச்சை. முட்டாளுக்கு அந்த நன்றியுணர்வு கூட இல்லை. அன்கிரேட்புல் ஃபெல்லோ" அப்பா, டைனிங் டேபிள் அருகில் கத்திக்கொண்டே இருந்தார். அம்மா எதுவும் பேசவில்லை. எதுவும் பேசாதே என்று என் பக்கம் சைகை செய்தாள்.

ராத்திரி பத்துமணிக்கு என் அறைக்கு வந்தாள் அம்மா. அம்மா உள்ளே வந்ததும், கதவைச் சாத்தினாள். தரைமேல் பாயை விரித்துக் கீழே அமர்ந்தாள். என்னை வாவென்று சைகை செய்தாள். பைபிளை எடுத்துப் படித்தாள். கண்ணீர் வடித்துத் தீனமாகச் சுமார் அரைமணிநேரம் ஆச்சிக்காகப் பிரார்த்தனை செய்தாள். ஆச்சியின் ஆத்மாவிற்குச் சாந்தி கிடைக்கவேண்டும் என்று. அவளைத் தன் அருகிலேயே தன் ஸ்வர்க்கத்தில், தன் தேவதூதர்கள் மத்தியில் வைத்துக்கொள்கவென்று கடவுளை வேண்டினாள். அப்பாவின் அஞ்ஞானத்தை மன்னிக்கவேண்டும் என்றுகூடப் பிரார்த்தித்தாள். ஆச்சரியமாக அம்மா தண்டோரா இயக்கத்திற்காகக்கூடப் பிரார்த்தித்தாள். அந்த இயக்கத் தலைவர்களுக்குத் தேவையான ஞானத்தையும் தொலைநோக்குப் பார்வையையும் கொடுங்கள் என்று கோரினாள். அவ்வளவு

தீவிரமாக அம்மா, பிரார்த்தனை செய்ததை எப்பொழுதும் நான் பார்த்ததில்லை. கண்ணீரால் நனைந்துபோய், விக்கி விக்கி அழுது பிரார்த்தனை செய்தாள். அம்மா வெளியே சென்றதும் தெரியாத துக்கம் ஏதோ ஒன்று, அறை முழுக்கத் தாக்கியது போல் தோன்றியது. தூக்கம் வரவில்லை. நீண்ட நேரம் சூன்யத்தை நோக்கிப் பார்த்துக்கொண்டு கழித்தேன். ஏதோ நினைவுக்கு வந்ததுபோல் எழுந்து, என் படுக்கைக்குக் கீழிருந்த பெட்டியைத் திறந்தேன். பெட்டிக்குள் இருந்த பொருட்களையெல்லாம் எடுத்துக் கடைசியில் தப்பட்டையை வெளியே எடுத்தேன்.

தப்பட்டையின் மேல்தோல் இறுகிப்போய் அதிகச் சப்தம் வரவில்லை. மந்தமான சப்தத்தை எழுப்பியது. ஆச்சியின் சவத்தின் அருகில் காலையில் தப்பட்டை அடித்தவர்கள் நினைவுக்கு வந்தனர். வெறுமனே தாளலயத்தோடு தப்பட்டை அடிக்கத் தொடங்கினேன். நீண்ட நேரத்திற்குப் பிறகு லயம் கிடைத்தது. ஒரு விசித்திரமான நாதம், அறை முழுக்கப் பரவியது. இதயத்தை மெதுவாகத் தட்டுகிற நாதம். எத்தனையோ நினைவுகளை வெளியே கொண்டு வருகிற நாதம். புராதனமான கிராமம், அங்குள்ள குடிசையில் இரண்டு தம்பதிகள், பதினாறு வயது ஆதெம்மா காட்சி கொடுத்தாள். ஆதெம்மா, என் எதிரில் என்னோடு பேசுவதுபோல, அவள் வாழ்க்கை மொத்தமும் என் முன்பு பரவுவதுபோல, எவ்வளவு நேரம் தப்பட்டை அடித்தேனோ தெரியாது. ஆதெம்மாவின் ஆத்மா எனக்குள் முழுவதுமாக நுழைந்ததுபோலத் தோன்றியது. சரியாக, அப்பொழுது ஆதெம்மாவின் மரணத் துக்கம் கத்திபோல என் இதயத்தைத் தொட்டது. முறுக்கிய கவலையோடு ஒரேயடியாக அழுகை தள்ளிக்கொண்டு வந்தது. பொங்கி பொங்கி சமுத்திர அலைகள் எழுந்ததுபோல நான் மொத்தமாக எரிந்ததுபோல அழுதேன். நீரோட்டமான கண்ணீர் என் சரீரத்தை, ஆத்மாவை, என் எல்லாவற்றையும் ஈரமாக்கியது. அப்படியே அழுதுகொண்டு தரைமேல் விழுந்து தூங்கிப்போனேன். தூக்கத்தில் பயங்கரமான தப்பட்டை நாதங்கள். உலகம் முழுக்கப் பரவியிருக்கிற நாதங்கள்.

அதற்கு மறுநாள் காலை, அப்பா என்னையும் ரூமியையும் தன் அறைக்கு வரும்படி அழைத்தார். கம்பீரமாக இருக்கிற அவரின்முகம் (சிறுவயதில் சினிமாவில் பார்த்த சிவாஜி கணேசன் போல) ராத்திரி முழுக்கத் தூங்காமல் விழித்திருந்தது போல் இருந்தது. "ராத்திரி காஜாவலி மாமா போன் செய்திருந்தார். தண்டோரா இயக்கத்தில் நீங்கள் இருவரும் ஆக்டிவா சுற்றினீர்கள் என்று. ஏற்கனவே ஒருமுறை சொன்னேன். என் பிள்ளைகள் என் இஷ்டம்போல இருக்க வேண்டும். அவர்களின் நடவடிக்கை, எனக்குப் பெயர் வாங்கித் தருவதாக இருக்க வேண்டும் என்று.

நான் ரொம்ப உடைந்து போயிருக்கிறேன். என் வளர்ப்பில், ஏதோ தப்பு இருப்பதாகத் தோன்றுகிறது. உண்மையில் உங்களுக்கு என்ன வயது, அரசியல் தேவையா உங்களுக்கு” என்று தீர்க்கமான பிரசங்கம் பண்ணினார். அது முடிந்ததும், பீரோ மேலிருந்த பிரம்பைக் கீழே எடுத்தார். (சுமார் நான்கு ஆண்டுகள் ஆகின்றது அதை எங்கள்மீது பிரயோகித்து) “இதற்கு தேவை வராது என்றே நினைத்தேன். ஆனால் இன்றைக்கு இதனைப் பயன்படுத்துகிற நிலைமைக்குக் கொண்டுவந்துவிட்டீர்கள். ஐ ஆம் சாரி மை சில்ட்ரன்ஸ்” என்று முகத்தைக் கம்பீரமாக வைத்துக்கொண்டு, தாடைகள் இறுகிடப் பிரம்பை மேலே எடுத்தார். ரூமி எதுவும் பேசாமல் கையை முன்னே நீட்டினான். பட்... பட்... என்று ஐந்து அடிகள். அவனின் உள்ளங்கைகள் வீங்கின. சிவப்பாக நிறம்மாறி, தோல் மெல்லியதாகி, ரத்தம் வெளியே வந்ததுபோல இருந்தது. என் பக்கம் பார்த்தார். பயத்தோடு கைகளை முன்னே நீட்டினேன். முதல் அடிக்கே, கொய்யென்று அலறினேன். தாங்கமுடியாத வலி. “அம்மா!” என்று சத்தம் போட்டுக் கத்தினேன். அம்மா வேகமாக வந்தாள். அந்தக் காட்சியைப் பார்த்துத் திகைத்தாள். “என்னங்க” என்று அப்பாவைத் தடுக்க முயன்றாள். “ஊகூம்” என்று கர்ஜித்து, இரண்டாவது அடி கொடுத்தார். பொறுத்துக் கொள்ளமுடியவில்லை. பெரிதாக இதயமே அதிரும்படியாக அழுதேன் (அழாமல் இருக்கவேண்டும் என்று முயன்றாலும், அந்த வலி, உடலைப் பிளந்தது போல் இருந்தது) அவ்வளவு மோசமாக அழுதாலும் அவரின் மனசு கரையவில்லை. ஐந்து அடிகளைப் பூர்த்திசெய்தார். தாங்கமுடியாத வலியால் படுத்து விட்டேன். தோல் உரிந்து, ரத்தம் கசிகிற என் கைகளை அப்படியே பிடித்துக்கொண்டு விம்மி விம்மி அழுதேன். பிரம்பைப் பத்திர மாகப் பீரோ மேல் வைத்து அப்பா வெளியே போனார். அம்மா என்னை அருகில் அழைத்தாள். அம்மாவின் மார்பில் தலைசாய்த்துக் கொண்டு பெரிதாக அழுதேன். ரூமி வெண்ணெய் எடுத்துவந்து என் உள்ளங்கையில் பூசவேண்டும் என்று பார்த்தான். காற்று வீசினாலும் வலியால் ஜிவ்வென்று இருந்தன கைகள். பத்துமணிக்கு அப்பா அனுப்பி வைத்தார் என்று ஒரு டாக்டர் வந்தார். எங்கள் இருவருக்கும் டெட்வாக் (tetvac) ஊசி செலுத்திக் கைகளுக்குக் கட்டுப்போட்டார்.

கிராமத்திலிருந்து எங்கள் பொருட்களோடு, ஆதெம்மாவின் பெயிண்டிங்கும் அனுப்பியிருந்தனர். ரூமி அதற்கு தங்கநிற ப்ரேம் செய்வித்துத் தன் அறையில் வைத்துக்கொண்டான். அந்த வாரம் அம்பேத்கர்பவனில், மத்தியப் பல்கலைக்கழக மாணவர்கள் “மாதிகா சைதன்யம்” என்ற கலாச்சார நிகழ்ச்சியை ஏற்பாடு செய்திருந்தனர். ரூமி அதற்கு சென்றான். பாடல்கள், சின்ன

சின்ன வடிவங்கள் (ஸ்கெட்ச்), கவிதை வாசிப்பு மிகவும் உற்சாக மாக நடந்தது என்று சொன்னான். அந்த நிகழ்ச்சியில் சில புத்தகங்கள், துண்டுப் பிரசுரங்கள், ஒலிநாடாக்கள் வாங்கிக் கொண்டு வந்திருந்தான். அவற்றை உறைக்குள் தன் புத்தக அலமாரியில் மறைத்து வைத்தான். அப்பா இல்லாத நேரத்தில், அவற்றை எடுத்து எனக்குக் காண்பித்தான். உண்மையில் கவிஞர் போலவே அந்தக் கவிதைகளைப் படித்தான். பாடல்களை ஓடவிட்டு, அதற்கு ஏற்ப நடனம் ஆடினான். கவிதைகள், அந்தப் பாடல் ஒலிநாடாக்கள் தவிர மீதியெல்லாம் தெரிந்த விஷயங்களே. ஆனால் அவற்றைப் புனிதமான அஸ்திபோல மறைப்பது எனக்கு ஆச்சரியத்தைத் தந்தது. சினிமா ஹீரோவின்மேல் வெறித்தனமான பைத்தியம்கொண்ட ரசிகன்போல ஏதோ அவனிடம் பெருகிக்கிடக்கிறது என்று தோன்றியது. உண்மையில் அவன் வயதுக்கது, இயக்கத்தின் பின்னால் இருக்கிற அரசியல் (இட ஒதுக்கீடு, அதற்குள்ளான வகைப்பாடுகள்) அவனுக்குப் புரியவில்லையோ என்று தோன்றியது. ஆனால் அந்த இயக்கத்திற்கு ஆழ்ந்த விருப்பத்துடன், ஒருவேளை ஒரு கலகத்தின் குறியீடாக அதனை எண்ணுகின்றானோ என்னவோ என்று தோன்றியது. கலகம் அப்பாவின் மேலா, சமூகத்தின் மேலா என்று எனக்கு இன்னும் புரியவில்லை.

அந்த மத்தியான உணவுவேளையில், பிரத்யேகமாக அப்பாவிற்கு இஷ்டமான பன்றிக்கறி மாமிசத்தைச் செய்தாள் அம்மா. வீடே மணத்தது. அதோடுகூட, ராஜமன்றியிலிருந்து வரவழைக்கப்பட்ட புலசா மீன் (கோதவரி நதியில் கிடைக்கும் ஒருவகை மீன்) கறி கூடச் செய்திருந்தாள் அம்மா. அப்பா அவற்றை விருப்பத்தோடு உண்டார். “சாப்பாட்டுக்கு ரொம்பச் செலவு செஞ்சுட்டாரு. பத்தாயிரம் ரூபாயிக்கு மேல செஞ்சுருக்காரு” என்றாள் அம்மா. யாரும் பதில் பேசவில்லை. “அமைதியா செத்துப் போன மனுஷியை ஞாபகம் செய்ய வேண்டிய சமயத்தில், அரசியல் சொற்பொழிவைச் செஞ்சு, ஆதெம்மாவின் இரங்கல், தண்டோரா அரசியல் என்று எல்லாரும் காதைக் கடித்தார்கள்” என்றார். நாங்கள் பேசாமல் இருந்தோம். ‘அம்மாவின் மரணத் திற்குத் துக்கப்படக் கூடத் தெரியாத முட்டாள்” என்று இன்னொரு முறை கமெண்ட் அடித்தார். “இந்தத் தண்டோரா இயக்கத்திற்கு மாவட்டச் செயலாளரா வேற தேர்ந்தெடுக்கப் போறாங்களாம் அவனை. இந்த முட்டாப்பய புரட்சின்னு, மறுபடியும் வாழ்க்கையை நாசம் பண்ணிக்கிட்டு இருக்குறான். யாரு இவனை இயக்கத்தைக் கவனிக்கச் சொன்னது? தடியடி, ஜெயில் தண்டனை தப்பாது. அரசியல்ல இப்பவே கண்ணுமுழி பிதுங்குது. இந்த இயக்கம் மறுபடியும் நம்மைப் பின்னுக்குத்

தள்ளும். இவன் மட்டும் தான் புத்திசாலியா? நாங்கள் இல்லையா?" அவர் அதிகமாகக் காயப்பட்டவர் போலிருந்தார். யாரிடம் சொல்ல என்று தெரியாத நிலை. அம்மா, மௌனமாகக் கேட்டுக் கொண்டே, அவருக்குப் பரிமாறிக்கொண்டிருந்தாள். ரூமியின் கண்ணில் ஒளி தென்பட்டது.(எனக்குள் விவரிக்க முடியாத உற்சாகம். சித்தப்பா ஒப்புக்கொண்டால் கிட்டத்தட்ட வெற்றி யடைந்தது போலத்தான் என்று தோன்றியது)

சோறு சாப்பிடும்போது அப்பாவைப் பார்க்க விருந்தினர்கள் வந்திருக்கிறார்கள் என்ற செய்தி வந்தது. சுமார் பத்துபேர் வரை இருந்தனர். அப்பா, அவசரமாகச் சோற்றை முழுங்கிவிட்டு கீழே சென்றார். ஏறக்குறைய ஒரு மணிநேரத்துக்கும் மேலாக அவர்களிடையே விவாதம் நடந்தது. வந்தவர்களில் ஆளும்கட்சி மாவட்டச் செயலாளரும் இருந்தார். விசயம் ரொம்பத் தீவிரமோ, என்று தோன்றியது. என் அறையில் இருந்து வெளியே பார்த்தால் பத்துபேர்வரை இருந்தார்கள். அவர்கள் சும்மா நிற்காமல் அங்கே இங்கே நடந்து, செடியில் இருக்கிற பூக்களைக் கிள்ளி, "இடியட்ஸ்" என்று மேலிருந்து கத்தவேண்டும் போலிருந்தது. ரூமி ரகசியமாக அங்கு நடந்த விவாதத்தைத் தெரிந்து கொண்டான். நக்சலைட்கள், தண்டோரா இயக்கத்திற்கு ஆதரவு தெரிவித்திருக்கிறார்கள் என்று. அந்த அறிக்கையால் தண்டோரா இயக்கத்திற்கு வேகம் வந்துவிட்டதுபோலும், ஒவ்வொரு ஊரிலும் ஊர்வலம் நடக்கிறதென்று, இந்த இயக்கம் வளர்ந்தால், தலித்துகளின் ஓட்டுகள் பிரிந்துவிடும் என்று, ஒரு வர்க்கம் நம்மிடம் இருந்து தூரவிலகிவிடும் என்று கட்சிக்குள் பயம் வந்துவிட்டது போன்றவை அவர்கள் விவாதத்தின் சாராம்சம்.

இயக்கத்திற்கு எதிராக இருப்பவர்களோடு சேர்ந்து, ஒரு கூட்டம் ஏற்பாடு செய்யுங்கள் என்று மேலிடத்து உத்தரவு. அப்பாவின் தலைமையில் கூட்டம் நடத்துவதென்று தீர்மானித் தார்கள். இந்தத் தண்டோரா இயக்கத்தை நிறுத்தினால் அப்பாவிற்குச் சிறப்பு அந்தஸ்து கொடுக்கிறோம் என்று குறிப்பு கூடத் தந்தனர்.

மறுநாள் செய்தித்தாளில், தண்டோரா இயக்கத்தின் பின்னால் நக்சலைட்கள் இருக்கிறார்கள் என்ற இண்டர்வியூவை வெளியிட்டனர். சின்ன சின்னப் பிரயோஜனங்கள் இல்லாமல், தலித்துகளுக்காக நீண்ட போராட்டங்கள் செய்ய வேண்டி யிருக்கிறது, இப்போது இயக்கம் அந்த நோக்கத்திற்குப் பாதிப்பு ஏற்படுத்துகிறது என்று, தலித்துகளின் பிளவுகள் காரணமாக எத்தனையோ பேரிடர்கள் வரப்போகிறது என்று, தலித் வர்க்கங் களிடையே வெறுப்பு வளரும் சூழல் இருக்கிறது என்று

விவரித்திருந்தார். கடைசியில் தலித்களிடையே ஒருங்கிணைப்பை விரும்புவதன் காரணமாகத் தன்மீது கொலைமுயற்சிகூட நடப்பதற்கு வாய்ப்பு இருக்கிறது என்று விவரித்திருந்தார்.

அன்றைக்கு முழுக்க அப்பா வீட்டிலேயே இருந்தார். என்னோடு நீண்ட நேரம் செஸ் விளையாடினார். எல்லாச் செய்தித்தாள்களையும் வாங்கிவரச் செய்தார். நியூஸ் சேனல்களைப் பார்த்துக் கழித்தார். அன்றைக்குச் சாயந்தரம் கட்சி அலுவலகத்தில், அப்பாவின் அறையில் குண்டு வெடித்தது. செய்தி காட்டுத்தீப்போல ஊரெல்லாம் பரவியது. நூற்றுக்கணக்கான கட்சிக்காரர்கள் அப்பாவை விசாரிப்பதற்கு வந்தனர். கும்பல் கும்பலாக வரத்தொடங்கினர். ராத்திரி பதினோருமணி வரைக்கும் கட்சிக்காரர்கள் வந்துகொண்டே இருந்தனர். அம்மா மிகவும் பயந்தாள். நானும் ரூமியும் அவளின் அருகிலேயே இருந்தோம். எங்கள் இருவரையும் அணைத்துக்கொண்டு நீண்டநேரம் அழுதாள்.

10

பரபரப்பு இல்லாத சிறிய நகரம் எங்களுடையது. சாயங்காலம் சீக்கிரமே வந்தது. நான்கு மணிக்கே இருள் சூழ்ந்தது. ராத்திரிவேளை எரிகிற விளக்குக்கூட, போலி விளக்குகள். இருட்டை அப்படியே வைத்து மினுக் மினுக் என்றன. ஆயிரம் கரங்கள் கொண்ட இருள் பயத்தை அதிகம் தந்தது. காரிருள் அவமானங்களை, வலியை நினைவு படுத்துவதுபோல் இருந்தது. தினந்தோறும் நிறைய நேரம் இருக்கிறதென்று நாங்கள் நினைத்துக் கொண்டோம். காலம் எங்களை மோசம் செய்கிறது. ராத்திரிவேளை இன்னொரு நம்பிக்கைத் துரோகம் போல இருந்தது. குறும்புக்கார நினைவு களை நினைத்துத் தூக்கமின்மையை இரவு கொடுத்துவிடுகிறது.

எங்கள் கறுப்பு நிற வடிவம் தனித்துவமானது. எங்களோடுகூட, எங்கள் ஜீவன் இல்லாத முகங ்களைத் துரத்தி எங்கள் தொண்டையை ஏன் கிழிக்கிறாய்? தெரியவில்லை. எங்கள் ஆத்மாவை எதற்கு அழிக்கிறாய், தெரியவில்லை. தெரியாதது போலவே வாழ்கிறோம். ஒரு கூண்டில் முன்னும் பின்னும் நகர்ந்து பல நாட்களாக அதற்குள்ளேயே அடைந்துகிடக்கிறோம். குரல் நாண்கள் தடை படுவது போல் உள்ளது. என்னவானது எங்களுக்கு. எங்கள் நரம்புகளில் இருந்து சக்தி நழுவிப் போய் விட்டது. இதயம் அதன் துடிப்பை இழக்கிறது. மூச்சு ஓடாமல் இருக்கிறது. என்னவானது எங்களுக்கு, வண்ணம், ருசி, வாசனை இல்லாத நகரத்தில்... அனாதைகளாக வாழ்கிறோம்.

'ஞானம் துக்கத்தைத் தருகிறது' என்று யாரோ சொன்னார்கள். அவ்வாறு இந்த ஆண்டு முழுக்க,

திறந்த கண்களோடு ஒவ்வோர் அனுபவத்தையும் பார்த்த பிறகு, புதிதாகத் தெரிந்துகொண்ட இந்த எல்லாமே, துக்கத்தையே தந்தது. நான், என் குடும்பம், என் உலகம் என்று நினைத்த நாட்கள் நன்றாக இருந்தன. குடும்பத்திலிருந்து நான்கு பக்கத்திலும் பார்த்தால் நான், என்னைச் சுற்றியுள்ள சமூகம், திடீரென்று புதிய புதிய விஷயங்கள் என எனக்குப் புரிகின்றன. எனக்கும் என் சமூகத்திற்கும் இடையில் ஜாதி என்ற ஓர் எல்லை. இப்பொழுது ஒவ்வொரு அனுபவமும், கறுப்பு கறுப்பாக, நானென்றால் ஒரு 'கறுப்பு' அவமானம் போன்ற அனுபவமே மிஞ்சியிருக்கிறது.

என் அறை ஜன்னலில் மெதுவாக அசையும் மல்லிகைப் புதர், அழகான காட்சியாக இப்பொழுது தென்படுவது இல்லை. வீதியில் எங்கேயோ விளையாடிக்கொண்டிருக்கிற பிள்ளைகளின் இரைச்சல், பறவைகளின் கீச்... கீச்... என்ற சப்தமும்கூட. வேடிக்கையாக இருக்கிற காட்சிகள். ஹோட்டலில் கப்புகள் கழுவி, மேசை துடைத்து, தற்செயலாகக் கோப்பைகள் கீழே விழுந்து உடைந்து, கோபத்தில் சிவந்த சதைப்பற்றுள்ள சரீரத்தின் மேல் முதலாளி நீரை ஊற்ற, பயங்கரமான அலறலே கேட்கும்.

காலையிலே கல்லூரிக்குச் சென்றேன். புத்தகத்தைத் திறந்தேன் புத்தகம் முழுக்கக் காட்சிகளாகத் தெரிந்தன. கதை கதையாக அவமானச் சரித்திரங்கள் (ரூமி, தினந்தோறும் ஒரு துண்டுப்பிரசுரம் கொண்டு வருகிறான். ஒவ்வொரு துண்டுப் பிரசுரமும் ஒரு சரித்திரம். ஓர் அவமானம். ஒரு துக்கம்). மூச்சுத் திணறல் வந்ததுபோல் அனுபவித்துக் காற்றுக்காக வெளியே வந்தேன். துண்டுப் பிரசுரத்தைப் பர்ஸிலிருந்து வெளியே எடுத்துப் பெரிதாகப் படித்தேன். ஒரு பாடலையோ, உற்சாகமான சொற்பொழிவையோ கேட்கவேண்டும்போல் தோன்றியது. நாள் முடிந்தவுடன் அறிக்கைபோலச் சாயங்காலம் ஆகின்றது. வீட்டின் அருகில் அப்பா, நிசப்த ஹிம்சையின் குறியீடாக!

நேற்று முழுக்க வீட்டில் சும்மாவே இருந்தேன். எதுவும் செய்யவில்லை. பெட்டியைத் திறந்து, எத்தனையோ ஆண்டுகளாகக் குவிந்துகிடந்த பொருட்களையெல்லாம் வெளியே எடுத்தேன். இது என் ஐந்தாவது வருடம்.இது என் பத்தாவது வருடம். இது என் ஆனந்தம். இது என் குறும்பு. இது என் கோபம் (உடைந்துபோன பொம்மை, அட்டைக் கிழிந்த புத்தகம், எழுதாத பேனா, வண்ண வண்ணக் கோலிகள், பரிசாக வந்த நினைவுப் பரிசுகள், நீல வண்ண ரிப்பன், தலையைச் சுற்றித் தங்கக் கிரீடம் போன்ற நாடா, மூக்கு உடைந்த பார்பி பொம்மை) பிறகு, அவை எல்லாவற்றிலிருந்தும் மேலே வந்ததுபோன்ற (பிறந்தது போல) 'தப்பட்டை' வெளியே வந்தது. நான் தொடாமல் சப்தம் செய்யத்

தொடங்கியது. இது என் ஆத்மா. இது என் போராட்டம் என்று நினைத்தேன். கொஞ்சம் உற்சாகம் வந்தது. ஆனால் அதற்குள் நாள் முடிந்துவிடுகிறது. சாயங்காலம் ஆகிறது. வெளியே கறுப்பு நிழல், ஜன்னலில் இருந்து புகை புகையாகக் காரிருள் உற்சாகம் படிப்படியாகக் குறைகிறது. ரூமி வந்தால் நன்றாக இருக்குமே என்று தோன்றியது (அவன் இப்பொழுது கல்லூரியில் இருந்து கல்ச்சுரல் சென்டருக்குச் செல்கிறான். ஆடல் பாடல்களைக் கற்றுக்கொண்டு ராத்திரி எட்டுமணியானாலும் வீட்டுக்கு வருவதில்லை). அவன் வந்தால் நன்றாக இருக்குமே என்று தோன்றியது. அவனோடு சேர்ந்து தெருக்களில் செல்லவேண்டும் போலிருந்தது. கம்யூனிஸ்ட் கட்சிக்காரன் போலக் கொடியைப் பிடித்து, வீதியில் பாடவேண்டும் போலிருந்தது.

ஆனால் திடீரென்று ஒரு குழப்பம், அர்த்தம் புரிதலின்மை மேலோங்கியது. அன்பின்மை, மூச்சுத்திணறுவதுபோல் ஓர் உணர்வு. யார் கையையாவது பிடித்துக்கொண்டு, வீதியில் நடக்கத் தோன்றியது. எனக்கான ஒரு தேசம் பற்றி, அவர்கள் சொன்னால் கேட்கவேண்டும் போலிருந்தது. அவமானங்களை ஜெயித்த வீரன்போல வாழ்ந்தவர்களின் கதைகளைக் கேட்க வேண்டும் போலிருந்தது.

வெளியே, ஆகாசம் சாம்பல் நிறத்தில் இருந்தது. (இது சாயங்காலம்) மழை பெய்தது. மழைத்துளிகள் உலகத்தின் மேல் விழுகிற சப்தம் கேட்கிறது. மழையோடு சேர்ந்து வந்த குளிர்க் காற்று, உடலின் மேல் ஐஸ்கட்டியைப் போட்டதுபோல் இருந்தது குளிர். பண்பலை வானொலியில் இனிமையற்ற பாடல்கள் கேட்டுக்கொண்டிருந்தன. எழ வேண்டும், குளிக்க வேண்டும், ரூமி கொண்டுவந்த பிரசுரங்களைப் பெரிதாகப் படிக்கவேண்டும். கத்தர் பாணியில் ரூமி பாடிய தண்டோரோப் பாடல்களைப் பெரிதாகப் பாடவேண்டும். ஜன்னலில் இருந்து மழைத்தூறல் உள்ளே விழுந்தது. என் சரீரத்தின் மேல் விழுந்து மயிர்கூச்செறிய வைத்தன.

மழைத்தூறலைத் துடைத்துக்கொண்டு வெளியே போனேன் (எதுக்கு இந்த மழையில என்று அம்மா இரைந்தாள்). ‘கல்ச்சுரல் சென்டர்’ என்று ரூமியை அழைத்துக்கொண்டு தகரச் செட்டுக்குப் போனேன். அங்கே பெரிய கலைஞர்கள் இல்லை. இருபது வயதுக்குள்ளான இளைஞர்கள், நான்கைந்து பெண்கள். நான் சென்றபொழுது கவிதைகள் கேட்டுக்கொண்டிருந்தனர். கைகளால் எழுதிய, ‘கவிதைப் புல்லட்டின்’ படித்துக்கொண்டிருந் தார்கள் அவர்கள். மிகச் சாதாரணமான மொழியில் இருந்தன கவிதைகள். கிராம வாழ்க்கையில் இருந்து ஒரு பகுதி. நகர

வீதியிலிருந்து ஒன்று. மத்தியப் பல்கலைக்கழகத்தில் தற்கொலை செய்துகொண்ட பெண்ணின் இதயம், கறுப்பான அனுபவங்கள். இது 'கறுப்புக் கவிதை' என்றான் ரூமி. அந்தக் கவித்துவம் நன்றாக இருந்தது. அது அப்படியே உடலை ஒத்திக்கொண்டு கொஞ்சம் உற்சாகம் சேர்த்ததுபோலிருந்தது. (கோபமாக இரு என்றான் ரூமி) அரைமணிக்குள்ளாகவே அந்தக் கவித்துவத்துக்குள் நான் கலந்துவிட்டேன். நான் இன்னொரு ஆளுமையாக வடிவம் எடுத்தேன் விதவிதமான அனுபவமாக மாறிப்போனேன். ஆத்ம சம்பாஷணையாக மாறிப் போனேன். சரித்திரத்தின் பக்கமாகிப் போனேன். ஓர் அவமானம், வன்முறை, உயிரைத் தொலைப்பது, மறுபடியும் வாழ்வது, அந்த ஒரு மணிநேரம் புதிதாகத் தெரிந்தது. புதிதாக வாழ்வதுபோலிருந்தது. அந்த நான்கு சுவர்களுக்கு இடையிலான சூழ்நிலை நிஜமானது போல, அந்தக் கவிதை என்னை முழுமையாக ஆக்கிரமித்ததுபோல, அதிலிருந்த வார்த்தைகள், என்னை முழுமையாய் நிபுணராக ஆக்கியது போல, எனக்குள்ளிருந்த பயத்தை, தனிமையைத் துடைத்து, என்னை ஒரு புதிய மனுஷியாக ஆக்கியதுபோல, இப்பொழுது வெளியே ஓடையாகக் கொட்டுகிற இருட்டு என்னைப் பயப்படுத்தவில்லை.

கிராமத்தை நினைவுபடுத்திக்கொண்டேன். என் கண்கள் விசாலமாகிப் பரிமாணம் சிதறிப்போய், எங்கெங்கேயோ சுற்றின. பேச்சுகள் (கவித்துவ வார்த்தைகள்) அனைத்துப் பக்கங்களிலும் பயணிக்கின்றன. நானே பெரிய கவிஞர்களின் கூட்டத்தில் இருந்ததுபோல் தோன்றியது. மகாகவிகள் அனைவரும் என் எதிரில் நிற்பதுபோல், தலித் அனுபவங்களோடு கவிதையில் திளைத்தவர்கள், என் எதிரில் நின்றதுபோல்...

என் முன்பு ஒரு கிராமம் கண்டுபிடிக்கப்பட்டது. என் முன்னோர்கள் அனைவரும் என்னை நலம் விசாரிக்கிறார்கள். என் அனுபவம் எல்லாருடைய அனுபவமாகவும் மாறியது. ஆதெம்மா என் கண்முன் நின்று, செய்தி சொன்னாள். ஆதெம்மா வின் நினைவுகளால் துக்கம். துக்கம் ஒருமுறை ஆழமான வாஞ்சை ஆகின்றது. துளித் துளியாகக் கண்ணீர் விழுகிறது. ஒரு சுதந்திர மாக மாறுகிறது. ஆமாம். அலைக்கழிக்கும் நினைவுகளுக்கு ஈரமான இதயம் பதிலாகின்றது.

கவித்துவம் முடிகிறது. ஒரு நடுவயது மனுஷி எழுந்து, "நம் சரித்திரத்தை நாம் அர்த்தம் செய்துகொள்ளவேண்டும். மனித வளர்ச்சியையும் நாம் எப்படிப் பரிணாமம் அடைந்தோம் என்பதையும் தெரிந்துகொள்ள வேண்டும். நம்முடைய சரித்திரம், நம் கலை, நம் வெளிப்பாட்டு முறைகள் மூலம்,

நாம் நாமாக வளரவேண்டும். நாம் கலைஞர்களாக இல்லை என்ற மனப்பான்மையை உதைக்கவேண்டும். நாம் ஜாதி அவமானத்தின் குறியீடு என்ற பாவனையிலிருந்து வெளியே வரவேண்டும். நம் பெயர்களுக்குப் பின், 'மாதிகா' என்று சேர்த்துக் கொள்வதன் மூலமாக, நம் ஆத்ம வளர்ச்சியைப் பிரகடனம் செய்கிறோம். நம்முடைய கலைகள் உண்மையானவை. அவை வாழ்க்கையிலிருந்து பிறந்தவை. உழைப்பிலிருந்து பிறந்தவை. அவற்றைப் பரவச் செய்வோம்"

கல்ச்சுரல் சென்டரிலிருந்து வெளியே வந்ததும் நான் புத்துயிர் பெற்றதுபோல் தோன்றியது. பரந்த வயல்களுக்கு மத்தியில் சேறு நிறைந்த பள்ளங்களில் அலைவதுபோல் உடல் முழுக்க மண் வாசனை. கிராமப்புறங்களில் ராத்திரிகளில் பூச்சிகளின் சத்தம். வீட்டுக்கு வந்ததும் அதே உற்சாகம். என் கண்களில் கவிதையின் அடிகள், காட்சி காட்சிகளாக, அம்மா ஆச்சரியத்தோடு பார்த்தாள். 'கண்களில் அவ்வளவு ஒளி எதற்கு' என்பதுபோல.

அந்த இரவுமுழுவதும், நான் கிராமப்புறத்தைக் குறித்தே ஆலோசித்தேன். எனக்குள் அவற்றை மறைத்துவைத்தேன். அது, என்னுடன் கிடந்து ஆசையுடன் அணைத்துக்கொண்டது.

இயக்க மனிதர்கள் மாறுகின்றனர். ஆமாம் என்றான் தேவு (டேவிட்). தேவுவின் அம்மாவிற்குக் கட்டி (கர்ப்ப சமயத்தில்). அது வளர்ந்து வளர்ந்து அவளின் ஒவ்வொரு செல்லையும் தின்று கொண்டிருக்கிறது. களைத்துப்போய் வறண்டு வீல்சேரிலேயே சிறைப்பட்டிருந்தார். அதனை ஜன்னல் பக்கத்திலேயே போட்டிருக்கிறார். ஜன்னலுக்கு அப்பால் இலைப்பச்சை அசோகமரங்கள் காற்றில் அசைகிறதா என்று பார்ப்பது. ஜன்னல் வழியாகக் காற்று வந்து, அவளின் சரீரத்தைக் குளிர்ச்சியாகத் தொட்டது. அந்த அறையில் தொலைக்காட்சிப்பெட்டி எப்பொழுதும் ஓடிக்கொண்டே இருந்தது. திட்டமிட்டு அல்ல, மனிதர்கள் பேசிக்கொண்டிருக்கிறார்கள் என்ற அர்த்தம் தொனிக்க. ஜன்னலில் இருந்து சாலையை நோக்கிப் பார்த்துக் கொண்டு, அவளின் வாழ்க்கையின் கறுப்பு வெள்ளைக் காட்சிகளை நினைவுபடுத்திக்கொண்டாள்.

தேவு ஒருத்தனே அவளுக்கு மகன். பல்கலைக் கழகத்தில் படிக்கும் நாட்களில் எப்பொழுதும் அவளைச் சரியாகக் கவனித்துக்கொள்வது கிடையாது. அதன் பிறகு உத்தியோகம் இல்லாமல் ஏமாற்றத்துடன் சுற்றித் திரிந்ததால் அவளைக் கண்டு கொள்ளவில்லை. தனக்கு ஒரு மகன் இருக்கிறான் என்ற விஷயத்தையே மறந்துவிட்டாள் அவள்.

தேவு எதற்கு அப்படி ஓய்வின்றிச் சுற்றுகிறானோ அவளுக்குப் புரியவில்லை. மாதத்துக்கு ஒருமுறை தென்படுவான். (பல ஆண்டுகளாக அப்படித்தான்). அன்றைக்கு இருவரும் பெரிதாக வாதிப்பார்கள். பெரிதாகக் கத்திச் சத்தம்போட்டு "உனக்குப் பைத்தியம் புடிச்சிருக்கு, கிறுக்கி" என்று திட்டுவான்.

அவள் பைத்தியம். வாழ்க்கையில் அவள் நினைத்ததுபோல் எதுவும் நடக்கவில்லை. மிகவும் நேசித்த கணவனுக்கு உத்தியோகம் போய்ப் பைத்தியமாகி, அவர் இருக்கும் இடம் தெரியவில்லை. அவள் நர்ஸாக உத்தியோகம் செய்து தேவுவைப் படிக்க வைத்தாள்.

இப்பொழுது அவள் சோர்ந்துவிட்டாள். முழுவதுமாக ஜன்னல் அருகிலே வீல்சேரிலேயே இருந்துவிட்டாள். தேவு எப்பொழுதும் சொல்வான், அவள் உயிருடன் இருந்தாலும் சரி, இறந்தாலும் சரி பெரிதாகப் பாதிப்பில்லை என்று. பெரிதாக அவளை நேசித்த தருணங்கள் இல்லை. வீட்டைக் காட்டிலும் வெளியிலேயே அதிகம் இருந்தான். மாதக்கணக்கில் காணாமல் போய்விடுவான். அம்மாவிற்கு எதிராகப் பேசுவான். அவளுக்கு ஹிஸ்டீரியா என்றும் மகனைக் கண்ட்ரோல் பண்ண முயல்கிறாள் என்றும் சொன்னான்.

தேவுக்குச் சிநேகிதி ஒருத்தி இருந்தாள். இருவரும் இரண்டு ஆண்டுகளாகச் சுற்றினர். இப்பொழுது அந்தப்பெண் அவனை விட்டு விலகிவிட்டாள். அவன் மிகவும் அழுதான். பல வாரங் களாகத் தூக்கம் வராமல் கழித்தான். ஒற்றைத் தலைவலியால் தலையைப் பிடித்துக்கொண்டு சுற்றினான். அப்படிப்பட்ட நிலையில் இயக்கத்தில் சேர்ந்தான். அவன் முழுவதுமாக மாறி விட்டான். இப்பொழுது அம்மா அவனுக்குப் பிரியமான ஆள். தினமும் வீட்டுக்குச் செல்வான். அம்மாவின் அருகிலேயே அமர்ந்து, விழுந்த அவளின் கைகளைத் தடவிக் கொடுத்தான். நெற்றியின் மேல் உள்ள வியர்வையைத் துடைத்தான். அவளின் காதுகளில் அவளின் இதயத்துக்கு மட்டும் கேட்கும்படி மெதுவாக, சிறுவயதுச் செய்தி ஒன்றைச் சொன்னான். அவளைத் தூங்க வைத்து, அவளின் அருகிலேயே அமர்ந்து அமைதியாக அவளைப் பார்த்துக்கொண்டிருந்தான்.

அவள் மரணத்துக்கு அருகிலேயே இருந்தாள். ஆனால் அவன் மட்டும் மரணத்தை அருகில் வரவிடாமல் அவளைச் சுற்றிக் கைகளைப் பின்னிப்பிணைத்து.

எங்கோ வேறொரு இடத்தில் இன்னொரு இளைஞன், சோகத்தில் தன்னைத் தானே தொலைத்துக்கொண்டான். அவன் பெயர் டில்லி (திலீப்). அவனது காயம் நன்றாக

டாக்டர். வி. சந்திரசேகர ராவ்

ஆறியிருந்தது. ஆழமான காதலுக்கு, அழிவுக்கு மத்தியிலான வித்தியாசத்தை மறந்துவிட்டான். மக்களைப் புத்திசாலித்தனமாகக் காயப்படுத்துகிறான். கத்தி, அவனின் உடலின் பாகமானது. தன்னைத் தானே போர்வீரனாகக் கருதுகிறான். நகரத்திலிருந்து காணாமல் போனான். எங்கோ தொலைவில் வாழ்ந்துகொண்டிருக்கிறான். வாழ்க்கையைப் படிப்படியாகச் சலிப்பினால் அதிருப்தியாகப் பார்க்கிறான். அவன் காதலில் தோற்றான். இது இன்னொரு பல்கலைக்கழகக் கதை. எம்ஃபில்லில் அவனின் சிநேகிதி, திருமணம் செய்துகொள்வோம் என்ற பெண், இரண்டு ஆண்டுகளாகியும் உத்தியோகம் கிடைக்காதிருப்பதைச் சாக்குப்போக்குச் சொல்லி அவனை விட்டுவிட்டாள். வேறொருவனைத் திருமணம் செய்து கொண்டாள். அவன் இப்பொழுது பெண்களைப் புண்படுத்தும் வேலையில் விழுந்தான்.

ஆனால் அவன் இயக்கத்திற்கு வந்தபிறகு காதலுக்கு இன்னொரு நிறம் இருக்கிறது என்று புரிந்துகொண்டான். இன்றைக்குச் கசப்பாக இருக்கும் வாழ்க்கை நாளை இனிப்பாக மாறும் என்ற சத்தியத்தைத் தெரிந்துகொண்டான். காதல் நிரந்தரக் கதாகானம் என்று தெரிந்துகொண்டான் என்றென்றும் சொல்ல வேண்டிய கதை. அவனின் மிருதுவான வார்த்தைகள் எங்களைத் தாலாட்டும்.

இயக்கம் அவனை மீண்டும் அன்பு நிறைந்தவனாக மாற்றியது. மக்களை நேசித்தான். இப்பொழுது, தன்னைத் தானே நேசிக்கிறான்.

ரூமி, போனில் நீண்ட உரையாடல்கள் நடத்துகிறான். மனம் திறந்து புதிய யோசனைகள் வெளிப்படும்போதெல்லாம் செய்திகளை அனுப்புவான். அவன் இரவுகளில் நூற்றுக்கணக்கான புராணக்கதைகளை அவிழ்த்துவிடுவான். இது எனக்கு ஒரு புதிய சாளரம். நான்கு சுவர்களுக்கு மத்தியிலிருந்து உலகத்திற்குப் போடப்பட்ட நடைபாதை. இப்போது சிறிய நகரத்தை நான் விரும்புகிறேன். தெருக்களில் நடக்கின்றபோது நினைவுகள் ஊசலாடுகின்றன. பிரதேசங்கள், பிரியமானவர்களுடைய ஆழமான ஸ்பரிசம் நினைவுக்கு வருகிறது. ஒவ்வொரு பிரத்தியேக சமயத்தில் இந்தப் பட்டணம், என் புராதன வாழ்க்கையைத் தேடுவதுபோல் தெரிந்தது.

நான் இப்பொழுது தண்டோரா இயக்கத்தின் உறுப்பினர். இப்பொழுது நான் என் வாழ்க்கையை, அதன் எல்லா அனுபவங்களையும் (அவமானங்கள், பாகுபாடுகளோடு சேர்த்து) நிபந்தனையின்றி அழைக்கிறேன்.

புதன்கிழமை சாயங்காலம் நாஸ் சென்டரில் நடக்கும் போது, முதல்முறையாகத் 'தாக்குதல்' என்ற வார்த்தைக்கான அர்த்தத்தைப் புரிந்துகொண்டேன். நூற்றுக்கணக்கான இளைஞர்களைப் பத்துப்பேர்களைவிட அதிகமாக இல்லாத போலீஸ், தாக்கி விரட்டியடிப்பதைப் பார்த்தேன். பசுக்களைப் பின்னாலிருந்து குச்சியால் அடிப்பார்களே அப்படி. ஆமாம். தலித்துகள் எல்லாரும், "தொந்தரவு உருவாக்குபவர்கள்" என்ற எண்ணத்தோடு தாக்குகிறார்கள். ஒரு போலீஸ், என் சட்டையைப் பிடித்து (டீசர்ட், ஜீன்ஸ் போட்டிருந்தேன்) இழுத்து "முண்டைக்கு ஷோக்கு வேற" என்ற அவமானகரமான திட்டோடு தாக்கினார். தாக்குதலை நாங்கள் எதிர்த்தோம். நாங்கள் கணப்பொழுதில் காக்கா கூட்டம் போலக் கூடிவிட்டோம். எங்கள் கறுப்புச் சிறகுகளை எல்லாத் திசைகளிலும் விரித்து, இந்தப் பக்கமும் அந்தப் பக்கமுமாகப் பறந்ததால், அவர்களால் எங்களை விரட்ட முடியவில்லை.

எங்கள் கால்கள் தரைமேல் இல்லை. நாங்கள் எங்கள் கறுப்புச் சிறகுகளை விரித்துப் பறந்துகொண்டிருந்தோம். "என்ன நடக்கிறது, எதற்கு இப்படி அடிக்கிறீர்கள்" என்று என் பக்கத்திலிருந்த இளைஞன் கேட்டான். இளமுகம், பயத்தில் வெளிறிப் போய் இருந்தது. அவன் மறுபடியும் "நாங்கள் ரவுடிகள் கிடையாது. மிருக வேஷம் போடுவது இல்லை. எதற்கு இப்படி" என்றான். "பயம் வருகிறது. இந்தப் பக்கச் சந்திலிருந்து ஓடிப்போகிறேன்" என்றான். ஓடினான். "உன்னிப்பாகக் கவனித்தால், நூற்றுக்கணக்கான ஆண்டுகளுக்கு முன்பு, நாங்கள் இப்படி மாறிவிட்டோம். இது புதிய விஷயம் எதுவும் கிடையாது" என்று சொல்ல நினைத்தேன். அந்த இளைஞன் அதன்பிறகு அகப்படவில்லை.

வியாழக்கிழமை சாயந்தரம் நான்குமணிக்கு அப்பா தன் அறையில் கம்பீரமாக அமர்ந்திருந்தார். அவர் இப்பொழுது க்ளினிக்கல் சைக்காலஜிஸ்ட்டாக மாறி எனக்குக் கவுன்சிலிங் கொடுத்து வருகிறார். வெற்றுப் பார்வை பார்த்து நாற்காலிமேல் அமர்ந்திருந்தேன். 'ஹவ் எ ஷேம்டு ஐஆம்" என்று தொடங்கினார், "தெருவுல அப்படி ஓடுற, என்னாச்சு உனக்கு. உன்னைப் பற்றி எவ்வளவு பெருமையா சொல்லிட்டு இருக்கேன். சம்திங் ராங், ராங்" என்று தொடங்கினார்.

நான் அவரின் பேச்சுகளைக் கேட்டுக்கொண்டிருந்தேன். எத்தனை வாக்கியங்கள், எத்தனை சொற்கள், எத்தனை பெருமூச்சுகள், எத்தனை பச்சாதாபங்கள். எனினும் இது வெற்றுப் பேச்சுக் கவுன்சிலிங் மாத்திரமே கிடையாது. கவுன்சிலிங் பகுதி – இரண்டு கூட இருக்கிறது. 'சமையலறைக்குச் செல்' என்று

உத்தரவிட்டார். புரியவில்லை. எனினும் உள்ளே நடந்தேன். ஸ்டூல்மேல் உட்கார் என்றார். நீண்ட குச்சி போன்ற இரண்டை ஸ்டவ் மேல் வைத்து அவை சிவப்பாக ஆனதும், இடுக்கியால் பிடித்து, என் பாதத்தில் வைத்தார். உள்ளங்காலில் இருந்து தோல் உரிந்து, தாங்க முடியாத வலியால், 'அப்பா! என்ன இது' என்று கத்தினேன். கம்பீரமான முகத்தோடு கண்களில் நீர் வரும்படியாக, "முடியாது, நீ நல்லாவரணும்னா இதைத்தவிர வேறு வழியில்ல" என்றார். அழாமல் இருப்பதற்கு முயன்றேன். பல்லைக் கடித்துக்கொண்டேன். கீழே பாதங்கள் எரிந்தன. கொப்புளம் வந்தது. நான் முழுவதுமாக எரிந்து போவேனோ என்ற பயம் வந்தது. சிவப்பாகக் கருகி, கொப்புளம் புடைத்ததால், பொறுக்கமுடியாமல் பெரிதாகக் கத்தினேன். அம்மா ஓடி வந்தாள். கனவுக்காட்சிபோல விறைத்துப் போனாள். "என்னங்க, என்ன இது, உங்களுக்குக் கிறுக்குப் புடிச்சிருக்கா" என்றாள். "ஊகூம்" அவரின் முகம் இன்னும் கம்பீரமானது. இப்பொழுது, அந்தக் கண்களில் கண்ணீரும் கூட. "நான் கூடக் கஷ்டப்பட்டேன். ஆனால், தவறாது" என்றார். பொறுக்கமுடியாத வலி, இனி செத்துவிடுவேனோ என்று நினைத்தேன். ஒரேயடியாக அமர்ந்துவிட்டேன். அப்பா, டாக்டருக்குப் போன் செய்தார் (விபத்து என்று சொன்னார்) கால்களுக்குக் களிம்பு பூசி, அம்மா என் அருகிலேயே இருந்தார். அறையில் ஓய்வின்றி நடந்து கொண்டிருந்தார் அவர். கண்ணாடியில் என் முகத்தைப் பார்த்தேன். என் முகத்தைச் சுற்றிலும் சூடான நீராவிகள். முகம் முழுக்கத் தோல் நீர்க்கட்டிக் கொப்புளங்கள் இருப்பதுபோல. கொப்புளம் புடைத்தது, வலியின் காரணமாக. என் உடல் முழுவதும் சூடான அதிர்ச்சியில் இருந்தது. சிறுவயதில் ஒருமுறை துணி தேய்க்கும் ப்ரஸை எடுத்து முகத்தில் பரபர என்று இழுத்தேன். தோல் வீங்கி, 'என்ன இது' என்று அம்மா கேட்டதும், வகுப்பில் எல்லாரும் கறுப்பாக இருக்கிறாய் என்று கேலி செய்கிறார்கள். அதற்கே இந்தத் தோலை தேய்த்தேன் என்று சொன்னேன். அம்மா சிரிக்கவில்லை. ஆனால், கவலையோடு பார்த்தாள். இப்பொழுது இஷ்டப்படுகிற கறுப்பை, எரிப்ப தற்குப் பார்க்கிறார் அப்பா.

அன்றைக்கு முழுக்கக் கட்டிலிலேயே படுத்திருந்தேன். எத்தனையோ போன்கள். ரூமி உடனேயே, இந்த வன்முறைக் கதையை எல்லாரிடமும் கொண்டு சேர்த்தான். 'கமலி, கமலி என்ன இது" "எந்தக் காலத்தில் இருக்கிறோம்", "இந்த ராட்சஷ தண்டனை எதற்கு? வீட்டு முன்பு தர்ணா செய்கிறோம், பேப்பரில் போட்டு அந்த மனுஷனைக் கழுவி ஊத்துறோம்" "பக்த பிரகலாதா சினிமா பார்ப்பது போலிருக்கிறது" "இதோ அசுரன்" "இப்படிப்பட்ட அப்பா கூட இருக்கிறாரா?"

நாள் முழுக்கக் கட்டிலிலேயே படுத்திருந்தேன். என் உடலின் சில பகுதிகள் செத்துப்போனதுபோல, இறப்பை அருகிலிருந்து பார்க்கிறேன். ராத்திரி எப்பொழுதோ முழிப்பு வந்தது. (அம்மா போய்விட்டாள்.) கதவுகளை மூடினேன். ஜன்னலைக்கூட. பிரேம் போடப்பட்ட ஆதெம்மா போட்டோவை வெளியே எடுத்தேன். பிரேமிலிருந்து போட்டோவைத் தனியாக எடுத்து, என் எதிரில் கட்டில்மேல் வைத்துக்கொண்டு, ஆதெம்மாவோடு பேச ஆரம்பித்தேன். ஆதெம்மா தன் பால்யத்தில் (பத்து வயதில்) எப்படி இருந்தாள், டீன் ஏஜில் (என் வயதில்) எப்படி இருந்தாள், கேள்வியும் நானே, பதிலும் நானே, ஆதெம்மா தன் துக்கத்தைச் சொன்னாள். கிராமத்தில், வயல்வெளிகளில், வெளியே (ஆதெம்மா என்னைப்போலக் கறுப்பாக இருக்க மாட்டாள். தங்க நிறத்தில் மினுமினுப்பாள். கஷ்டங்கள் இன்னும் அதிகம் இருந்தன)

ஆதெம்மா வாழ்க்கைக் கதையையெல்லாம் கேட்டேன். கால மாற்றத்தைத் தவிர, சம்பவங்கள் அப்படியே வன்முறைகள் அப்படியே.

துவரை வயல் நடுவில் ஆதெம்மாவை மிருகத்தனமாக பாலியல் பலாத்காரம் செய்த சங்கதி உனக்குத் தெரியுமா?

"கொழுப்பெடுத்த தேவடியா ... நீங்கள் அப்பாற்பட்டவர்கள்."

காலம் மாறிவிட்டது. ஹிம்சை முறைகள் மாறவில்லை. "கறுப்புச் செம்பருத்தி. நான் கன்னிமேரி"

(கமலி, தூங்கு)

(இல்லை. இன்னைக்கு ராத்திரி நான் பெரிய எழுத்தாளர்)

(மறைத்தாலும் மறைக்கமுடியாத உண்மைகளைக் கதைகளாகக் கேட்க வேண்டும்)

(தீண்டத்தகாத கதைகள், கவிதைகள்) (கமலி, கமலி)

என் மார்பில் ஆதெம்மாவின் படத்தை வைத்துக்கொண்டு அப்படியே தூங்கிவிட்டேன். ஒரு கனவு தொடங்கியது. வழக்கம் போல ஒரு காகம் காட்சிகொடுத்தது. அது ஆகாயத்தில் பறந்து கொண்டிருந்தது. இறங்குவதற்குப் பூமியில் இடமே இல்லை. பூமி முழுக்கத் தண்ணீர், அழுக்கான தண்ணீர், அந்தத் தண்ணீரில் கறுப்பு கறுப்பாக ஆயிரக்கணக்கான காக்கைகளின் சவங்கள். அது கறுப்புச் சமுத்திரம் போல இருந்தது. காக்கைகளின் கடல்போல் இருந்தது. காகம் பறந்து பறந்து, கடைசியில் மலை உச்சிமேல் கொஞ்சம் இடம் கண்ணுக்குத் தெரிந்து அங்கே இறங்கியது. அங்கே ஒரு போதி மரம். அந்த மரக்கிளையில்

இறக்கைகள் வெட்டப்பட்ட அன்னம். அன்னப்பறவைக்குச் சேவை செய்தது காகம். புறா ஒன்று, காகத்தைப்போலக் கொஞ்சம் இடத்தைத் தேடி, அந்த இடத்திற்கே வந்தது. புறாவின் வாயில் சிவப்புநிற ரோஜா குச்சி. புறா அங்கே நீண்ட நேரம் பறந்தது. தயவுசெய்து வாவென்று அழைத்தது. காயப்பட்ட அன்னப்பறவை காகத்தை நோக்கிப் பார்த்தது. போகச் சொல்லி சைகை செய்தது.

காற்று மெலிதாகச் சிரித்தது. மரங்கள் நாட்டியம் செய்தன. ஆகாயத்தில் காகமும் புறாவும் பாதுகாப்பு அரணாகப் பறந்தன.

கனவில் காகம் நான்தானா?

அன்றைக்கு இரவு, ஒரு நம்பிக்கையைக் கண்டறிய தூங்கப் போனேன் (அதற்கு மறுநாள் மத்தியானம் வரை) இந்திர தனுஷை வாங்குவதாக நான் கனவு கண்டேன்.

11

தேர்தல் சூழல் பிரத்தியேகமாக இருந்தது. யுத்தபூமியின் கோலாகலம் பார்த்தோம். மார்க்க புரம் டிவிசனில் தேர்தல் கோலாகலம் தொடங்கியது. அது பெரிய தேர்தல்கூட இல்லை. நகராட்சித் தலைவர் பதவிக்குத் தேர்தல். முன்பு அதற்கு எதிர்ப்புகள் இல்லாமல் இருந்தது (ஆளும்கட்சி சார்பில் காஜாவலியைத் தேர்வு செய்தனர்.) ஆனால் இப்பொழுது அது சாத்தியப்படவில்லை. கம்யூனிஸ்ட்டில் ஒரு சுயேட்சை வேட்பாளர் களம் இறங்கினார். தண்டோரா சார்பாக யாராவது நிற்க வைக்கிறார்களோ என்று எல்லாரும் நினைத்தார்கள். கருணா சித்தப்பா (தண்டோரா இயக்க மாவட்டத் தலைவர் இப்பொழுது). ஓர் ஆச்சரியகரமான நிர்ணயம் எடுத்துக்கொண்டார். தேர்தலைப் புறக்கணிப்போம் என்றதும் எல்லாரும் ஆச்சரியம் அடைந்தனர். குண்டூரிலிருந்து நிறைய கட்சிக்காரர்கள் சென்றனர். பாடல்கள், நாடகங்கள், துண்டுப் பிரசுரங்கள். தேர்தலை எதற்கு புறக்கணிக்க வேண்டும் என்று விரிவாகச் சொல்லப்பட்டிருந்தது – தேர்தல் இப்பொழுது யுத்தச் சூழலை நினைவுப்படுத்தியது. அப்பா நான்கு நாட்கள் கேம்ப் போட்டார். இரண்டு பொதுக்கூட்டங்கள். ஊர்ப் பெரியவர்களுடன் விவாதங்கள் (பணம் கூடப் பகிரப்பட்டது என்று கேள்வி.)

தேர்தல் நாள்.

(அங்கு நடந்த சம்பவங்களைக் கல்ச்சுரல் சென்டர் இளைஞர்கள் கதைகதையாகச் சொன்னார்கள்.) பரிதாபகரமான தேர்தல் சூழல், அந்தக் காலையில் இருந்தே அங்கே மழை.

ரெயின் கோட்டோடு, குடைகளோடு காலையிலே வாக்குச்சாவடியில் தேர்தல் அதிகாரிகள் தயாராக இருந்தனர். தேர்தல் அதிகாரி, ஊழியர்கள்,

கட்சிப் பிரதிநிதிகள் எல்லாரும் தயாராக இருந்தனர். நேற்றிலிருந்து கூட்டம். எனினும் வாக்காளர்கள் வருவார்கள் என்று எல்லாக் கட்சிகளும் எதிர்பார்த்து இருந்தன. நூற்றுக்கணக்கான ஆட்டோக்கள், தேர்தல் சேவைக்காகத் தயார் நிலையில் இருந்தன. எட்டு மணி தாண்டியது. எல்லாருடைய கண்களும் வாக்குச் சாவடியை நோக்கியே இருந்தன. (ஆறு மாதத்தில் நடக்கவிருக்கிற சட்டசபைத் தேர்தலுக்கு மக்களின் நாடியைப் பிடித்துப் பார்ப்பதற்கான ஆய்வுக்கூடம் போன்று என்று எல்லாரும் பேசிக்கொண்டார்கள்.) மழை இருந்தாலும் (வாளி கொண்டு ஊற்றியது போல் இருந்தது மழை) தங்கள் வாக்காளர்கள் மழையைப் பொருட்படுத்தாத பெரும் உணர்வாளர்கள் என்று அவர்கள் நினைத்தார்கள்.

காலை ஏழுமணிக்கே கட்சித் தலைவர்கள் (காரில் வந்தவர்கள்) தங்கள் ஓட்டுக்களைப் போட்டுவிட்டுப் போனார்கள். அதன்பிறகு, வாக்குச்சாவடி காலியாக இருந்தது. வாக்குச் சாவடி ஊழியர்கள் வெளியே வந்து நீர் நிறைந்த காலியாகக் கிடந்த சாலையைப் பார்க்கத் தொடங்கினர். ஒன்பது மணியானது. பத்து மணியானது. ஒரு வாக்காளர்கூட வரவில்லை. மொத்தம் பதினான்கு வாக்குச் சாவடியில் பதினோரு வாக்குச்சாவடிகள் காலியாகக் காற்றாடின. கட்சிப் பிரதிநிதிகள் படபடப்போடு எல்லாருக்கும் போன் செய்தனர். கட்சிக் காரர்கள் தலைவர்களுடன் பேசினார்கள். வீட்டுக்குவீடு ஆட்டோக்களை அனுப்புங்கள் என்று உத்தரவிட்டனர். பத்துக் கார்களைக்கூட அந்தப் பணிக்கு அனுப்பிவைத்தனர். மணி பதினொன்றைத் தாண்டியது. பதினோரு வாக்குச்சாவடிகளில் பதிவான வாக்குகள் பதினாறு.

பன்னிரண்டு மணிக்கு முதல் வாக்காளர் வந்தார். வாக்குச் சாவடியில் அனைவர் முகத்திலும் கொஞ்சம் ஒளி வந்தது. குடையைப் பக்கத்தில் வைத்து, தலையின் மேல் வைத்திருந்த ப்ளாஸ்டிக் தொப்பியை வெளியே வைத்துவிட்டு, வாக்காளர் உள்ளே வந்தார். ஐம்பது வயதைக் கடந்திருந்தார். பலமாக இருந்தார். தன் அடையாள அட்டையைக் காட்டினார். அவரின் பெயரைச் சரிபார்த்துவிட்டு அவருக்கு வாக்குச் சீட்டைக் கொடுத்தனர். ஓட்டு எப்படிப் போட வேண்டும் என்று அவருக்கு விவரித்தனர். மறைவுக்குச் சென்று, வாக்குச்சீட்டில் முத்திரை இடுவதற்குப் பதிலாக, "தண்டோரா மலரவேண்டும்" என்று எழுதி, நான்காக மடித்து ஓட்டுப்பெட்டியில் போட்டார். இன்னொரு அரைமணிநேரம் கழிந்ததும் இரண்டாவது வாக்காளர் வந்தார். அவரும் அவ்வாறே சிவப்பு மையால் வாக்குச் சீட்டின்மேல் எழுதிப் பெட்டியில் போட்டுவிட்டு வந்தார். காற்றில் மரத்தின்

இலைகள் ஒவ்வொன்றாக விழுவதுபோல, வாக்காளர்கள் ஓரிருவர் வரத் தொடங்கினர். மத்தியானம் இரண்டுமணிக்குப் பன்னிரண்டு பேர் வந்தனர். எல்லாரும் வாக்குச் சீட்டின் மேல் தண்டோரா கோஷங்கள் எழுதிப் போயினர். (அந்த விஷயம் வாக்குப் பெட்டியைத் திறந்தபோது தெரிந்தது) மறுபடியும் சாயங்காலம் நான்குவரை யாரும் வரவில்லை. அப்பொழுது மழை கொஞ்சம் வெறித்திருந்தது. அந்தச் சமயத்தில் ஒரு நாலுபேர் மாத்திரம் வந்தனர். ஆனால் உள்ளே வரவில்லை. வெளியே நின்று கோஷங்கள் எழுப்பிப்போய்விட்டனர். மழை முழுவதுமாக நின்றுவிட்டது. மணி ஐந்து ஆனது. காலிப்பெட்டியைச் சீல் செய்யவேண்டுமா இல்லையா என்று புரியவில்லை, தேர்தல் அதிகாரிகளுக்கு. தேர்தல் வரலாற்றில் ஓர் அசாதாரணமான நிலை. மாவட்ட ஆட்சியரிடம், தேர்தல் அதிகாரிகளிடம் பேசி வாக்கு நேரத்தை, கூட ஒரு மணி நேரம் நீட்டித்தனர். அரசியல் கட்சியினர் தங்களின் பைக்குகளில் வீதிவீதியாகச் சுற்றி வந்தனர். தேர்தலை மதிக்கவேண்டும். ஓட்டுப் போடாமல் இருப்பது ஜனநாயகத்தை அவமதிப்பதாகும். பதில் இல்லை. மணி ஆறை கடந்தது. வாக்குப்பெட்டிக்குச் சீல் வைத்தனர். எம்.ஆர்.ஓ (மண்டல வருவாய் அலுவலகம்) அலுவலகத்திற்குக் கொண்டு சென்றனர். சரியாக ஆறுமணி ஐந்து நிமிடத்துக்குத் தண்டோரா வெற்றி யாத்திரை வீதியில் தொடங்கியது. நூற்றுக்கணக்கான மக்கள் சாலைக்கு வந்தனர். மெல்லிய தூறல் விழுந்தாலும் பொருட்படுத்தவில்லை. தரையில் இருந்து ஆயிரக்கணக்கான குடைகள் முளைத்து வந்ததுபோல், அதொரு ஆச்சரியம். உலகம் முழுக்க அதிர்ந்தது. அரசியல் தலைவர்கள் முதல்முறையாகத் தண்டோரா இயக்கம் குறித்துத் தீவிரமாக யோசிக்கத் தொடங்கினர்.

அப்பாவின் முகத்தில் பதற்றத்தையும் பயத்தையும் முதல் முறையாகப் பார்த்தேன். கறுப்பு மேகங்கள் அவரின் முகத்தைச் சுற்றிச் சூழ்ந்து, அப்படியே நின்றிருந்தன.(அதன்பிறகு நீண்ட நாட்களாக அவரின் முகத்தில் ஒளியைப் பார்க்கவில்லை நான்.)

அதற்கு மறுநாள் காலை, நடந்த மற்றொரு முக்கியச் சம்பவம் மொத்த இயக்க வடிவத்தையும் மாற்றியது.

காலை பத்து மணிக்குச் சாதாரண உடையில் இருந்த இரண்டு போலீஸ் அதிகாரிகள் சித்தப்பாவின் வீட்டிற்குச் சென்றனர். முதலில் காந்தம் சித்தி வெளியே வந்தாள். “கருணா குமாரைக் கூப்பிடுங்க. அவர்ட்ட கொஞ்ச விசயங்களைப் பத்தி கேட்கணும்”. அந்த விடியற்காலையில் சித்தப்பா ஒருவர் மாத்திரமே இருந்தார் வீட்டில். (சுற்றி எப்பொழுதும் இளைஞர்கள்

இருப்பார்கள்) "எந்த விஷயத்தைப் பற்றி" என்று கேட்டாள் சித்தி, சித்தப்பாவை அழைக்காமலேயே. கிராமத்துப் பெண் இவ்வளவு தைரியமாக அவர்களின் எதிர் நிற்பதும், கேள்வி கேட்பதும் அவர்களுக்கு ஜீரணம் ஆகவில்லை. "வாய மூடிக்கிட்டு அவரக் கூப்பிடு" என்றார் ஒரு போலீஸ்காரர் வாயைத் திறந்து. சித்தி, பயமின்றி அவர்களைப் பார்த்தாள். அவர்கள் கொஞ்சம் தாழ்ந்து, "பழைய கேஸ்கள் கொஞ்சம் உள்ளன. அவைகளை விசாரிக்கவேண்டும்" என்றனர். சித்தி உள்ளே சென்று, சித்தப்பாவை அழைத்து வந்தாள். "நட! ஸ்டேசனுக்குப் போகணும்" என்றனர் அவர்கள். "நடங்க, நானும் வர்றன்" என்று கிளம்பினாள்.

அவர்கள் அர்த்தம் புரியாமல் பார்த்தனர். "நீங்க யாரோ தெரியாது. இந்த ஊரு ஸ்டேசனில் உங்களை எப்பயும் பார்த்தது இல்ல. ஸ்டேசனுக்கு அழைச்சுட்டுப் போறீங்களா, இல்லை வேறெங்கயோ அழைச்சுட்டுப் போறீங்களான்னு தெரியாது. நானும் வர்றன். தண்டோராகாரங்க மீது கேஸ் போட்டீங்கன்னா, நானும் தண்டோரா மனுசி, நானும் வர்றன். ரெண்டுபேரையும் கூட்டிட்டுப் போங்க" என்று கிளம்பினாள். பொறுமையின்றிப் பார்த்துக்கொண்டிருந்த அவர்களில் ஒருவர் சித்தியை இழுத்து அவரின் முகத்தின் மேல் குத்தினார். அவள் விழப்போய்த் தடுமாறி நின்றாள். "கொல்லுங்கடா, தேவடியா மவன்களே! கொல்லுங்க, மாதிகாவா பிறந்தது குத்தம் இல்லையா, கொல்லுங்க! வரிசையா துப்பாக்கி வச்சு கிராமத்துல எல்லா மனுசங்களையும் சுட்டு வீழ்த்தி, கயிற்றால் அடித்துக் கொல்லுங்க!" என்று கத்தினாள் சித்தி. கலைந்த முடியை முடிந்துகொண்ட சித்தியைச் சித்தப்பா தடுத்தார். ஆனால் சித்தி கேட்கவில்லை. கத்தலில் சுற்றியுள்ளவர்கள் அனைவரும் சூழ்ந்தனர். ஊரில் எங்கெங்கேயோ இருந்த இளைஞர்களுக்குச் செய்தி கிடைத்தது. சித்தப்பாவை ஜீப் அருகில் நடத்திக்கொண்டு செல்வதற்குள் நூற்றுக்கணக்கானவர்கள் சூழ்ந்தனர். சித்தியின் முகத்தின்மேல் போலீஸ் அடி வெளிப்படையாகத் தெரிந்தது. ஒரேயடியாகக் கோஷங்கள் முழங்கின. நடங்க எல்லாரும் ஸ்டேசனுக்குப் போவோம் என்று கிளம்பினர். ரகசியமாகச் சித்தப்பாவை ஸ்டேசனுக்கு அழைத்துச் செல்ல வேண்டும் என்று எண்ணியிருந்தனர். ஆனால் முடியவில்லை. ஸ்டேசனைச் சுற்றி நூற்றுக்கணக்கானவர்கள் சூழ்ந்தனர். எல்லாரையும் கைது செய்யுங்கள் என்று கோஷங்கள் எழுப்பினர். போலீஸ் அதிகாரி வந்தார். மாஜி நக்சலைட் கருணாவை சில விசயங்களை விசாரிப்பதற்கு அழைத்து வந்திருக்கிறோம் என்று விவரித்தார். கைது இல்லை, விசாரணை என்றார். மத்தியானம் ஒரு மணிக்கு ஜனங்களின்மேல் லத்திசார்ஜ் செய்து

சித்தப்பாவை லாக்அப்பில் அடைத்தனர். சித்தி ஸ்டேசன் முன்பே போராட்டம் தொடங்கினாள். சித்தப்பாவைக் கைது செய்த செய்தி, எல்லாப் பக்கமும் பரவியது. மறுநாள் மாவட்ட ரீதியான கடை அடைப்பு அழைப்பு விடுத்தனர் தண்டோரா இயக்கத்தினர்.

பந்த் அன்று ஜனங்களுக்கு மத்தியில் மாட்டிக்கொண்டேன். கார் போகவில்லை. காரை ஒரு பக்கம் நிறுத்தி, நடந்து வருகிறேன் என்று சொன்னேன். உண்மையில் இளைஞர்கள் செய்கிற (அதில் ரூமி கூட இருந்தான்) பந்த் காட்சியைக் காண வேண்டும் என்பது என் விருப்பம். கிராமத்திலிருந்து பல செயல்வீரர்கள் வந்தனர். வேட்டிகள், லுங்கிகளை உயர்த்திக் கட்டி சாலையின்மேல் கிராமம் அவதரித்ததுபோல் இருந்தது. ஊர் முழுக்க நூற்றுக்கணக்கான போலீஸ்கள். சாலைகளிலும் கூடப் போலீஸ் வேன்கள் நிறுத்தப்பட்டிருந்தன. இளைஞர்கள் அனைவரையும் வேனுக்குள் ஏற்றி ஊர்க் கடைசியில் விட்டுவிட்டு வந்தனர். ஜின்னா டவர் சென்டரில் திறந்திருந்த கடைகள்மேல் கல்லெறிந்த இளைஞர்கள்மீது லத்திசார்ஜ் செய்தனர். அதனால், பதற்றம் பெருகியது. சாலையின்மேல் நின்றிருந்தவர்களைக் கூடப் போலீஸ்காரர்கள் அடித்துத் துரத்தினர்.

மகளிர் கல்லூரி சாலையில் நடந்துகொண்டிருந்தேன். சாலை அமானுஷ்யமாக இருந்தது (கல்லூரியை மூடியிருந்தனர்.) வாசல் முன்பு இருபது போலீஸ்காரர்கள். லத்திசார்ஜிலிருந்து தப்பித்துக்கொண்டு ஜனங்கள் அந்தச் சாலையில் ஓடினர். நகரப்பேருந்துகள், ஆட்டோக்கள், பள்ளிக் குழந்தைகள் ஒரேயடியாகக் கூட்டமாக அந்தச் சாலைமேல் ஓடினர். கொக்ககோலா டிரக் நின்றிருந்தது. சாலையில் ஒரேயடியாகக் கூட்டம் கூடியது போல் தெரிந்தது. மகளிர் கல்லூரி முன்பு அமர்ந்திருந்த போலீஸ்காரர்கள் பயிற்சி பெற்றவர்கள் போலிருந்தனர். கொக்ககோலா டிரக் மேல் தாக்குதல் நடத்திப் பாட்டில்களை எடுத்துக்கொண்டனர். பயந்து ஓடுகிற ஜனங்கள் மேல் பாட்டில்களை எறிந்தனர். “பாக்ஜாவ் காலா” என்று இந்தியில் பெரிதாகத் திட்டினர். முரட்டுத்தனமாக இருந்தன அவர்களின் முகங்கள். கண்கள் சிவந்த கோலிபோல இருந்தன. அவர்களின் பேச்சுகளும் பெரிய இரைச்சலாக இருந்தன. சிரிப்புகள் அருவருப்பான இரைச்சலில் கலந்ததுபோல், சூழ்நிலை பயத்தை ஏற்படுத்துவதாக இருந்தது. மக்களின் தள்ளுமுள்ளில் பதற்றத்தோடு அங்கும் இங்கும் பயத்தோடு ஓடினேன். நடந்தேன். திடீரென்று கண்முன்பு காக்கி நிறம் அசைந்தது. இரண்டு போலீஸ்காரர்கள் கைகளைத் தடுப்பாக வைத்து, இன்னொரு பக்கத்திலிருந்து மூன்றாமவர் என்னைச்

சுற்றி கைகளை இறுக்க, பெரிதாகக் கத்தினேன். அழுகையைப் பொருட்படுத்தாமல் முன்னால் நின்றவர் என் வாயைக் கைகளால் பொத்தினார். என் தோளை அழுத்திப்பிடித்து அந்த மூவரும் என்னைச் சூழ்ந்தனர். அவர்களின் சோப்பு வாசனையோடு அந்த மூவரின் நாக்குகளும் என் முகத்தின் மேல் பாம்பு நாக்குகள்போல் நீண்டன. அவர்களின் மூச்சுக்காற்று என் முகத்தைத் தொட்டது.

என் எதிர்ப்பையும் கத்தல்களையும் அவர்கள் பொருட் படுத்தவில்லை. ஒருவர் பின் ஒருவராக எனக்கு முத்தமிட்டனர். அவர்களின் கைகள் ஒன்றுபட்டன. சலசலப்பது போல் அவர்களிடம் இருந்து விடுவித்துக்கொண்டு, ஓடுகிற ஜனங்க ளோடு கலந்துஓடினேன். உள்ளே குடல்கள் முறுக்கப்பட்டது போல் திருகி, ஒரேயடியாக வாந்தியானது. கசப்பாக, இலைப் பச்சையாக வெளியே வந்தது. கொஞ்சநேரம் சுவரில் சாய்ந்து, நடுங்கிய உடலைக் கட்டுப்பாட்டுக்குள் கொண்டுவந்து வீட்டை நோக்கி நடந்தேன்.

வீட்டின் அருகில் அப்பா இருந்தார். (அலுவலகத்தை அடைத்திருந்தார்.) கம்பீரமாக இருந்தார். முகத்தைச் சீல் வைத்ததுபோல், எந்த உத்வேகமும் தென்படாதவராக இருந்தார். நடந்த சம்பவத்தை யாரிடமாவது சொல்லவேண்டும் என்று தோன்றியது. ஆனால், இந்த மனுஷனிடம் கூடாது. “கார் என்ன ஆனது” என்றாள் அம்மா. பந்த்தில் சிக்கிக்கொண்டு நடந்து வந்தேன் என்று சொன்னேன். என் முகத்தில் பதற்றத்தைக் கவனித்தாள்; ஆனாலும் எதுவும் பேசாமல் உள்ளே சென்றாள்.

‘உங்க காலேஜை மூடிட்டாங்களா” என்றார் அப்பா. “ஆமா தெரு முழுக்கப் போலீஸ், இளைஞர்களைத் துரத்தி. ஆனால், பந்த் சக்ஸஸ் ஆனது. கடைகளை அடைத்தனர். போலீஸ்களைத் துவேசித்தார்கள் ஜனங்கள். எல்லா ஊரிலேயும் சித்தப்பாவின் கைதின் மேல் ...” அப்பாவின் முகத்தில் பொறுமையின்மையைப் பார்த்துப் பேச்சை நிறுத்தினேன்.

“நீங்கள் நினைக்கிறபடியான பதில் எதுவும் இல்லை. நான்கைந்து ரவுடிக்கும்பல் தெருவில் சுற்றி . . . “அவளால் ரகசியத்தை மறைக்க முடியவில்லை.

முகத்தின்மேல் நெருப்பு ஏதோ தெளிக்கப்பட்டதுபோல இருந்தது. உதடுகளில் தீப்பந்தம் வைத்ததுபோல, அவர்களின் முகங்கள் நினைவுக்கு வந்தன. அவர்களின் உதடுகள் தாக்கிய இடத்தில், அந்தப் பிரதேசம் எல்லாம் எரிந்ததுபோல முகமெல் லாம் அக்னி சட்டியாக இருந்தது. சுவரில் ஒட்டப்பட்ட போஸ்டர்போல அந்தக் காட்சி திரும்ப திரும்பக் கண்முன்பு

எதிர்ப்பட்டது. கற்பழிப்பு, பெண்களின்மேல் வன்முறை போன்ற பேச்சுகளைக் கேட்டு, எவ்வளவோ ஆத்திரமடைந்தேன். இப்பொழுது நானே சாட்சியாக -

இந்த அனுபவத்தை எந்தப் பெயரால் அழைப்பது? அதிகாரத்திற்கு, திமிருக்கு, அகங்காரத்துக்குக் குறியீடாக அவர்களின் முகங்கள் நினைவுக்கு வந்தன. கண்களில் அலட்சியம், முகம் முழுக்க வெறிபோல, விரும்பியபடி துப்பாக்கியால் சுட்டு, துப்பாக்கி முனைகளால் குத்தி, எதிர்ப்பை அடக்குகிற ராஜ்ஜியம் என்றால் இதுதானா? மனிதர்கள் என்றால் எவ்வளவு மலிவு, மறுநாள் நாளிதழில் இரண்டு முக்கியமான செய்திகள். கருணாகுமாரை விடுதலை செய்தனர் என்று ஒன்று இன்னொரு இடத்தில் ஒரு மூலையில் இருவர் (சி.ஆர்.பி.எஃப் கான்ஸ்டபிள் ராட்சஷர்களின் நடவடிக்கை என்று (இதயம் படபடவென்று அடித்தது). ஒரு கல்லூரிப் பெண்ணை, கூட்டத்தின் மத்தியிலிருந்து, சுவர்ப் பக்கத்திற்கு இழுத்துச் சென்று கற்பழிப்புச் செய்ததாக (என்னைப் பற்றிய செய்தி இல்லை அல்லவா). சாட்சிகளின் ஆதாரப்படி, அந்தப் பெண் பயந்து புகார் கொடுக்காமல், நடந்த கதை போலப் பத்திரிகையாளரின் கண்ணில் பட்டு – அவர்களின் பெயர்கள், போட்டோக்கள் (அந்த இரண்டு முகங்களே) என் முகம் வெளிறிப்போனது. அவர்கள் மேல் நடவடிக்கை எடுக்கிறோம் என்ற போலீஸ் அதிகாரியின் அறிக்கை.

பந்த் அன்று கடைகளைக் கொள்ளையடித்தார்கள் என்று. ரேடியோ, டெலிவிஷன் கடை ஒன்றின் கதவை உடைத்து யாருக்கு என்னென்ன பொருள் வேண்டுமோ அவற்றை அவர்கள் எடுத்துச் சென்றார்கள். போலீஸ் படைகளைத் தெருவில் வரிசைப்படுத்தியபோது, சுமார் ஐநூறுபேர்களைக் கைதுசெய்ததுபோல் இன்னொரு செய்தி. ரூமி பகல் முழுக்க வீட்டுக்கு வரவில்லை. ராத்திரி எட்டு மணிக்கு வந்தான். அப்பா பெரிதாகக் கத்தினார். இதற்கிடையில் அது வழக்கமானது. காதுகொடுத்துக் கேட்காமல் போவதுகூட அவனுக்குப் பழக்கமாகிப் போனது.

அதற்கு மறுநாள் ஞாயிற்றுக்கிழமை. இருவரும் கல்ச்சுரல் சென்டருக்குப் போவோம் என்று கிளம்பினோம். ரூமி ஓர் இடத்தைக் காட்டினான். எங்கே நின்று கல்லெறிந்தான் என்று விவரித்தான். போலீஸ் லத்திசார்ஜ்க்குத் தப்பித்துக்கொண்டு எந்தப்பக்கம் ஓடினான் என்பதை விவரித்தான்.

மகளிர் கல்லூரிச் சாலை அருகில் வந்ததும் எனக்குள் ஒரு நடுக்கம், கல்லூரி வெளியே இன்னும் இயந்திரத் துப்பாக்கிகள்

வைத்துக்கொண்டு அமர்ந்திருந்த ஜவான்கள் தென்பட்டனர். துப்பாக்கியின் முனைகள் வானை நோக்கிக் குறிபார்த்து இருந்ததே என்றாலும், அவை வீதியின் பக்கம் நடக்கின்ற மனித உடல்கள் மேல் குறிவைத்து இருந்ததுபோல் தோன்றியது.

சாலையின்மேல் உயிரற்ற உடல்கள், அங்கும் இங்கும் குவியல்களாகக் கிடந்ததுபோல், தாய்மார்களின் முதுகில் தொங்கும் சிசுக்கள் கூட, பிஞ்சு முகமுடைய பள்ளிக் குழந்தைகள் கூட, மேலும், என்னைப் போன்ற பெண்களின் உடல்கள்கூட, எங்கெங்கேயோ கொல்லப்பட்ட உடல்கள், அங்கே உயிரற்று துப்பாக்கிகள் அமைதியாக, ஆகாசத்தை நோக்கி அட்டகாசம் செய்ததுபோல, ஒரு கணநேரத்தில் பயம் எடுத்தது. உடல் முழுக்கக் குளிர்ந்துவிட்டது. மீன்கூடையைத் தலைமேல் வைத்துக் கொண்டு ஒரு பெண்மணி உள்ளே சென்றாள் (உள்ளே சி.ஆர்.பி.எஃப் ஜவான்களின் விடுதி உள்ளது) மீன்காரியுடன் ஆறு வயதுப் பெண்கூட இருந்தாள். வேண்டாம் வேண்டாம் உள்ளே போக வேண்டாம் என்று கத்தவேண்டும் போலிருந்தது.

கல்ச்சுரல் சென்டர் அமானுஷ்யமாக இருந்தது. ஆறு இளைஞர்கள் இன்னும் சிறைச்சாலையிலேயே இருந்தனர் (திலீப், தேவு கூட). அவர்களின் தாய், தந்தையர் வெளியே அமர்ந்திருந்தனர். அவர்கள் பெரிதாகக் கத்துவார்களோ என்னவோ என்று பயப்பட்டேன்.

"ஜாமீனுக்காக முயற்சி செய்துகொண்டிருக்கிறோம்" என்றார். திலீப்பின் அம்மா ஸ்வீட் பாக்ஸ் கொடுத்துப் போனார். (வேண்டுமென்றே ஸ்வீட் வாங்கி வந்தாரா, சும்மா வாங்கி வந்தாரா என்று நீண்டநேரம் தர்க்கம் செய்தோம் நாங்கள்.) உள்ளே செய்திப் பலகையில் சின்ன கடிதம் ஒட்டியிருந்தது.

நண்பர்களே, ஒருவாரம்வரை இருக்கமாட்டேன். பம்பாய் போகிறேன். புற்றுநோய் மருத்துவனைக்கு. பாடல்கள் தொடரட்டும் சாயங்காலம் நீங்கள் எல்லாரும் கூடும்பொழுது. என்னைக் கூட நினைவில் வைத்துக்கொள்ளுங்கள்.

நம் கனவுகள், நம்மை வழிநடத்திச் செல்லும். இப்படிக்கு உங்கள் "D".

"தேவுவின் அம்மாவிற்குச் சீரியஸாக இருக்கிறது" என்றனர். "நேற்று பந்தில் பங்குபெற்று, ராத்திரிக்குப் பம்பாய் டிரெயின் ஏறினான்" என்று சொன்னான் காலிப் (கிறிஸ்டோபர்).

வழக்கமான சந்தடி இல்லை. நான்கைந்து இளைஞர்கள், தங்களுக்குள்ளாகவே அவர்கள் பேசிக்கொண்டிருந்தனர், நானும்

ரூமியும் ஒரு மூலையில் அமர்ந்தோம். ரூமி தபேலா கொண்டுவந்து, மெல்லிய சப்தம் செய்தான் ரிதமிங்காக. தப் ... தப் ... என்று அடிவாங்கியது தபேலா. ஒரு மூலையில் காகிதங்களையும் ஒரு மூலையில் அன்றைய செய்தித்தாள்களையும் வைத்து ஆராய்ச்சி போலப் படிக்கிற ஒரு பெண் – திடீரென்று ஒரு கவிதையைப் படித்தாள். எல்லாரும் திடுக்கிட்டுக் கவனித்தனர். அந்தப் பெண்ணின் பெயர் தபிதா (உண்மையான பெயர் ஷபிதா).

> "இதொரு துக்கப்பாட்டு, ஒரு கலகக்கதை, அறிவு மரணம் பற்றி கூட
> நம்முடைய வலி பெரியது, பாலுக்காக அழுகிற பிள்ளைகளின் கத்தலை விட
> நானோ புராதனமான நம்பகத்தை, ஒரு பயத்தை
> நூற்றுக்கணக்கான ஆண்டுகளான முதுமை என்னுடையது
> என் தலை இத்தனை ஆண்டுகளாக வணங்கிக் கொண்டிருக்கிறது
> நான் இப்போது ஓர் இளைஞன், எதிர்காலத்தை
> வெளிப்படையாகத் தலையுயர்த்திப் பார்க்க முடிகிறது
> பாடலை நிறுத்தாதே இடைவெளி கொடுக்காதே. பயணத்தை நிறுத்தாதே
> நாளை நாம் இப்படிக் கூடச் சந்திக்க முடியாதோ என்னமோ"

அனைவரும் கை தட்டினோம். அந்தப் பெண் சற்று வெட்கப்பட்டாள். மறுபடியும் யாரும் பேசவில்லை. நேற்று அவ்வளவு பெரிய பந்த் நடத்திய பின் எவ்வளவோ உற்சாகமாக இருக்க வேண்டிய நாள் அல்லவா? இவர்கள் எதற்கு இப்படி அமைதியாக இருக்கிறார்கள் என்று நினைத்தேன். நான் பெரிதாகக் குரலெடுத்து ஏதாவது பாடலைப் பாடவேண்டும் என்று தோன்றியது. ஆனாலும் தைரியம் போதவில்லை. கைகள் குளிர்ந்த நிலையில், காலிப் எழுந்தான், "மூடு நன்றாக இல்லை. தேவுவின் அம்மா நினைவுக்கு வந்தார். பசங்க எல்லாம் பீர் குடிக்கலாம்னு இருக்கிறோம். பெண்கள் அனுமதி கொடுத்தால். அப்படியென்றால் நீங்கள் இங்கிருந்து போகணும். வில் யூ ப்ளீஸ்" என்றான். நான், அந்தப் பெண், ரூமி மூவரும் எழுந்து நின்றோம். உற்சாகமின்றி வெளியே நடந்தோம். நாங்கள் வெளியே வரும்பொழுது, காலிப் குரலெடுத்துப் பாடத் தொடங்கினான். "லைப் இஸ் ஏ பிச், அண்டு தென் யூ டை" என்ற பாட்டு சாலைவரை கேட்டது. நின்று பின்னால் போய்க் கதவைத் திறந்து உள்ளே பார்த்தால் காலிப், மைக்கேல் ஜாக்சன்போல வலிப்பு வந்ததுபோல நடனம் ஆடிக்கொண் டிருந்தான். மீண்டும் எங்களுக்குள் உற்சாகம் வந்தது.

'அப்பா' என்ற புத்தகத்தை எப்பொழுதாவது எழுத வேண்டியது வந்தால், எப்படி எழுதவேண்டும் என்று

யோசித்தேன். இன்றைக்கு ராத்திரி அவரை அருகில் பார்த்தால், அப்பாவென்றால் ‘பயம்’ என்றோ, ‘குரூரமான வன்முறை’ என்றோ எழுதவேண்டும் என்று தோன்றியது.

ராத்திரி, பத்து மணி தாண்டிய பிறகு ரூமியை அப்பா தன்னுடைய அறைக்கு அழைத்தார். ஏதோ கெட்டது நடக்கப் போகிறது என்று நினைத்து நானும் சென்றேன்.

“நீ தலைவனாகூட ஆகிவிட்டாயா” என்றார் எந்த முன்னுரையும் இல்லாமலே.

“ஒரு ரவுடிபோலப் போலீஸ்மேல கல்லு எறிஞ்சு, ஜெயிலுக்குப் போகுறது ஒன்னுதான் நடக்கல” என்றார்.

“நீ என்ன? எப்பவாவது யோசிச்சுருக்கயா? என் நிழலில் வாழ்ற புள்ள பூச்சி நீ. என்னை மிஞ்சி நீ வளர முடியாது.”

ரூமி எதுவும் பேசவில்லை. “எத்தனை வருஷமா இந்த விவகாரம் நீடிக்குது?”

“நீ மட்டும்தானா. உன் அக்காவும்கூடச் சேந்து சுத்திட்டு இருக்குறாளா?”

ரூமி பேசாமல் இருந்தால் நன்றாக இருக்குமே என்று நினைத்தேன். அவன் பக்கம் பார்த்து, ‘பேசாதே’ என்று சைகை செய்தேன். ரூமி கேட்கவில்லை. “ஆமா, நானும் அக்காவும் தண்டோரா இயக்கத்துல சுத்திக்கிட்டு இருக்கோம். தேவைன்னா காலேஜ் படிப்பைக்கூட விட்டுவிடுவோம். இது எங்களுக்கு முக்கியமான விசயம். இதை நாங்கள் சுயமரியாதை அறிக்கைன்னு நினைக்கிறோம்”. அப்பா, கண நேரத்தில் அதிர்ச்சியடைந்தார். உடனே, ரௌத்திர மூர்த்தி ஆனார். ரூமியை இழுத்துப்போட்டு அடித்தார். பேண்ட்டில் இருந்த பெல்ட்டை எடுத்து வெறிபிடித்தவர்போல அடித்தார். “அப்பா ப்ளீஸ்” என்று குறுக்கே சென்றேன். “நீ… நீகூட” என்று என் பக்கம் பார்த்தார், “யூ டூ ப்ரூடஸ்” என்ற பார்வையில். தம்பியைத் தண்டிக்கிற வேலையை நிறுத்தவில்லை. நான் அவனுக்குக் குறுக்காக நின்றேன்.

அவனின் இளம் சரீரத்தைச் சுற்றி என் கைகளை மூடினேன். அப்பா கோபத்தில் என்னைப் பலமாக உதைத்தார். தரையில் விழுந்தேன். பூட்ஸ் கால்களால் என் உடல்மேல் மிதிக்கத் தொடங்கினார். பூட்ஸில் இருந்த இரும்பு நாடா என் மென்மையான சரீரத்தைச் சிதையச் செய்து, உடல் முழுக்க நூற்றுக்கணக்கான காயங்கள். தம்பி அதிர்ச்சியடைந்து

பார்த்துக்கொண்டிருந்தான். பெரும் ஆத்திரத்தில், என் சரீரத்தைத் திரும்பத் திரும்பப் பூட்ஸ் காலால் குத்தியதால் தாங்க முடியாமல் களைத்துவிட்டேன். தரை முழுக்க ரத்தம், ரத்தம். உடல் பலவீனமாகி மேலே எழுந்திருக்க முடியாமல் போனேன்.

அம்மா ஓடி வந்தாள். இதயம் சோர்வடைந்தவளாக அழுதாள். அப்பா பெரிதாக அழுதார். "டிசிப்ளின், டிசிப்ளின்" என்று முணங்கிக்கொண்டே கீழே இறங்கிப் போனார். வெளியே முற்றத்தில் அங்கும் இங்கும் நடந்துகொண்டிருந்தார் அப்பா. ஆகாயம், கறுப்பு முகமூடியைப் போட்டுக்கொண்டு புலம்புவது போல நடித்தது. இரண்டு கைகளால் என்னைச் சுமந்துகொண்டு, அம்மாவின் துக்கத்தைப் பார்க்கமுடியவில்லை என்னால். என் உடலின் மேல் இருந்த காயங்களைவிட, அம்மாவின் துக்கமே எனக்கு வலியை ஏற்படுத்தியது. "எதுக்குப் பிறந்தடா, இந்தப் பாவக்கார வயித்துல இல்லாம எங்காவது குடிசையில பிறந்திருந்தா நல்லா இருந்திருப்ப" என்று அழுதாள். "கடவுளைத் தினமும் பிரார்த்திக்கிறேன், என் பிரார்த்தனையில் என்ன பிழை இருக்கிறது. எதுக்கு உனக்குத் தண்டனை" என்று அன்று மனம் உடைந்து அழுதாள். அம்மாவின் அழுகை காரணமாகவோ, என் சரீரத்தின் மேல் இருக்கிற காயம் காரணமாகவோ சுயநினைவை இழந்தேன்.

அதிர்ச்சியிலிருந்து இப்பொழுதே மீண்டுவருகிற பட்டணம் எங்களுடையது. பந்தின் அழிவை, கலவரத்தைச் சீக்கிரம் சீக்கிரமாக மறந்துபோய், மீண்டும் வழக்கமான வாழ்க்கைக்குப் போனோம். தெருக்களில் எரித்த மோட்டார் சைக்கிள், திருஷ்டிப் பொம்மைகள் அனைத்தையும் துடைத்துச் சாலையில் எதுவும் நடக்காததுபோல் நடந்தோம்.

தூக்கத்திலிருந்து எழுந்தபோது, கட்டில் பக்கத்தில் சித்தப்பா தென்பட்டார். காந்தம் சித்தியும்கூட. உற்சாகத்தில் விசில் அடிக்கவேண்டும் போலிருந்தது. ஆனந்தம் வந்தது பெரிதாக அழுதேன். சித்தப்பா என்னை மார்பில் அணைத்துக்கொண்டு அழுதார். சரீரம் முழுக்கப் பாண்டேஜ். நூற்றுக்கணக்கான கத்திக் குத்துகள் பட்ட சரீரம்போல சித்தப்பா எதுவும் பேசவில்லை. அவ்வளவு கம்பீரமான மனிதர் கண்களில் கண்ணீரைத் துடைத்துக் கொண்டார். கொஞ்ச நேரமே இருந்தார் என்றாலும், அந்தக் கொஞ்சநேரம் எனக்கு எவ்வளவோ அமைதியாக இருந்தது. சித்தப்பா சென்ற சிறிது நேரத்தில் அப்பா வந்தார். கட்டிலின் மேல் அமர்ந்தார். கண்களில் பச்சாதாபம். (நேற்று முழுக்கச் சாப்பிடவில்லை என்று அம்மா சொன்னாள்.) நீண்ட நேரம் என் அருகிலேயே அமர்ந்து "உன் சரீரத்தின் மேல் இருக்கிற

அடிகள் எல்லாம் என்னுடையவை. என் சரீரத்தின்மேல் தாக்கியதே. ஐ ஆம் சாரி கமலி" என்றார். "சீக்கிரமே சரி ஆயிடுவ. பரீட்சை வருது" என்று எச்சரிக்கை செய்து போனார். மருத்துவமனை ஜன்னலில் இருந்து பார்த்தால், ஊர் முழுவதும் தெரிந்தது. எப்பொழுதும்போல அவசரகதியில் இருக்கின்றன தெருக்கள். "நம் இயக்கம், நம் துக்கம், யாராவது இவைகளை யோசிக்கிறார்களா" என்று அம்மாவைக் கேட்டேன். இருட்டு கிறது. அவசரம் வெறிச்சோடிய இருள் நிறைந்த காலி நகரம் தெரிகிறது. பயத்தில் நடுங்கினேன். ஏதாவது சப்தங்கள் கேட்டால் நன்றாக இருக்குமே என்று பார்த்தேன். புலம்பல்கள், இருந்து இருந்து வலியோடு செய்கிற பெரிய அழுகையைத் தவிர வேறெதுவும் கேட்கவில்லை.

இது மார்ச் மாதம். குளிர்காலம் முடிந்து, கோடை காலம் வருகிற சமயம். ரூமி இரண்டு நாட்களாகத் தென்படவில்லை. தேவுவைப் பார்க்கவேண்டும் போலிருந்தது. தண்டோரா பாடல்களைக் கேட்க வேண்டும்போல் இருந்தது. யாராவது மஹாஉபன்யாசம் செய்தால் கேட்கவேண்டும் போலிருந்தது.

ஒரு சாயந்தரம் தபிதா வந்தாள். நான்கைந்து கவிதைகள் கொண்டு வந்தாள். படியென்று கேட்டுக்கொண்டேன். வெட்கப் பட்டுப் படித்தாள். அறையில் புறாக்கள் குவக்... குவக்... என்று சப்தமிட்டதுபோல் இருந்தது.

அந்த ராத்திரி, படுக்கை முழுக்க ரத்தத்தால் நனைந்தது போல் தோன்றியது. தூக்கத்திலிருந்து எழுந்தேன். கனவு. கனவு முழுக்க ரத்தம். என் சரீரத்தில் இருந்து வழிந்து, படுக்கை முழுவதையும் நனைத்துத் தரைமேல் விழுந்து, ரத்தம் அப்படியே மருத்துவமனை முழுக்கப் பரவிப் படிப்படியாகச் சாலையின் மேல் மெல்லிய ஓடையாகப் பரவியது. ஒரே ஆளாகப் பொறுமையாகத் தெருவில் இருந்த ரத்தத்தையெல்லாம் துடைத்தேன். நூற்றுக்கணக்கான துண்டுகளை ரத்தத்தால் துடைத்து – "கேமரா கொண்டு வாருங்கள்" என்று அம்மாவிடம் கேட்டேன், காலையில் இருந்து சாயங்காலம்வரைக்கும் ஜன்னலில் இருந்து காணப்படுகின்றவற்றைப் போட்டோவாக எடுக்கவேண்டுமென்று, ஸ்நாப் ஷாட்ஸ் எடுக்கவேண்டு மென்று. முன்னதாகச் சிவப்பாகச் சிவந்து, நீண்ட வாய்போல் இருக்கிற என் சரீரத்தின் மேல்காயங்களைப் போட்டோ எடுக்க வேண்டும் என்று! சிவந்த கண்களால், அதிகார வாசனை வீசும் போலீஸை, சாயங்காலம் மருத்துவமனை ஜன்னல் மேல் இருக்கிற காகங்களை, படுக்கையின் கீழே லாவகமாக நடக்கும் கரப்பான் பூச்சிகளை, குளியலறைக் கண்ணாடியில்

கருமிளகுக் கொடி

விசித்திரமான உயிர்போலக் காணப்படுகிற என் சித்திரத்தை, பயத்தைத் தருகிற இருட்டினை, அப்பாவின் கண்களில் தெரிகிற பச்சாதாபத்தை போன்ற எல்லாவற்றையும் போட்டோவாகப் பிடிக்கவேண்டும் என்று விருப்பம்.

ரத்தக் கனவு கண்ட அந்த ராத்திரி, அதன்பிறகு காலையில் தூக்கத்திலிருந்து எழுந்தபோது, என் ஜன்னலின் வழியாகப் படபடவென்று ஆடுகிற, ஒரு கொடி கண்ணுக்குத் தெரிந்தது. கறுப்புக்கொடி, கொடியின் மத்தியில் சிவப்பாக ஒளிர்கின்ற சூரியன், சிவந்த சூரியன், நூற்றுக்கணக்கான கண்கள் ஒரேயடியாக விரிந்ததுபோல ஜொலிக்கிறான்.

மேசையின் மேல் கேமரா இருந்தது. கேமராவைச் சுற்றி நூற்றுக்கணக்கான போட்டோக்கள். எல்லாப் போட்டோக் களிலும் கமலியே. என் ஆயிரக்கணக்கான மனநிலைகளையும் வண்ணங்களில் அச்சிட்டது போல. காலையிலேயே ஒரு முழுமை யான வடிவம், அன்போடு கூடிய சிறுபுன்னகை – சித்தப்பா அறையில் இருந்தார். "நீ என் இயக்கமானவள். இயக்கத்தின் தீம் பாடல் போன்றவள்" என்றார்.

(காயங்கள் ஆறுகிற காலம் இது) அன்று மத்தியானம் கூடச் சித்தப்பா என் அருகிலேயே இருந்தார். ஆச்சரியமாக ரூமிகூட வந்தான். அவனை ஹாஸ்பிட்டலுக்கு வரக் கூடாதென்று அப்பா உத்தரவிட்டது தெரிந்தது. ரூமி சொன்னான். "இன்றைக்குக் குண்டூரில் மீட்டிங் இருக்கிறது சித்தப்பா பேச வேண்டியிருக்கிறது."

சித்தப்பா வெளியே போனதும், ரூமி சொன்னான், "தேவு இறந்துவிட்டா"னென்று. சரியாக அவனின் அம்மா இறந்து போன ஒரு வாரத்திற்கு அப்புறம். பம்பாயில் இருந்து வந்ததும், அவனின் அம்மா பக்கத்தில் இருப்பது போலவும், (அப்பொழுதே கேன்சர் உடல் முழுக்கப் பரவியது மேலும், நீண்ட நாட்கள் உயிர் வாழ முடியாது. இன்னும் சிலநாட்களில் இறந்துவிடுவார். என்று பம்பாயில் சொன்னார்களாம்) தேவுவின் கண்களுக்குள் இருந்த துக்கத்தை, அன்பைப் பார்த்துக்கொண்டே செத்து விட்டார்களாம். தேவு கிட்டத்தட்ட பைத்தியமாகி விட்டானாம். அவனின் அம்மா கடைசியாகப் படுத்திருந்த இடத்திலேயே அப்படியே படுத்துக்கிடந்தானாம். துக்கம் தாங்க முடியாமல் ஒருநாள் முழுக்க விஸ்கி குடித்து, ஆகாரம் இல்லாமல், தூக்கம் இல்லாமல் (தண்டோரா பற்றி சட்டசபையில் விவாதம் நடந்து, தண்டோரா இயக்கம் முட்டாள்களின் இயக்கம் என்று முதலமைச்சர் நிராகரித்த நாட்கள் அவை.) மாவட்ட ஆட்சியர் அலுவலகம் முன்பு, 'எங்கள் அவமானங்களை

எப்படியும் நீக்க முடியவில்லை. இப்போது பிடிச்சோற்றைக் கூட நிராகரிக்கிறார்கள்" என்று கோஷங்கள் செய்து, தன் உடல்மேல் பெட்ரோல் ஊற்றிக்கொண்டு "தண்டோராவுக்காகத் தற்கொலை செய்கிறேன்" என்று அறிவித்து (ஊகிக்கமுடியாத நிர்ணயம், நண்பர்கள் எல்லாரும் பக்கத்தில் இருந்தும், தேவுவைக் காப்பாற்ற முடியாமல் போனது) நெருப்பில் எரிந்து விட்டான்.

"தேவு இறந்துவிட்டான், தேவு இறந்துவிட்டான்" என்று இளைஞர்கள் எல்லாரும் அழுது, கோபப்பட்டு, அன்றைக்கு மத்தியானம், அகால மழையின்போது, ஊர் முழுக்க வீரசாகசம் செய்தனர். போலீஸ் அடிகளைக்கூடப் பொருட்படுத்தாமல், பந்த் செய்தனர். ஓர் அரசாங்க வாகனத்தை எரித்தனர். திரையரங்கத்தை மூடச் செய்தனர். கேபிள் ஒளிபரப்பை நிறுத்தினர். "தேவு இறந்துவிட்டான். குறைந்தபட்சம் துக்கம் அனுசரிக்க வேண்டும்" என்று ஊரெல்லாம் சுற்றினர்.

இன்றைக்குத் தேவுவின் நினைவேந்தல். மாநிலத்தின் அனைத்து இடங்களிலிருந்தும் மக்கள் வந்தனர். ஊரெல்லாம் கறுப்பு வண்ணம் மலர்ந்தது. ஆயிரக்கணக்கான எண்ணிக்கையில் ஜனங்கள் வந்தனர். சாலையெல்லாம் நிரம்பிவிட்டது.

ரூமி சொன்ன செய்தியைக் கேட்டு நீண்ட நேரம் அழுதேன். "இறந்துவிட்டானா என்ன இது? இறந்துபோவது எதற்கு?" என்று அழுதேன். ரூமி எதுவும் பேசவில்லை. என் அறையில் இருந்து வெளியே பார்த்தேன் மெல்லிதாகத் தூறல் விழுந்தது. வெயில் மாயமாகி எல்லா இடத்திலும் கார்மேகங்கள் சூழ்ந்திருந்தன.

"தேவுக்காக ஆகாசம்கூட அழுகிறது. பார், அந்த மழையை" என்றேன் ரூமியைப் பார்த்து. "உன்னிடம் சொல்லவேண்டாம் என்றனர் எல்லாரும். ஆனால் உனக்குத் தெரிய வேண்டும் அல்லவா" என்றான் ரூமி. "இன்றைக்கு உன்னை டிஸ்சார்ஜ் செய்கிறார்கள். ஆனால் உன்னைக் கூட்டத்திற்கு வரவேண்டாம் என்றார் சித்தப்பா."

பேசி பேசி ரூமியின் முகம் கறுப்பாக மாறிப்போனது. இப்பொழுது சித்தப்பாவும் அப்பாவும் பேசிக்கொள்வது இல்லை. சித்தப்பா வெளியே ஹோட்டலில் இருக்கிறார். அம்மா, சித்தப்பாவிற்கு ரகசியமாகக் கேரியர் அனுப்பினாள். நான் கூட்டத்திற்குப் போகக்கூடாது என்று உத்தரவு பிறப்பிக்கப்பட்டிருந்தது. 'அப்கோர்ஸ், நான் பொருட்படுத்தப் போவதில்லைன்னு வச்சுக்கோ' என்றான். ரூமி ஜோப்பிலிருந்து சிவப்புப் பெட்டியை எடுத்தான். "தேவுவின் கண்ணாடி. கல்ச்சுரல் சென்டரில் மறந்துவைத்துவிட்டுப் போய்விட்டான்"

கருமிளகுக் கொடி

என்று காண்பித்தான். கண்ணாடியைச் சுற்றிப் பட்டுத் துணி சுற்றப்பட்டிருந்தது. அந்தக் கண்ணாடியைப் பார்த்தால், தேவுவைப் பக்கத்தில் பார்ப்பது போல் தோன்றியது. கண்ணாடியை வாங்கிக்கொண்டேன். கொஞ்சம் தூசியாக இருந்தது. ஆனால் உள்ளே வேறு ஏதோ ஒரு கண் திறந்தது போல் உள்ளது. நீண்ட நேரம் ரூமியும் நானும் தேவு பற்றி பேசிக்கொண்டிருந்தோம். தேவுக்காக, ஒரு கவிதைப் புத்தகத்தை வாங்கிவந்ததாகச் சொன்னான். பல்கலைக்கழக இளைஞர்கள் பிரசுரித்திருக்கிற புத்தகம் என்று சொன்னான். ரூமி அப்படிப் பேசிக்கொண்டிருந்தானே தவிர, அவன் முகத்தில் சோகம் தெரிந்தது. கண்கள் உள்ளுக்குப் போய், அதிலிருந்த ஒளியையெல்லாம் தோண்டி எடுத்தது போல் ஆகிப்போனான்.

ரூமி போனதும், ஒரு கெட்டகனவு என்னைத் துரத்தத் தொடங்கியது. கொஞ்சம் கண்களை மூடியதும் எரிகிற தேவுவின் சரீரம் நினைவுக்கு வருவதும், அந்த நெருப்பில் அவன் உடல் எரிவதுமாக, அந்தக் காட்சியே நினைவுக்கு வரத் தொடங்கியது. என்னைச் சுற்றியுள்ள ஒவ்வொரு பொருளும் தீப்பிடித்து எரிவதாக, நெருப்பு வைக்கப்பட்டதாகத் தோன்றியது.

அன்றைக்கு எனக்கு மறுபடியும் காய்ச்சல் வந்தது. 103 டிகிரியைத் தாண்டியது. மயக்கம்போல, அர்த்தம் இல்லா பேச்சுகள் என்னென்னவோ பேசிக்கொண்டிருந்தேன். உடைந்த விலா எலும்பிலிருந்து மீண்டும் வலி தொடங்கியது. அறையில் டாக்டர்கள் பரபரப்பாக இயங்கத் தொடங்கிவிட்டனர். ஊசி போட்டனர். சாயந்திரம் காய்ச்சல் தீவிரமானது. அம்மா அருகிலேயே அமர்ந்திருந்தாள். ஈரத்துணியால் உடல் முழுக்கத் துடைத்தாள். ரூமி தென்படவில்லை. (மீட்டிங்கிற்குப் போயிருக்கிறான்). அப்பா வந்தார். குற்ற உணர்வோடு வெளியே நின்றார். ஓய்வின்றி அங்கும் இங்கும் நடந்துகொண்டிருந்தார். "என் தங்கத் தாயி, குறைஞ்சு போயிடும், நாளைக்குக் காலையிலே குறைஞ்சிடும்" என்று என் கட்டில் அருகில் வந்த அப்பாவின் கண்களில் கண்ணீரைப் பார்த்தேன்.

அப்பா சென்றதும் அம்மாவிடம், "சித்தப்பாவைப் பார்க்க வேண்டும் போலிருக்கிறது" என்று சொன்னேன். "வருவார், அதற்கு முன்னால நீ ஓய்வு எடுத்துக்கோ, காய்ச்சல் திரும்ப வந்துருக்கு, அப்பா பதட்டமா இருக்காரு" என்றாள். "சித்தப்பாவைக் கூப்பிடு" என்றேன் மறுபடியும். அம்மா என் கைகளைப் பிடித்துக்கொண்டு அமர்ந்தாள். அம்மாவின் கண்களில் நீர். அம்மா அழுதாள். முகம் வெளிறிப்போய் இருந்தது. இந்த வாரம் முழுக்கச் சாப்பிட்டாளோ இல்லையோ. அம்மாவை என் மார்பில் படுத்துக்கொள் என்று சொல்லவேண்டும் போல்

டாக்டர். வி. சந்திரசேகர ராவ்

தோன்றியது. என் மார்பைச் சுற்றிக் கட்டுக்கட்டப்பட்டிருந்தது. எனினும் பரவாயில்லை என்று சொன்னேன்.

காலையிலேயே சித்தப்பா வந்தார், காந்தம் சித்திகூட. காலிப், ஷபிதா, கல்ச்சுரல் சென்டர் இளைஞர்கள் எல்லாரும் வந்திருந்தனர். காலிப், தப்பட்டை எடுத்துக்கொண்டு வந்தான். தண்டோராப் பாடல்களைப் பாடினான். மருத்துவமனை நர்ஸ்கள் பதற்றத்தோடு வந்தனர். "சைலன்ஸ் ப்ளீஸ்!" என்று சைகை செய்தனர். காலிப், பாட்டை நிறுத்தவில்லை. குரல் சுதியைக் கொஞ்சம் குறைத்தான். அவ்வளவு காய்ச்சலிலும் உற்சாகம் வந்தது எனக்கு. கண்களை மூடிக்கொண்டு படுத்திருந்தேன். (ஊசிபோட்டதின் விளைவு). ஆனால் கண்களைத் திறக்க முயன்றேன். மறுபடியும் அத்தனை பேரையும் பார்ப்பேனா, அவ்வளவு உற்சாகப் பாடல்கள். ஆனால், கண்கள் செருகின. தூக்கத்தில் விழுந்தேன். அப்பா வருவது தெரிந்தது.

சித்தப்பா அப்பாவிடம் வாதிட்டார். அப்பா முறுக்கிக் கொண்டு நின்றிருந்தார். உன்னிடம் நான் பேசமாட்டேன் என்பதுபோல வேறுபக்கம் திரும்பி நின்றார்.

12

விடியற்காலையிலேயே காரில் சித்தப்பா வின் ஊருக்குக் கிளம்பினோம். அப்பா ஒப்புக் கொண்டது பெரிய விசேஷம். பிரயாணம் முழுக்க நான் பாடல்கள் பாடிக்கொண்டே இருந்தேன். டியூனுக்குச் சம்பந்தம் இல்லாமல் (தண்டோராக் கீதங்கள் என்ற புத்தகத்தைக் கொண்டுவந்திருந் தான் ரூமி) தாய்மார்களின் துக்கப்பாடல்கள் அவை. சின்ன வயதிலேயே இறந்துபோன பிள்ளைகளுக் காகப் பாடுகின்ற பாடல்கள், கிராமத்து அவமானங்கள் பற்றிய பாடல்கள் சிரமங்களை மறந்துபோவதற்குப் பாடுகின்ற பாடல்கள், சாதிக்கு மூல புருஷர்களான ஆளுமைகள் பற்றிய பாடல்கள் என வழி நெடுகிலும் பாடிக்கொண்டே இருந்தேன். சினிமாப் பாடல்களும், ராக் பாடல் களும் பழக்கமான எனக்கு, இந்தப் பாடல்கள் புதிதாக இருந்தன; இஷ்டமாகவும் இருந்தன. பிரயாணம் முடிகிற நேரத்தில் என் தொண்டைகூட வற்றிப்போய்விட்டது.

சித்தப்பாவின் வீடு கூட்ட அரங்கு போல இருந்தது. சுற்றியிருக்கிற ஊரிலிருந்து வந்த சாதிப் பெரியவர்கள் கட்டிலின் மேல் அமர்ந்திருந்தனர் (நிரந்தர விருந்தினர்கள்போல) நாளிதழ்களைப் படிக்க வைத்துக்கொண்டு (பலபேருக்குப் படிக்க வராது). அதன்மேல் வியாக்கியானங்கள் செய்யும், அவர்களைப் பார்த்தால் சிரிப்பாக இருந்தது. அவர்களின் கண்களில், 'நம்பிக்கை' போன்ற எதுவோ ஒளிர்ந்தது. எல்லாம் மாறிவிடும் என்ற நம்பிக்கை தெரிகிறது. அவர்களில் ஒரு மனிதர், ஒருவேளை அவர்கள் எல்லாரையும்விட அதிக வயதான மனிதர். எண்பத்தேழு வயது இருக்கும். அவர் என்னென்னவோ ஞாபகங்களை வெளியே

கொண்டு வந்தார். எண்பத்தேழு வருட வாழ்க்கையை ஆழத்தி லிருந்து வெளியே கொண்டுவருவது போல, அனைவரும் அந்த ஞாபகங்களை விரிந்த கண்களால் கேட்டுக்கொண்டிருந்தனர். எல்லாரும் காஃபி குடித்தபின், புதிதாக எழுதிய துண்டுப் பிரசுரத்தை எடுத்துக்கொண்டு சென்றுவிட்டனர்.

அறையில் எனக்காகப் பிரத்யேகமாக ஒரு கட்டிலை ஏற்பாடு செய்தனர். புதிதாக அச்சடித்த சுவரொட்டிகளின் வாசனை அறை முழுக்க அடித்தது. சுவரின்மேல் ஆதெம்மாவின் உயரமான சித்திரம் தொங்கிக்கொண்டிருந்தது. இன்னொரு பக்கம் அம்பேத்கர் போட்டோ தொங்கிக்கொண்டிருந்தது. (அதுவரையிருந்த மார்க்ஸ், லெனின், மாவோவின் போட்டோக் களை இப்பொழுது காணவில்லை)

கட்டிலின்மேல் படுத்துக்கொண்டிருக்கும்போது, வெளியே இருந்து சண்டைபோலப் பேச்சு கேட்டது. எங்கேயோ பாடல் களைப் பாடி ஒத்திகை செய்கிற இடத்திலிருந்து சின்ன சின்ன துண்டுகளாகப் பாடல்கள் கேட்டன. இந்த அறைக்கு ஒரு ஜன்னல் இருந்தது. ஜன்னலிலிருந்து பார்க்கையில் குண்டலக்கம்மா வெள்ளைப் புகையாகத் தெரிந்தது. இருக்கிறதோ இல்லையோ இது ஒரு மாயை போலத் தெரிகிறது.

ரூமி ஊருக்குள் சென்றான். அவன் ஒரு முக்கியச் செயல் வீரனாகத் தன்னை உணர்ந்தான். எங்கள் குண்டூரிலே நாங்கள் இதைச் செய்துவந்தோம் என்று அவர்களைத் தொந்தரவு செய்தான். பத்துமணிக்கு டாக்டர் வந்தார். (நம்ம இளைஞரே என்று சித்தி அறிமுகம் செய்தாள்.) ஊசி போட்டார். மத்தியானம் வீடு முழுக்கக் காலியாக இருந்தது (சித்தி வேலைக்கும் குழந்தைகள் பள்ளிக்கும் சென்றிருந்தனர்.) வீதியெல்லாம் அமானுஷ்யமாக இருந்தது. விறகுக் கட்டுகளோடு பெண்கள் தென்பட்டனர் – துணியைத் துவைப்பதற்குக் குண்டலக்கம்மா விற்குச் செல்கிறவர்கள். வீட்டின் எதிரில் வேப்ப மரத்தின்மேல் நான்கைந்து தேன்கூடுகள் இருந்தன. கிராமத்தில் இருந்து வரும் பிள்ளைகள் நின்று, அவற்றின்மேல் கற்களை எறிந்தனர். தேனீக்கள் 'ம்ம்' என்று ஒருமுறை தெருவைத் தாக்கின. தேனடையிலிருந்து விழுந்த துண்டில் தேனைப் பிழிந்து, தேனீ கொட்டினாலும் கவலைப்படுவதில்லை.

மத்தியானம் இரண்டுமணிக்குப் பிறகு சித்தப்பாவைத் தேடிச் சாதாரண உடையில் இரண்டு போலீஸார்கள் வந்தனர். சித்தப்பாவை விசாரணை செய்தனர். நீண்ட நேரம் அங்கே யிருந்த என்னைப் பற்றிக் கேட்டனர். நான் அப்பாவைப் பற்றி சொன்னேன். அவர்கள் சித்தப்பா பற்றி நிறைய கேள்விகள்

கேட்டனர். நான் எதுவும் பேசவில்லை. அவர்கள் சென்றதும், பக்கத்து ஊரிலிருந்து வயதான ஒருவர் வந்தார். அவரின் பெயர் போலய்யா மூட்டுவலியுடன், கால்களைப் பிடித்துக் கொண்டார். பொறுமையாகச் சித்தப்பாவைப் பார்ப்பதற்கு வந்தார். ஒரு துண்டில் சுற்றிக்கொண்டுவந்த இரண்டு தர்பூசணி களைக் கொடுத்தார். நான் கொடுத்த தண்ணீரையும் காஃபியை யும் குடித்து, அரட்டை அடிக்கத் தொடங்கினார். நாற்பது ஆண்டுகளுக்கு முன்பு கிராமங்கள் எப்படி இருந்தன என்று விவரித்தார். "உங்க கதைகளால் பிள்ளைகளை இம்சைப் படுத்தாதீங்க. அவங்க தூங்கணும்" என்று சித்தப்பா வீட்டுக்குள் வந்தார். "இல்லை, கேட்கணும், இந்தக் கதைகள் அவர்களுக்குத் தெரியவேண்டும்" என்றான் ரூமி வெறுமையோடு.

ஒருமணிநேரத்திற்குப் பிறகு சித்தப்பாவும் ரூமியும் சென்று விட்டனர். வீட்டில் நான் ஒருத்தியே. கதவை மூடிவிட்டுக் கிராமத்தைச் சுற்றிவரலாம் என்று கிளம்பினேன். (சரீரம் கத்தியால் குத்தியதுபோல் இருந்தது. ஒவ்வோர் அடி எடுத்து வைக்கும்போதும் வலி எடுத்தது.) கிராமத்தில் பல வீடுகள் சாத்திக் கிடந்தன. ஆனால் கிராமம் என்னோடு பேசிக் கொண்டே இருப்பது போலத் தெரிந்தது. பேச்சு எதெதுவோ கேட்டுக்கொண்டே இருந்தது. வெயில் கடுமையாக இருந்தது. தூரத்தில் திரைச்சீலையாகச் சூரியக்கதிர்கள் அசைந்தன. ஆதெம்மாவின் வீட்டை நோக்கி நடந்தேன். (இப்பொழுது வீடு வெறுமையாக இருந்தது). திடீரென்று மனிதர்கள் தென்பட்டுக் காணாமல் போயினர். மரங்களின் அடியிலிருந்தவர்கள் நடந்து வந்தனர். வீட்டின் விளிம்பின் கீழ், சின்ன சின்ன பிள்ளைகள். இறக்கை முளைத்ததுபோல திடுக்கிட்டேன் (மனப்பிராந்தி இல்லையல்லவா !). இரண்டு வயதுக் குழந்தை மூன்று கால்களால், இரண்டு தலைகளால் (பெரிதாகக் கத்தலானேன்). இரண்டு தலைகளிலிருந்தும் சத்தமான சிரிப்புகள் கேட்டன.

இந்தப் பொய்த் தோற்றத்தை நான் பொருட்படுத்த வில்லை. முன்னால் நடந்துகொண்டிருந்தேன். என் பின்னால் பேச்சுக் கேட்டு, திரும்பிப் பார்த்தேன். ஒரு நடுவயதுப் பெண், "யார் பொண்ணு நீ, என்ன வேலை உனக்கு இங்க" என்று கரடுமுரடான குரலில் கேட்டாள். அந்த மனுசி உயரமாக இருந்தாள். கறுப்பாக இருந்தாலும் மிக அழகு அவள். ஒரே ஒரு பூப்படம் போட்ட கறுப்புச் சேலையைக் கட்டியிருந்தாள்; கறுப்புச் சரீரம். சூரிய வெளிச்சத்தில் மின்னினாள். கண்களில் ஒளி மினுக் . . . மினுக் . . . என்று இருந்தது. அந்தக் கண்கள் இலைப்பச்சை வண்ணக் கண்ணாடியாக இருந்தது.

"யார் நீ" என்று அழுத்தமாகக் கத்தியதும் "குண்டலக்கம்மா விற்குப் போயிட்டு இருக்கிறேன்" என்றேன்.

"வா! நானும் அங்கதான் போயிட்டு இருக்குறன்" என்றாள். நான் அவள் பின்னால் நடந்தேன்.

எங்கேயோ மனிதர்கள் அழகான குரலில் அரட்டை அடித்துக்கொண்டிருப்பதுபோல. இன்னொரு இடத்தில் கிராமத்து மனிதர்கள் எல்லாருடைய பெயர்களையும் படிப்பதுபோல. குண்டலக்கம்மாவிலிருந்து வருகிற பெண்கள் வெட்கப்பட்டுத் தலை குனிந்தவர்களாகச் சென்றுகொண் டிருந்தனர். எருமைகளைப் பற்றிக்கொண்டு இளைஞர்கள் எதிரே வந்தனர். ஆடுகள், கோழிகள் என் முன்னால் சென்றன. என் முன்பு நடக்கிற பெண்மணி படிப்படியாக வளர்ந்தது போல் தோன்றியது. சினிமாவில் வரும் தெய்வங்களின் சரீரம் போல, அவளின் சரீரம் விசாலமானதுபோலத் தோன்றியது. சுமார் பதினைந்து அடி உயரம் இருந்ததுபோலத் தோற்றம்.

"நீ கடவுளா?" என்றேன்.

"வேறு யாரென்று நினைக்கிறாய்" என்று தந்திரச் சிரிப்புச் சிரித்து.

குண்டலக்கம்மா பக்கத்தில் வந்ததும் அந்த மனுசியின் சரீரம் மறுபடியும் வழக்கம்போல. புல் மேய்கிற பசுவின் பக்கம் சென்று 'எகேய்' என்று விரட்டினாள். "விரைவில் இங்கே கூட்டம் ஆரம்பிக்கப் போகிறது" என்று எங்கிருந்தோ பேச்சு கேட்டது. குண்டலக்கம்மா முன்பு, அரச மரத்தின்மேல் நூற்றுக்கணக்கான வெள்ளைப் பறவைகள் (கொக்குகள் அல்ல) மௌனமாகத் தபசு செய்வதுபோல இருந்தன. குண்டலக்கம்மா கரையில் ஒரு வயதானவர் அமர்ந்திருந்தார். தலைக்கு வெள்ளைத் துண்டைச் சுற்றிக் கட்டி, எங்கேயோ பார்த்துக்கொண்டிருந்தார்.

"ஓய் தாத்தா" என்று அழைத்தேன்.

"என்னைக் கூப்பிடாத" என்றார் அந்தப் பக்கம் பார்த்து.

"என்ன பண்ணிட்டு இருக்குற" என்றேன்.

"என்னை ஈட்டியால் குத்தினார்கள். பதினாறு முறை" என்றார் என் பக்கம் திரும்பாமல்.

"அதனால..." என்றேன்.

"இன்றைய மீட்டிங்கில் இந்த விசயத்தைச் சொல்லணும்னு இங்கேயே உட்கார்ந்துட்டு இருக்கிறேன்" என்றார்.

“எதுக்குக் குத்தினாங்க?” என்றேன்.

“நான் கனகய்யா மாதிகான்னு, நான் சுப்பய்யா மாதிகான்னு, நான் ஜான்பீட்டர் மாதிகான்னு, நான் ஆபிரகாம் மாதிகான்னு” என்றார் என் பக்கம் திரும்பிப் பார்க்காமல். ஒரு பெண்ணின் கடுமையான அழுகைச்சத்தம் கேட்டது. பலமாக அடிக்கிற தப்பட்டைச் சத்தமும் கேட்டது. நான் பயத்தில், பின்னால் ஓடத் தொடங்கினேன். கடுமையாக அழுத அந்தப் பெண் தென்பட்டாள். அருகில் சென்று பார்த்தேன். அந்த மனுஷி ஆதெம்மா.

“ஆச்சி” என்றேன் இறுக்கமான குரலில். அவள் அழுது கொண்டே போனாள். நதிக்கரையில் ஓடினேன். காட்டிலிருந்த பறவைகளெல்லாம் என்னை நோக்கிப் பறந்து வந்தன.

‘கமலம்மா ஓடாதே’ பின்னால் இருந்து அந்த மனுசி கத்திக் கொண்டிருந்தாள். ஆதெம்மாவின் அழுகை கேட்டுக்கொண்டே இருந்தது.

“இன்றைக்குச் சாயந்தரம் ஆறுமணிக்குக் குண்டலகம்மாக் கரையில் ‘தண்டோரா’ திறந்தவெளிக் கூட்டம். மாநிலத்தின் நான்கு மூலைகளில் இருந்தும் தலைவர்கள் வருகிறார்கள். இதுவே நம் அழைப்பிதழ்” என்று மைக்கில் இருந்து கேட்டது. வீட்டிற்குச் செல்வதற்குள் காந்தம் சித்தி, பிள்ளைகள் வந்தனர். “எங்க போன தனியா” என்றாள் சித்தி. நான் பேசவில்லை. ரூமிக்காகக் காத்திருந்தேன். அவனுக்கு இந்த அனுபவத்தைச் சொல்லவேண்டும். கற்பனை போலத் தெரிகிறது ஆனாலும் இவையெல்லாம் நிஜமே என்று அவனுக்குச் சொல்ல வேண்டும். பம்ப் அருகில் நல்ல தண்ணீர் பிடிப்பதற்குக் கிளம்பினாள் அருணா, குடத்தை எடுத்துக்கொண்டு. நான் ப்ளாஸ்டிக் குடத்தோடு கிளம்பினேன்.

சித்தி, “சோர்வாக இருக்குற வேண்டாம்” என்று தடுத்தாள். குடத்தை அங்கேயே வைத்துவிட்டு அருணாவிற்குத் துணையாகச் சென்றேன். பம்ப் அருகில் கூட்டமாக இருந்தனர் பெண்கள். வழக்கமாகப் பம்ப் அருகில் இருக்கிற பரபரப்பு அங்கே இல்லை. தள்ளுவதோ திட்டுவதோ இல்லை. எல்லோரும் வேலையிலிருந்து வந்தவர்கள் போலிருந்தனர்; சோர்வாக இருந்தனர். பூமியின் மேல் சரீரத்தை நிறுத்தியது போன்று இருந்தனர். சித்தி சமையலைச் சீக்கிரமாகச் செய்யவேண்டும் என்ற அவசரத்தில் இருந்தாள். “சாயங்காலம் கூட்டத்துக்குப் போகலாம் எல்லாரும்” என்றாள். “அவர்கள்கூட இயக்கத்தைத் தொட ங்குகிறார்களாம்” என்று சித்தி தனிமொழியில் பேசியது போல். “இது கிறுக்குத்தனமான ஆசை. படிக்காதவர்கள்

கூட்டத்தில் இவை யாருக்கு உபயோகம்" என்று கூடச் சொன்னாள்."என்னம்மா உனக்கு என்ன முணுமுணுப்பு" என்று சலித்துக்கொண்டாள் அருணா. "ஆனா ஒரு மாற்றம் வந்திருக்கு. நாலுபேரு சேர்ந்து இருக்காங்க. தைரியமா தலையை உயர்த்திப் பேசுறாங்க. பிள்ளைகளிடம் எவ்வளவு மாற்றம்" என்று தன் பேச்சுக்குத் தானே பதில் சொன்னதுபோலச் சொன்னாள் சித்தி.

ஏதாவது சொல்லவேண்டும் என்று தோன்றியது எனக்கு. சரியான சொற்களுக்காக, நீண்டநேரம் தேடினேன். அப்பொழுது சித்தியே வேறு விஷயத்துக்குப் போய்விட்டாள்.

"அத்தானை (அப்பாவை) எப்படிப் புரிஞ்சுக்கிறதுனே தெரியவில்லை. அவ்வளவு படிச்சிருக்காரு. மூர்க்கமானவராக இருக்க முடியாது" என்றாள். இந்த முறைகூடப் பதில் சொல்வதற்கு என்னிடம் வார்த்தைகள் இல்லை. ஜன்னலிலிருந்து தூரமாகத் தெரிகிற வீட்டின்பக்கம் பார்த்துக்கொண்டு இருந்துவிட்டேன். "இந்த மனுஷனைப் பார்த்தால் இப்படி எப்ப பார்த்தாலும் ஏதோ இயக்கம்னு சுத்துறார். இப்பம் குறைந்தபட்சம் கண் முன்னாடியாவது இருக்காரு. அந்த மனுஷன்ட்ட மறுக்கவும் முடியல. சும்மா இருக்கவும் முடியல. மனசு கொதிக்குது. எப்ப என்ன நடக்குமோன்னு" என்றாள் சித்தி. என்னோடு பேசுவது போல இருந்தாலும் அவ்வளவும் தனிமொழி... சித்தியின் குரலில் சோகம் தெரிந்தது. பெரிய தைரியமான மனுஷின்னு நினைத்தால் இந்த மனுஷி கூடப் பயப்படுகிறாள். பெண்களோட கதைகள் எல்லாம் இப்படித்தான் என்று தோன்றியது.

வெளியே யாரோ அழைத்தார்கள். "பந்தலம்மா, மீட்டிங்குக்கு வரலையா" என்று "வர்றன் நீங்க போயிட்டுருங்க" என்று உள்ளே இருந்து கத்தினாள். சித்தியின் பக்கத்திலேயே அமர்ந்து நிறையப் பேசவேண்டும் போலிருந்தது. முக்கியமாக அம்மாவைப் பற்றி. தனியாக எழுந்து என்னென்னவோ சிந்தித்துக்கொண்டு அம்மா எப்படி அழுதாள் என்பதைச் சொல்லவேண்டும் என்று தோன்றியது. நடுராத்திரியில் அவர்களின் அறையில் இருந்து கேட்கிற கத்தல்கள், அடிகள், "செத்துப்போனா நல்லாயிருக்கும்னு தோனுதுடா" என்று அம்மா ஒருநாள் என்னைக் கட்டிப்பிடித்துக்கொண்டு அழுத சங்கதியைச் சொல்லவேண்டும் என்று தோன்றியது. ஆனால் சித்தியின் கம்பீரமான முகத்தைப் பார்த்துப் பேச்சு வரவில்லை. 'நம்ம தெருவுக்குக் கரண்ட் சப்ளையை நிறுத்துறன்னு, தண்ணியை வரவிடாம செய்யுறோம்னு அச்சுறுத்துறாங்க." "உண்மையில் மாதிகா கிராமத்தையே பாய்காட் செய்றோம். உங்க விண்ணப்பத்தை யாரும் எடுத்துக்கிடமாட்டாங்க. உங்க வீட்டுல திருட்டுப் போனாகூடப் போலீஸ்காரங்க வர

மாட்டாங்க. இறுதியா உங்க பிறப்பை, இறப்பைக்கூட பதிவு செய்யமாட்டோம்” என்று அச்சுறுத்தினர் என்று சித்தி சலிப்பாகச் சொன்னாள். அவளது குரல் பெரிதாக இருந்தது. தொண்டையில் மறுப்பும் எதிர்ப்பும் ஒலிக்கின்றன. “இப்பொழுது புதிதாகப் பாய்காட் செய்யுறதுக்கு என்னயிருக்கு, நூற்றுக்கணக்கான ஆண்டுகளாக இதே நிலைமைதான் இல்லையா” என்றாள் சித்தி. இப்பொழுது அவள் செயல்பாட்டாளர் குரலில் பேசிக் கொண்டிருந்தாள். பிள்ளைகள் இருவரும் தயார் ஆனார்கள். “நீங்க போங்க. நான் பின்னால வர்றன்”னு எங்களைக் கிளப்பினாள். இருவரும் தண்டோரா ஆர்வலர்கள் பின்னால்வர நாங்கள் கூட்டத்திற்குக் கிளம்பினோம். தலைவரின் பிள்ளைகளாக, எங்களுக்குப் பிரத்தியேகமான அந்தஸ்து. கூட்டத்தில் முதல் வரிசையில் அமர வைத்தனர்.

கூட்டத்திற்கு அவ்வளவு ஜனம் வந்தது எனக்கு இன்னும் ஆச்சரியம். தண்டோரா இயக்கம், உணர்ச்சிமயமாக மாறி விட்டதோ என்னமோ என்று தோன்றியது. சுற்றியிருக்கிற கிராமங்களிலிருந்து கூட்டம் கூட்டமாக வந்தனர் ஜனங்கள். மேடையில் சொற்பொழிவுகளைக் காட்டிலும் பாடல்கள், ஆடல்கள், சின்ன சின்ன நாடகங்கள் ஜனங்களை மிகவும் ஈர்த்தன. தப்பட்டை அடித்தலை கிராமமக்கள் இதற்கு இடைப்பட்ட காலத்தில் மறந்துபோய்விட்டனர். இப்பொழுது, மீண்டும் தப்பட்டையைப் புதிதாக வெளிப்படுத்தும் விதமாக, தப்பட்டை புதிய படைக்குக் குறியீடாக ஆனது.

கூட்டத்தின் இறுதியில் மெல்லிய தூறல் விழுந்தது. உடனே நிறுத்திவிடுவோம் என்று நினைத்தார்கள். ஆனால் ஜனங்கள் ஒப்புக்கொள்ளவில்லை.

மழையில் நனைந்துகொண்டே வீட்டுக்கு வந்தோம். இரவு முழுக்க மழை பெய்துகொண்டே இருந்தது. படுக்கையில் படுத்துக்கொண்டே மழையைப் பார்த்து ரூமி, ரவி, வீட்டின் முன்பு தேங்கியிருந்த தண்ணீரை எடுத்துக்கொண்டிருந்தனர். தவளைகளின் பெக பெக என்ற சத்தம் கேட்டது. இப்போது எங்கிருந்தோ (பூமியின் அடுக்குகளில் மறைந்திருந்தது) வெளியே வந்ததுபோல, மழைக்கு நனைந்த மரத்தின் மேலிருந்து கம்மென்ற வாசனை. வீட்டின்முன் செம்பருத்திச் செடிமேல் மழைத்துளி விழுந்து, சிவப்புப் பூவோடு மனோகரமாக இருந்தது. அருணா, அந்தப் பூவினைப் பறித்துக் கதவில் தொங்கவிட்டாள். வாசல்மேல் சிவப்பாக அசைகிற பூக்களையே பார்த்துக்கொண்டு இருந்தேன். அவற்றின் தீவிரமான சிவப்பு நிறங்களை இழந்து மோகனமான சிரிப்பைச் சிந்தியதுபோல் இருந்தது.

காலையிலேயே அருணாவிற்கு அவசரமாக விழிப்பு வந்தது. இன்னும் சூரியன் ஆகாயத்தின் மேல் வரவில்லை. தெரு விளக்கு எரிந்துகொண்டிருந்தது. சித்தியின் குரல் வெளியே கேட்டது. தூரமாக எங்கிருந்தோ பாட்டுக் கேட்டுக்கொண் டிருந்தது. நூற்றுக்கணக்கானவர்கள் ஒன்றுபோலப் பாடியது போல் இருந்தது. அந்தக் கைத்தட்டல்கள் தெருக்களைத் தாண்டி இங்குவரை கேட்டுக்கொண்டிருந்தது.

“மாணவர்கள் தர்ணாவிற்காகச் செல்கிறார்கள்” என்றாள் சித்தி. நான் எழுந்து சித்தியின் அருகில் சென்றேன். பிள்ளைகள் கோபமாக இருந்தனர். “ஒரேயடியாக நூற்றுக்கணக்கான இளைஞர்களுக்குக் கல்லூரியிலிருந்து டி.சி. கொடுத்து அனுப்பினார்களாம்” என்றாள் சித்தி.

வெளியே காற்று குளிராக இன்னும் மழை ஈரத்தை அழைத்து வீசியது. “வீட்டுக்குள்ளயே இருங்க.” நிறையப்பேர் போலீஸை அழைத்தார்கள். “சண்டை நடக்கலாம். ஜாக்கிரதை! யாரும் வெளியே போகாதீங்க” என்றாள் சித்தி. “சித்தப்பா எங்க” என்றேன். “தர்ணாவில் இருக்கிறார்” என்று என் பக்கம் பார்த்தாள். பாடல் பெரிதாக இருந்தது. எல்லாத் திசைகளிலும் எதிரொலித்தது. “ஐநூறுபேர் வரை இருந்தனர்” என்றான் ரவி.

வீதியில் போலீஸ் டிரக்குகள் செல்கிற சப்தம்கூடக் கேட்டது. போலீஸார் அருகில் இருந்தது போல் தெரிந்தனர். பாட்டின் ஸ்வரம் தீவிரமானது (அதை முழுவதுமாகப் பாடவில்லை. சில கோஷங்கள் கலந்தன)

சித்தி, வாசலில் முழங்கால்களை மடக்கித் தலையை அதன்மேல் வைத்துக்கொண்டு அமர்ந்திருந்தாள். நாங்கள் அவள் அருகிலேயே அமர்ந்திருந்தோம்.

கோஷங்களின் ஸ்வரம் கடுமையாகக் கேட்டு, திடீரென்று எவரோ பலவந்தமாக அழுத்தியதுபோல் ஆகிவிட்டது. அங்கும் இங்கும் ஓடுகிற சப்தம். தூரத்திலிருந்து இப்பொழுது சப்தங்கள் இல்லையென்றாலும் புகை வந்தது. கறுப்பு மேகம் சூழ்ந்ததுபோல, கத்தல்கள், அழுகைகள் கேட்டன. குளிர்ந்த காலைக் காற்றிலே, இப்பொழுது எரிகிற வாசனைகள் வருகின்றன. அழுகைகள் பெரிதாகக் கேட்டன.

இருபது இளைஞர்கள், வீட்டை நோக்கி ஓடினர். அவர்களைத் துரத்திக்கொண்டு போலீஸ்காரர்கள் லத்தியோடு. இளைஞர்களின் கைகளில் தீப்பந்தங்கள் இருந்தன. ஓடி, ஓடி எந்த அரசு வாகனம் எதிரே வருகிறதோ அதனை நிறுத்தி, பெட்ரோல் டேங் மூடியைத் திறந்து, தீப்பந்தத்தை அதன் உள்ளே

போட்டனர். சின்ன டவுன் அது (மண்டல ஆபிஸ் மாத்திரம் இருக்கிற ஊர்) அந்த ஊர் ஒரேயடியாக யுத்தபூமியாக ஆனது.

மத்தியானத்தில் கலவரச் செய்திகள் வந்தன. இரண்டு அரசாங்க அலுவலகங்களுக்கு நெருப்பு வைத்தனர். ஐம்பது பேரைக் கைது செய்தனர். மற்ற ஐம்பதுபேருக்குக் காயங்கள் ஏற்பட்டன. ஊரில் கல்லூரிகள், பள்ளிகள் அனைத்தையும் மூடினர். அன்றைக்கு மத்தியானம் தூக்கத்தில், வீடு முழுக்கச் சுடுதண்ணீர் சலசலவென்று கொதிப்பது போலக் கனவு கண்டேன். எங்கள் கால்களெல்லாம் கொதிக்கும் நீரில், கொப்புளம் வந்து, வீட்டை விட்டுத் தூரமாக ஓடினோம்.

அன்றைக்குச் சாயந்தரம் எல்லாரும் வீட்டின் வெளியே அமர்ந்து சித்தப்பாவின் வரவை எதிர்நோக்கிக் காத்திருந்தோம். வீட்டின்முன்பு நிறையப் பேர் ஓடுகிற சப்தம். கதவின் மேல் தபதபவென்று அடிக்கிற சப்தம். கதவைத் திறந்தால் நான்குபேர் காக்கிச் சீருடை மனிதர்கள். "யாரு நீங்க" சித்தி கத்தினாள்.

"உங்க வீட்டைச் சோதனை செய்யணும்" என்று உள்ளே ஊடுருவினர். சித்தி சொன்னாலும் கேட்காமல் வீடு முழுக்கத் தேடினர். தேடுவது அல்ல அவர்களின் வேலை. வீட்டைக் கந்தல்கோலமாக ஆக்குவது. வீட்டில் உள்ளவர்களை அச்சுறுத்துவது. சூட்கேஸ்களை, பெட்டிகளை, புத்தகங்களை என எல்லாவற்றையும் கீழே தள்ளினர். வீட்டைக் கோழி கிண்டியது போலச் செய்து வெளியே போனார்கள். சித்தப்பா வீட்டுக்கு வரும்வரை வீட்டைச் சரிசெய்தோம்.

கிராமத்துக்கு மின்சாரம் விநியோகிப்பது நின்றுவிட்டது. தண்ணீர் நின்றுபோனது. கிராமத்தில் இருந்து முக்கிய சாலை, சந்திக்கும் இடத்தில் செங்கல்லால் பாரிகாட் கட்டினர். கிராமத்துக்குள் ரிக்ஷாக்கள், ஆட்டோக்கள் போகக் கூடாதென்று அனுமதிக்கவில்லை. பள்ளிப் பிள்ளைகள் எல்லாருக்கும் டி.சியைக் கொடுத்தனர்.

அன்றைக்கு வீட்டில், பால் கலக்காத காஃபியே குடித்தனர் எல்லோரும். (பால் வண்டி கிராமத்துக்கு வரவில்லை). மத்தியானம் சாப்பாட்டிற்குத் தொடுகறி இல்லை. பச்சடியோடு சாப்பிட்டோம்.

அன்றைக்கு ராத்திரி இளைஞர்கள் காய்கறிச் சந்தையை கொள்ளையடித்தனர். வீட்டுக்குவீடு இரவு பத்துமணிக்குக் காய்கறிகளை விநியோகித்தனர். பாலும்கூட. பால் வண்டியை வழிமறித்துக் கிராமத்துக்குக் கொண்டு வந்தனர்.

பக்கத்து ஊரிலிருந்து இருபது கோழிகளை அனுப்பினர். ராத்திரி பதினோரு மணி அளவில், எங்கள் சாப்பாட்டுக்குக் கோழிக்கறி தயாரானது. ரூமியும் ரவியும் சேர்ந்து கோழியை நறுக்கினர். கோழிக்கால்களை ரவி அழுத்தமாகப் பிடித்துக் கொண்டான். ரூமி, கத்தியால் அதன் கழுத்தை நறுக்கினான். அதன் இறக்கைகளைப் பிய்ப்பதும் சுடுவதுமான வேலை என்னுடையதும் அருணாவுடையதும். இறக்கிறபோது கோழி கூவுவதைப் பார்த்தேன். கழுத்தைத் திருகின பிறகும்கூட நீண்டநேரம் கோழி கூவித் துள்ளிக்கொண்டே இருந்தது. அடர்சிவப்பு வண்ண இறக்கை அதனுடையது. இறக்கையைப் பியத்து, முடிந்தவரை தண்ணீரில் அதைக் கொதிக்க வைத்து, அதன் மேல்தோலை வெட்டி, அன்றைக்கு இரவு இரண்டுமணிக்கு நாங்கள் சாப்பிட்டோம்.

இவ்வளவு நிர்ப்பந்தமும் கடுமையான சூழலும் கிராமத்தில் இருந்தாலும் யாரும் பதற்றம் அடையவில்லை. "எல்லாம் கருணய்யா பாத்துக்குவாரு" என்று சித்தப்பாவின் மேல் நம்பிக்கை வைத்தனர். கிராமத்தில் உற்சாகம், தினமும் காணப்படுகிற சூழல் அப்படியே இருந்தது. அறுபத்தேழு வயது கிழவி (எனக்கு ஆச்சி முறை) பக்கத்து ஊரிலிருந்து வந்தார். மாமிசத்தைச் சமைத்துப் பானையில் வைத்துக்கொண்டு வந்தாள். வரிசையாக, இரண்டாவது நாள்கூட எங்களுக்கு விருந்துதான். வண்ண வண்ண மணிமாலைகளைப் பரிசாகத் தந்தாள்.

மத்தியான வேளை எங்களை எதிரே வைத்துக்கொண்டு எந்தெந்தக் காலத்துப் பாடல்களோ பாடினாள். எங்களையும் அருணாவையும் அழைத்து, எங்கள் தலைமுடியை விரித்துப் பிரத்தியேகமான சீப்பினால் பேன்களைக் கொன்று, வாசனை வருகிற எலுமிச்சை எண்ணெய்யை எங்கள் தலைக்குப் பூசிய பின் சாம்பிராணி புகைத் தூபம் போட்டு, ஜடைப்பின்னி, எங்களைக் கல்யாணப் பெண் போலச் செய்தாள். ராத்திரி, நிலா வெளிச்சத்தில் பெண்கள் அனைவரையும் சேர்த்துக்கொண்டு ஆட்டங்கள் விளையாட வைத்தாள். எத்தனையோ பாடல்களைச் சொல்லிக்கொடுத்தாள்.

அன்றைக்கு ஞாயிற்றுக்கிழமை சித்தி, வீட்டைச் சுத்தம் செய்யும் வேலையை எடுத்துக்கொண்டாள். கிரானைட் ப்ளோரிங்குகள், குறைந்தபட்சம் கற்பாறைகள் இருக்கிற வீட்டில், இந்த வீட்டைச் சுத்தம் செய்கிற வேலைகள் இருக்காது. சித்தியின் வீட்டில் நடு அறை தவிர, மீதமிருக்கிற அறைக ளெல்லாம் மண் தரையே. இந்தச் சுத்தம் செய்கிற காரியம், ஒரு வார வேலை. வாரம் முழுக்கச் சேகரித்த சாணத்தை, ஓர்

இடத்தில் வைத்துச் சும்மா இருக்கிற நாளில் இந்த வேலை தொடங்குகிறார்கள். சித்தி காலையில் தொடங்கிப் பத்துமணிக்கெல்லாம் முடித்தாள். சாண வாசனை கொஞ்சம் கஷ்டமாக இருந்தாலும் அடர்பச்சை நிறத்தில் தரை பளபளத்தது. கொஞ்சம் காய்ந்த பிறகு அழகான வண்ணத்தில் அலங்கரித்தாள் அருணா. அதைப் பெயிண்டிங் செய்வதுபோலச் சிரத்தையாகச் செய்தாள். வெயில் விழுந்து அந்தக் கோலம் அழகாக ஒளிர்ந்தது. கோல வேலை ஆனதும், தரையின்மேல் அரிசியைக் கொட்டிக் கல்லைப் பொறுக்குகிற வேலையைச் செய்தாள். கல் நீக்கப்பட்ட அரிசியை மூங்கில் கூடையில் (அவைகளைச் சாணத்தால் பூசியுள்ளனர்) வைத்தாள். "ரேஷன் கடையில் கிடைக்கிற அரிசி, சமைக்கிறபோது மெத்மெத்தென்று ஆகிச் சோற்றைச் சாப்பிடுகிறமாதிரி இல்லாமல் களியைச் சாப்பிடுகிறமாதிரி இருக்கும்" என்றாள் சித்தி விவரத்தைச் சொல்வது போல. கல் பொறுக்குகிற பணியில் நானும் அமர்ந்தேன். வெள்ளைக் கற்களை அடையாளம் காண்பது மிகுந்த கஷ்டமாக இருந்தது. அரிசியைச் சரிபார்த்துக்கொண்டு இடையிடையே சித்தி அரட்டை அடித்தாள், பெரிய கதை சொல்லியாக. ஆர்வமூட்டும் வகையில் சொல்லியதெல்லாம் அரட்டைகளாக. அந்த மனிதர்கள் நம் கண்முன்பு இருந்ததுபோல இருந்தார்கள். மத்தியில் ஏதோ நினைவு வந்ததுபோல ஒரு பாட்டை எடுத்து விட்டாள். இல்லையென்றால் மெல்லிய டியூன்களை எடுத்தாள். சித்தியின் அருகில் அமர்ந்தால் நேரம் போவதே தெரியாது. அந்த அரிசியைச் சரிபார்க்கிற வேலையில் இருந்தபொழுது, இரண்டுமுறை மழைத்துளி விழுந்து, அப்படியே வெயில் பரபரவென்று வந்தது. வானத்தில் பஞ்சு போன்ற மேகங்கள். நீண்ட நாட்களுக்குப் பிறகு இன்றைய தினம் அமைதியாக இருந்தது. தர்ணா இல்லை. போலீஸ் ஜீப் கண்காணிப்பு இல்லை. வீட்டின்முன் ஜனக்கூட்டம் கூடவில்லை. சித்தப்பா சொற்பொழிவாளராக மாறவில்லை.

அதற்கு மறுநாள் வீட்டின் வெளியே, தண்டோரா இளைஞர்கள் எங்களுக்கு மனப் பூர்வமாகப் பிரியாவிடை தந்தனர். மரங்களும், மரங்களின்மேல் இலைகளும் ஒரு புதிய நம்பிக்கையின் அடையாளமாகப் படபடவென்று அசைந்தன. கனவு போலக் கிராமம் பின்னால் எஞ்சியிருந்தது. காரில் அமர்ந்து எப்பொழுதும் போல (கைதி மாதிரி) இதயம் அதிரவைக்கும், எங்கள் வாழ்க்கையை நோக்கிப் பயணித்தோம்.

13

மதியவேளைக் காற்று, என் அறை முழுக்க சூடான, உலர்ந்த, காட்டுப்பூக்களை நினைவு படுத்துவது போல, ஜன்னலின் அருகிலேயே அமர்ந் திருந்தேன். ஜன்னலில் இருந்து எட்டிப்பார்க்கிற மல்லிகைப் புதர், பூக்கள் இன்றி, மந்தமாகப் பார்த்தது. தூரத்தில் மசூதியிலிருந்து மைக்கில் 'அஜா' சத்தம் கேட்டது. பக்கத்துத் தெருக் கான்வென்ட்டில் இருந்து குழந்தைகளின் இரைச்சல் சத்தம் கேட்கிறது. ட்விங்கிள் ட்விங்கிள் என்று பாடுகிறார்கள் அவர்கள். தம்பி சேகரித்துக்கொண்டுவந்த நீலவண்ண ரோஜாக்கள் அறை முழுக்கச் சிதறி, கீழே துண்டு துண்டாக அறையெங்கும் சிதறிக்கிடந்தது.

வெளியே சாலையில் மனிதர்களின் நடமாட்டத்திற்கு அடையாளமாகச் சப்தங்கள், கார்கள், ஆட்டோக்கள், சைக்கிள்கள், வெற்றுப் பாதங்களின் சப்தங்களோடு போலீஸ் அணிவகுப்புச் செய்கின்ற சப்தங்கள்கூட இருந்தன.

வீடு அமானுஷ்யமாக இருந்தது, மனிதர்கள் வசிக்கவில்லை என்பதுபோல். அம்மா படுக்கையில் படுத்திருந்தாள். அப்பா வீட்டில் சில நிமிடங்கள் மாத்திரமே இருந்தார். தம்பி கல்லூரியை விட்டு விட்டு முழுவதுமாகத் தண்டோரா இயக்கச் செயல்பாட்டில் இறங்கிவிட்டான். துண்டுப் பிரசுரங்கள் எழுதிக்கொண்டு, பாடல்கள் பாடப் பயிற்சி செய்துகொண்டு. மேலும் அறையில் நான் மட்டுமே தெருவைப் பார்த்துக்கொண்டு. இரண்டு நாட்களுக்கு முன்பு வீட்டுக்குள் திருடர்கள் வந்தனர். விலையுயர்ந்த பொருட்கள் எதையும் எடுத்துக் கொண்டு செல்லவில்லையென்றாலும், பல பொருட்களைத் துவம்சம் செய்தனர். ப்ளவர் வாஷ்கள், கண்ணாடி டீப்பாய்கள், பீங்கான் சிலைகள், ஃபோட்டோ ப்ரேம்கள். பெரும் கோபத்தோடு இருந்தவர்களைப்போல அந்தப்

பொருட்களையெல்லாம் துண்டு துண்டாகச் செய்தார்கள். (நாங்கள் ஊருக்குச் சென்றிருந்தபொழுது) "வீட்டிலிருந்த முக்கியமான பொருட்கள் போய்விட்டன என்று" என் குற்றச்சாட்டு. வீடு அழகாக இருப்பது அம்மாவிற்கு இஷ்டம். இந்தப் பொருட்களையெல்லாம் சேகரித்ததுகூட அம்மாவே. வீடு இப்பொழுது கலையிழந்து கிடந்தது. மனிதர்கள் வசிக்காத வீடுபோல. வீட்டைச் சரிசெய்ய அம்மாவிற்கு ஆர்வம் இல்லை.

வீடு (பங்களா) பலமான செங்கற்களால் கட்டப்பட்டது. சுவர் எல்லாவற்றிலும் அழகான வண்ணங்கள் பூசப்பட்டிருந்தன. இப்பொழுது வீட்டுச்சுவர்கள் பூத்துப்போய், வண்ணம் வெளிறி நீண்டகாலச் சோகத்தில் இருப்பதுபோல் இருந்தது.

வெளியே சுவரின்மேல், நூற்றுக்கணக்கான தண்டோரா சுவரொட்டிகளை ஒட்டியிருந்தார்கள். முந்தைய ராத்திரி மீண்டும் சந்தேக நபர்கள், சுவருக்கு வெள்ளைச் சுண்ணாம்பு அடித்து, கறுப்பு எழுத்துகள் எழுதினர். "ராஜசுந்தரம் ஒழிக! ஒழிக!" என்று. "அதிகாரக் காலடியின் அடிமைபோல" என்று. "ராஜசுந்தரம் கண்ணைத் திற! கொஞ்சமாவது வெட்கப்படு!" என்று எழுதினர். அப்பா சிவந்த கண்களால் ரௌத்திரமூர்த்தி ஆனார். வெள்ளை வண்ணத்தை வாங்கிவந்து, கோஷங்களை அழிக்கச் செய்தார். நான்கு கான்ஸ்டபிள்களை வீட்டுக்குக் காவலாக வைத்தார். எனினும் நேற்று ராத்திரி மறுபடியும் கோஷங்களை எழுதிச் சென்றனர். இன்றைக்கு அப்பா கண்களில் நெருப்பும் கண்ணீரும்.

"டியர் ராஜசுந்தரம், உன்னைப் பார்த்தாலே பரிதாபம் வருகிறது."

அப்பாவிற்கு ஜின்னிங் மில், டுபாக்கோ கம்பெனிகளில் பங்குகள் இருக்கின்றன. அந்தச் சுவரில் அப்பாவிற்கு எதிராகக் கோஷங்களாக எழுதியிருந்தனர். ஒருத்தி அப்பாவின் அலுவலகத்திற்குத் தினந்தோறும் சென்றாள். கையில் கம்போடு நடுங்கும் உடலுடன். அவளின் சரீரம், சுருக்கங்கள் தெரிய பேதலித்து அவள் அப்பாவின் அறைக்கு வெளியே நீண்டநேரம் எதிர்பார்த்துக் காத்திருந்தாள். முதல்நாள் அப்பாவின் அறைக்குப்போய், பர்ஸிலிருந்து ஒரு கத்தியை (கத்தி போன்ற) ஒன்றை வெளியே எடுத்தாள். அப்பா, பதற்றம் அடைவதற்கு முன், "இருபது வருஷமா இந்த ஊருல இருக்குறன். புருஷன் போயிட்டாரு. என் புருஷன் பென்சன்ல வாழ்றன். யாருக்கும் பயப்படமாட்டேன். பிடிவாதக்காரி. இன்னைக்கு ஒன்ட்ட வர்றதுக்கு முன்னாடி பஸ்ல ஒருத்தன் என் பர்ஸ்ல கைய

விட்டான். கத்தியால அவன் கைய வெட்டுனன். போனமாசம் பென்சன் வாங்கப் போனப்ப ஒருத்தன் லஞ்சம் கேட்டான். அவனைக் கத்தியால மிரட்டுனன். என் பேரு சுப்பம்மா, தண்டோராப் பிள்ளைக என்ட்ட வந்தாங்க. அவங்க சொன்ன தெல்லாம் எனக்குப் பிடிச்சிருந்தது. நான் இப்போ தண்டோராச் செயல்பாட்டாளர். இன்னையில இருந்து உன் அலுவலகத்துக்கு வருவன். உன் ரூம் முன்னால, உண்ணாவிரதம் இருப்பன். நீ மாறுற வரைக்கும்" என்று சொல்லிவிட்டுப் போய்விட்டாள். அவள் சொன்னது போலவே தினசரி அலுவலகத்தின் முன் காட்சிகொடுத்தாள். அப்பா இப்பொழுதெல்லாம் அலுவலகத்திற்குப் போகவேண்டும் என்றாலே பயந்தார்.

நேற்று சாயந்தரம், ரூமியை போலீஸ் ஸ்டேசன்ல வச்சிருக்காங்கன்னு போன் வந்தது. அம்மா பதற்றம் அடைந்தாள். அப்பாகிட்ட சொல்லாதன்னு பணம் கொடுத்து (லஞ்சம் வகைக்காக) என்னைப் போலீஸ் ஸ்டேசனுக்கு அனுப்பினாள். இரண்டுமணி வரை வெளியே உட்கார வைத்தார்கள். ரூமி, திருட்டு பேரு, திருட்டு அட்ரஸ் கொடுத்தான். பல்கலைக்கழகத்தில் தர்ணா செய்து மாணவர்களை நிறுத்தினான். துணைவேந்தர் அலுவலகத்தின் மேல் கல் எறிந்தான் என்று, அவன்மேல் குற்றச்சாட்டுகள். சி.ஐ.க்குப் (சர்க்கிள் இன்ஸ்பெக்டர்) பத்தாயிரம் கொடுத்தேன். விடுதலை செய்கிறேன் என்றார். நீண்டநேரம் ஸ்டேசன் வெளியே எதிர்பார்த்துக் காத்திருக்க வேண்டியிருந்தது. இரும்புக் கேட்டுகள், துப்பாக்கிமுனைகள் என் பக்கமே பார்த்துக்கொண்டிருந்தன.

ரோட்டின் மேல் சின்னப் பிள்ளைகள் இருவர் (ஆறு வயதோ ஏழு வயதோ) விளையாடிக்கொண்டிருந்தனர். மெல்லிய வாத்யம், மிருதுவான கைத்தட்டல், அந்தப் பிள்ளை களின் குரல்கூட, லேசாக நகைச்சுவைகளின் மென்மையுடன் இருந்தன. அந்தப் பாடலின் இனிமை, பற்றின்மை, மந்திர மகிமை ஆத்மாவைச் சூழ்ந்தது. தெரு முழுவதையும் தூங்க வைக்க முயன்றுகொண்டிருந்தார்கள் அந்தப் பிள்ளைகள். எல்லாச் சப்தங்களும் மாயமாகி அந்தப் பிள்ளைகளின் ஸ்வரமே கேட்டது. அந்தப் பிள்ளைகளுக்குத் தலா நூறு ரூபாய் கொடுக்கும்போது அப்பாவின் கார் ஸ்டேசன்முன் நின்றது. காரில் உட்கார் என்று சைகை செய்தார். எஸ்.பி. நிலை ஆபீசர் அப்பொழுது ஸ்டேசனுக்கு வந்தார். பணிவுடன் கௌரவமாக ரூமியை வெளியே அழைத்துக்கொண்டு வந்தார்.

அப்பா எதுவும் பேசவில்லை. அவர் பெருமூச்சு விடுவது தெரிந்தது. டிராபிக் சிக்னல் அருகில் கார் நின்றது.

சாலையின்மேல் ஊர்வலம். மெழுகுவத்தியை ஏந்திக் கொண்டு, கிறிஸ்டியன் துறவிகள், அவர்கள் தலையின்மேல் வெள்ளைக்கிரீடங்கள் தெருவிளக்கில் ஒளிர்ந்தன. ஓரிசாவில் மிஷினரிகளின்மேல் நடந்த தாக்குதலைக் கண்டித்து ஒரு வெளிநாட்டு ஃபாதரை, அவரின் பிள்ளையை நிற்க வைத்து எரித்ததைக் கண்டித்து ஊர்வலம்.

ஊர்வலத்தின்முன் சர்ச் ஃபாதர் இருந்தார். அவர் ஒருகையில் பைபிள், ஒரு கையில் வெள்ளை அமைதிக்கொடியைப் பிடித்துக்கொண்டு.

"நான் அந்த ஊர்வத்தில் கலந்துவிட்டு வருகிறேன்" என்று ரூமி காரிலிருந்து இறங்கிப் போனான். அப்பா கோபத்தைக் கட்டுப்படுத்த முடியாமல் போனார். முஷ்டியை இறுக்கிக் கார் கதவின் மேல் பலமாகக் குத்தினார்.

அன்றைக்கு இரவு பத்துமணிக்கு வந்தான் ரூமி. அப்பா அவனைத் தன் அறைக்கு அழைத்தார். நான் அந்த அறைப்பக்கம் போக விரும்பவில்லை. அங்கே என்ன நடக்கும் என்று எனக்குத் தெரியும். ராத்திரி பதினோரு மணிக்கு ரூமியின் அறைக்குச் சென்றேன். "ரூமி! ரூமி!" என்று அவன் அறைமுன்பு கிசுகிசுவென்று அழைத்தேன். அவன் கதவைத் திறக்கவில்லை.

அதற்கு மறுநாள் அப்பா ஹைதாரபாத் சென்றார். தண்டோரா இயக்கத் தலைவர்கள் ஹைதராபாத்தில் பெரிய பேரணி ஏற்பாடு செய்திருந்தனர். அதன் செல்வாக்கை நிறுத்த போட்டிக் கூட்டத்தை ஏற்பாடு செய்ய வேண்டும் என்று நிர்ணயம்.

இன்றைக்கு எனக்கு விடுமுறை. சுதந்திரம், வெள்ளைக் காட்டன் சேலை, ஜடை முழுக்க மல்லிகைப்பூ மாலைகள் 'வெள்ளைப் புயல்'போல இருக்கிறேன் என்று காலிப் கமெண்ட். கல்ச்சுரல் சென்டர் உறுப்பினர்கள் எல்லாரும் ஹைதராபாத் செல்கிறார்கள். தேவு போட்டோ சுவரின் மேலிருந்து, உன்னிப்பாக என்னைப் பார்ப்பதுபோலத் தெரிந்தது. சிந்துக் கலைஞரை அறிமுகம் செய்தான் டில்லி. கிராமத்து மனுஷன், வேஷம், பாஷை எல்லாவற்றிலும் கிராமத்து வாசனை அடித்தன. ராயலசீமா பகுதியின் உச்சரிப்புத் தெரிந்தது. ஒத்திகை பார்த்தேன். அற்புதம் அவரின் நிகழ்ச்சி. (கனகய்யா அவரின் பெயர்) எல்லாரும் காபி குடித்தோம். குட்பைச் சொல்லிக்கொண்டோம். கனகய்யாவிற்குக் கை கொடுக்கும்போது அவரின் கைகளில் சில விரல்கள் இல்லை யென்று தெரிந்தது. "நறுக்கிட்டாங்க" என்று மிக இயல்பாகச்

சொன்னார், என் ஆச்சர்யப்படுகிற முகத்தைப் பார்த்து. துண்டிக்கப்பட்ட கைவிரல்கள், திரும்ப திரும்ப நினைவுக்குவர, வீட்டுக்குக் கிளம்பினேன். வீட்டுக்குச் செல்லும்முன் கைவிரல்களைப் பலமுறை தடவிப் பார்த்தேன். (இழந்துவிட்டேன்)

இரவில் புத்தகங்களை முன்னே வைத்துக்கொண்டு அமர்ந்திருந்தேன். வெளியே எங்கேயோ பறவைகளின் இரைச்சல். கீழே டீ.வியில் இருந்து செய்தி வாசிப்பு சத்தமாகக் கேட்டுக்கொண்டிருந்தது. புத்தகத்தைத் திறந்தவுடன் துண்டிக்கப்பட்ட விரல் ஏதோ அதிலிருந்து விழுந்ததுபோல.

அப்பா போன் செய்தார். அவரின் பேச்சைக் கேட்டவாறே அவரின் முகத்தைக் கற்பனைசெய்துகொண்டேன். அவரின் முகத்தில் சோகம். அவரின் முகத்தைத் திரும்பத் திரும்ப நினைவுபடுத்திக்கொண்டு போனை வைத்தேன். அவருக்குப் பலமுகங்கள் இருக்கின்றனவோ என்னவோ என்று தோன்றியது. எனினும் அந்த எல்லா முகங்களும் மாஸ்க்குகள்தான் எனத் தோன்றின. அவரின் அசல் முகத்தை எங்கேயோ தொலைத்து விட்டாரோ என்று தோன்றியது.

“என் அப்பா முகம் எங்கேயோ போய்விட்டது.”

“எங்கே தேடவேண்டும்?”

டைரியில் பெரிய பெரிய எழுத்துகளால் எழுதிக் கொண்டேன். அறையில் விளக்கு எரிந்தது. சபிக்கப்பட்ட விளக்கு போல. நான் பட்டென்று அணைத்தேன். எங்கிருந்தோ மானுட ஸ்வரங்கள் மந்திரம்போலக் கேட்டன. அப்படியே காற்றில் பறந்து வந்த அந்த ஸ்வரங்கள் தாலாட்டுபோலக் கேட்டன.

தூக்கத்தில் கனவு. என் தலையின்மேல் அப்பாவின் முகத்தைச் சுமந்து செல்கின்றேன். அப்பாவின் முகத்தை அப்பாவிற்குக் கொடுப்போம் என்று, அப்பாவைத் தேடுகிறேன். பெரிய மைதானத்திலே மனிதர்கள், அரசியல்வாதிகள், அவர்களிடையே அப்பாவைத் தேட, எல்லாரும் அப்பா போலவே இருந்தார்கள். யாருக்குக் கொடுக்க வேண்டும் இந்த முகத்தை?

“முதலில் நாம் வழக்கமான தலித்துகள். பட்டங்களைப் பெற்று, பணம் சம்பாதித்து, நாம் பணம் இருக்கிற தலித்துகள் ஆனோம். “அவங்களா” என்று முகம் சுளித்த காலத்தில் “அவர்கள்” என்று ஆச்சரியப்படும்படியாகச் செய்தோம். “பதவி, கொண்டாட்டம், வண்ணத் திரைச்சீலைகள், விலையுயர்ந்த மாடிகள், படகுபோன்ற கார், நம்முடையது இப்பொழுது அரசியல் குடும்பம்.”

காலையிலேயே, அப்பாக் கூப்பிடுகிறார் என்று ரூமி சொன்னபொழுது, அப்பாவின் அறைக்குப் பயத்தோடு சென்றேன். அப்பா ஜன்னல் பக்கம் திரும்பி இருந்தார். ஜன்னலில் இருந்து எங்கேயோ சூன்யத்தை நோக்கிப் பார்த்து, தனியாக ஏதோ பேசிக் கொண்டிருந்தார்.

"ஒரு குளிர்கால இரவில் இந்த டவுனுக்கு வந்தோம். சின்னப் பிள்ளைக நீங்க இரண்டுபேரும். நல்லது எது கெட்டது எது என்ற விஷயம் உங்களுக்குத் தெரியாது. ஆனா, அனுபவித்தோம் உன் அம்மாவும் நானும். வீடு வாடகைக்குக் கிடைக்கவில்லை. எந்தச் சம்பாஷணைக்கும் முன்னாடி, "நீங்க என்ன ஆளுக" என்று கேட்பாங்க. நான் ஸ்கூல் டீச்சர். ஸ்கூல்ல நான் தலைகுனிந்து நடப்பவன். யாரிடமும் பேசுகிறவன் கிடையாது. என் பாஷை அழகாக இருக்காது. பட்டிக்காட்டு உச்சரிப்பில் பேசுபவன். நான் தலித். என் உருவம் பிரத்தியேகமாக இருந்தது. நான் இங்கிலிஷ் பாஷை கற்றுக்கொண்டேன். பணம் சம்பாதிக்கிற வழியைக் கற்றுக்கொண்டேன். நாகரீகத்தைக் கற்றுக்கொண்டேன்.அரசியலைக் கற்றுக்கொண்டேன். ஆனாலும், நான் தலித்துதான். நாம் தலித்துகள்தாம்.

"கிராமத்து நினைவுகள் இன்னும் நினைவில் இருக்கிறது எனக்கு. ஆனால் ஞாபகம் இல்லாதது போலவே நடித்தேன். இங்கே நடிப்பது தேவை. அரசியலில் சேர்ந்த புதிதில் மந்திரிகளின் கால்கள் அருகில் அமர்ந்திருந்தேன். ஒரு காலத்தில் எம்.எல்.ஏவுக்கு ஊற்றிக் கொடுத்து, ராத்திரி முழுக்கக் காலைப் பிடித்துவிட்டுக் கழித்தேன்."

டவுனில் தலித்தாக இருப்பது எப்படி என்று கற்றுக் கொண்டேன். என் முகத்தில் மிகுந்த பணிவு காணப்படுவது போல், முகத்தில் சுருக்கம் வந்ததுபோல், முகத்தின்மேல் புன்னகை வரும்படியாகப் பார்த்துக்கொண்டேன். "இவன் ஓர் அடிமை, நம்ம வீட்டு முற்றத்தில் கட்டப்பட்ட நாய்" என்று நினைக்கும்படியாக வாழ்ந்தேன். ஆபத்தில்லாதவன் அவன் என்று நினைத்து என்னை ஒப்புக்கொண்டார்கள்.

"இப்ப நம்மகிட்ட நிறையப் பணம் இருக்கு. ஆனால், நாம் தலித்துகள்தான். அவர்களுக்கு நாம் ஒரு *Necessary evils.* நாம் வேண்டும். நமது ஆத்மவிசுவாசம் வேண்டாம். நம்முடைய ஓட்டுகள் வேண்டும். நம்முடைய ஆத்மகௌரவம் தேவையில்லை. இவன் விசுவாசமான தலித் என்ற லேபிள் குத்தி நமக்குக் கொஞ்சம் அதிகாரத்தை வீசுறாங்க."

"தலித்துன்னா என்ன? நாம் பேசுகிற பாஷை, நம் பண்பாடு, இல்லை. என் வீட்டுக்கு வெளியேயான சுதந்திரம், அன்பு, மரியாதை இல்லாத சூழல், எனக்குக் கிடைத்த முத்திரை."

"தலித்துகள் என்றால் ஒரு கேட்டகிரி. தவறாமல் கோட்டா. ஏழைகளைவிட ஈனமான கேட்டகிரி. நான் நடுத்தர மனுசன். அரசியல் தலைவன், ஜில்லா பரிஷத் சேர்மன் என்பவை யெல்லாம் நிஜம் கிடையாது. நான் தலித் என்பதே நிஜம்."

அரசியல் ரீதியாக எனக்குச் சில செயல்பாடுகள் இருக்கின்றன. ஐடியா இருக்கிறது. ஆனால், தலித்துதான். நான் சிந்திப்பது விலக்கப்பட்டிருக்கிறது. கட்சி சொல்லும் வார்த்தைக்குத் தலையாட்டுகிற பைத்தியம் நான். முற்றத்தில் கட்டப்பட்டிருக்கிற நாய். கட்சியில் அலுவலகத்தில் என்னுடையது தலித் முகம். என்னைக் குறிப்பிட்டுக் காட்டி எல்லோரும் முகத்தைச் சுளிப்பார்கள். நான் தலித்துகளின் பிரதிநிதி என்று பிரகடனப்படுத்துவார்கள். என்னை மூலத்திலிருந்து வேறுபடுத்துவார்கள். நான் ஒரு மாஸ்க் என்று.

இங்கே தலித்தாக வாழ்வது பயத்தைத் தருகிற தனிமை.

"நேற்றுவரைக்கும் எம்.எல்.ஏ ஆக்குகிறோம் என்றார்கள். மாதிகாவினரின் போராட்டம் பற்றி பேச வேண்டாம் என்றனர். தண்டோரா இயக்கத்திற்கு எதிராக வேலை செய் என்றார்கள். நான் "எஸ் பாஸ்" என்றே வாழ்ந்தேன். இன்று தண்டோராவை நியாயப்படுத்திக் கட்சி தீர்மானம் செய்தது. இன்றிலிருந்து என்னைத் தண்டோராவுக்கு ஜெய் எனச் சொல் என்கிறது. மாதிகாவினரின் ஓட்டுகள் தேவை என்கிறது. இப்பொழுது நானும் உங்களோடுகூடத் தண்டோராக் கூட்டத்தில் கலந்துகொள்கிறேன்."

"அரசியலில் என் ஆறுவருட ரொமான்ஸ் ஒரு பெயிலியர். நான் இப்பொழுது யார்? தலித்துகளுக்கு உரிய, அரசியலுக்கு உரிய, ஒரு கட்டுக்கடங்காத உயிரினம்."

"இந்தப் புதைகுழியில் சித்தப்பாவைத் தள்ளிவிடுகிறார்கள். அவனின் ஜன பலத்தை இழுத்துக்கொள்ள வேண்டும் என்று அவனுக்கு எம்.எல்.ஏ சீட்டுத் தருகிறோம் என்று ஆசை காட்டுகிறார்கள்."

"இருப்புகள் சீர்குலைந்து போகின்றன. நமக்கென்று ஓர் ஆன்மா இல்லை. ஆத்மா இல்லாத தேகம். நாம் வெறும் சாதி. விலக்கப்பட்ட சாதி. கேட்கிறாயா? நாம் தலித்துகள்."

திடீரென்று அப்பா பேசுவதை நிறுத்தினார். ஜன்னல் கதவின்மீது தலை வைத்துக்கொண்டு பெரிதாக அழத் தொடங்கினார். அப்பாவை ஆறுதல்படுத்த முயற்சி செய்ய வில்லை. மௌனமாக அறைக்கு வெளியே வந்தேன்.

அப்பா சொன்னது நிஜமே. மறுநாள் நாளிதழில், சித்தப்பாவிற்கு மார்க்கப்புரம் தொகுதி ஒதுக்கப்பட்டது என்று செய்தி வந்தது. சித்தப்பா முதலில் நிராகரித்தார், பிறகு தண்டோரா இயக்கத்தினரின் நிர்ப்பந்தத்தால் ஒப்புக்கொண்டார் தண்டோரா லட்சியங்களை இன்னும் முன்னால் எடுத்துச் செல்வதற்குத் தேர்தலில் கலந்துகொள்வதாகச் சொல்லி சித்தப்பா அறிக்கை கொடுத்தார். மறுநாள் முக்கியமான சந்திப்பில் சித்தப்பாவிற்குக் கட்அவுட் வைத்தனர்.

14

தண்டோராக் கல்ச்சுரல் சென்டர் அறிவிப்புப் பலகைமேல் இன்றைக்கு, "எங்கள் அய்யா" என்று ஒரு கவிதை ஒட்டப்பட்டிருந்தது (இன்றைக்குத் தந்தையர் தினம்) வயதான ஒரு கிராமத்துத் தந்தையின் படம் ஒன்று. அதன் பக்கத்திலே ஒரு கவிதை,

"இத்தனை ஆண்டுகளாக என்னுள்ளே அவர் வளர்ந்திருக்கிறார்
தோல்விகளும் அவமானங்களும் எங்களது ஆகாரம்
எங்கள் இருவரின் மத்தியில் சிரிப்பின் மணம் வீசுகிறது
தனிமையான இரவுகளில் அவர் அழுவது எனக்குத் தெரியும்
என் துக்கத்தை என் கண்ணீரை அவரே நீக்கினார்
நான் அவர் கிடையாது, நான் கண்ணீரையெல்லாம் இழந்துவிட்டேன்
இப்பொழுது நான் கண்ணீருக்காக இதயத்தைத் தோண்டி எடுக்க வேண்டும்
நான் இப்பொழுது கண்ணீரின் மொழியைக் கற்றுக் கொள்ளவேண்டும்,
அவருக்காக - அழவேண்டும்."

நான் கவிதையைப் பார்த்து அப்படியே நின்றுவிட்டேன். உருவமற்ற உணர்ச்சிகள் என்னைச் சூழ்ந்துகொண்டன. அப்பா என்ற புத்தகத்தைத் திறந்து அதற்குள்ளிருந்த காட்சிகளின் பின்னே ஓடினேன். முதல் காட்சி ஆதெம்மா (ஆச்சி), அடர்ந்த மேகமூட்டமான ஆகாயம், மழையாகக் கொட்டுகிற ஒரு சாயங்காலம், சிவப்புக் காயம் போல மேற்கே சூரியன், வயல் மத்தியில் தனியாக நான்கு தூண்களின்மேல் கட்டப்பட்ட அந்த வீடு, ஐம்பது–அறுபது ஆண்டுகளுக்கு முன்பு, ஒரு ஜாதி முழுவதையும் 'தீண்டத்தகாதவர்' என்று முத்திரை குத்தி, ஊருக்கு வெளியே தள்ளிவிட்ட நிலையில் துக்கத்தையும் அடிமைத்தனத்தையும் வென்ற

ஆதெம்மா கறுப்புக் கொடிபோலப் பறந்த காலத்தில் ஆறு எருமைகள், இரண்டு டஜனுக்கும் மேலான ஆடுகள், வீட்டின் முன் கணக்கிலடங்காக் கோழிகள் இருந்தன. அது 1967. ஒரு சாயங்கால வேளையில் பிறந்தார் ராஜய்யா. அடர்ந்த மேகங்கள், புயல்காற்று, பிரளயம் ஏதோ வரப்போகிறது என்று தோன்றிய நேரத்தில், ஆதெம்மா குழந்தையைக் கையில் பிடித்துக்கொண்டு எதற்கு அழுதாள்? தனது சொப்பனங்கள், தனது நம்பிக்கைகள், தனது அறியப்படாத அனைத்து சக்திகளையும் தாய்ப்பாலாக அந்தச் சிசுவுக்கு வழங்கினாள். அந்த வேளையில் அந்தக் குழந்தைக்காகப் புதிய, பழைய தெய்வங்களை எவ்வளவோ கும்பிட்டாள். ஆதெம்மாவிற்கு அந்தக் குழந்தை ஒரு கருணை, ஓர் அற்புதம். குழந்தையைக் கக்கத்தில் வைத்துக்கொண்டு ஊரெல்லாம் சுற்றினாள். குழந்தையின் சிரிப்பு, அழுகை, கத்தல், சேட்டைகளைக் கதைகதையாக ஊரெல்லாம் சொன்னாள். குழந்தையின் உடல்முழுக்கப் பாட்டில் பாட்டிலாக விளக்கெண்ணெய்யைப் பூசி, மெதுவாகத் தேய்த்து, கிட்டத்தட்ட ஒரு மணிநேரம் முழுக்காட்டினாள். அந்த முழுக்காட்டைக் கிராமமே வேடிக்கையாகப் பார்த்தது. குழந்தைக்கு ஆறாவது மாதம் வரும்வரை ஆதெம்மாவிற்குத் தூக்கம் வரவில்லை. ராத்திரியில் குழந்தை தூங்கும்போது, மெல்லிய விளக்கின் வெளிச்சத்தில் அவன் முகத்தைப் பார்த்துக்கொண்டிருப்பாள். தூக்கத்திலேயே குழந்தை சிரிப்பதைக் கண்டு பூரித்துப்போவாள். குழந்தையில் நகரும் கனவுகளின் சந்தடியை, தான் அனுபவித்துக் கனவு மரமாகப் படபடத்தாள்.

அப்பாவின் புத்தகத்தில் இருந்து திடீரென்று சித்தப்பா வின் உருவம் தோன்றியது. சித்தப்பா எந்தச் சத்தமும் பரபரப்பும் இல்லாமல் இந்த உலகத்திற்கு வந்தார். அந்தவேளை ஆதெம்மா வயலில் இருந்தாள் நாற்றுப் பறித்துக்கொண்டு. கொஞ்சம் சோர்வு தெரிந்தது. வயலுக்கு வெளியே வந்து, கரையில் அமர்ந்து,'பிரசவவலி மாதிரி இருக்கு.நான் வீட்டுக்குப் போகிறேன்' என்று சொல்லி, வீட்டுக்கு வந்த, அரைமணிநேரத்தில் பிரசவம் ஆனது. கறுப்பாக மினுமினுத்து, கறுப்புநிறக் கடவுள் போலக் கருணய்யா பிறந்தார். அப்பொழுது ராஜய்யாவுக்கு வயது ஐந்து. ஸ்கூலுக்குப் போய், ராஜய்யா வீட்டுக்கு வந்தபொழுது வீட்டில் ஒரு புது ஆள். பயந்துபோய்ப் பெரிதாக அழுது மாதக்கணக்காய், ராஜய்யா, அம்மாவின் பக்கமே போக வில்லை. ராஜய்யாவுக்கு அந்தப் புதிய விருந்தினர் என்றால் கோபமும் வெறுப்பும் அப்பொழுதே தொடங்கின.

அப்பா என்ற புத்தகத்தில் தவறாமல் சேர்க்கவேண்டிய பக்கங்கள், அப்பாவிற்குக் கருணா சித்தப்பா எழுதிய கடிதங்கள்.

அந்தக் கடிதங்கள் பழசாகிப்போய்க் காகிதத்தின் மேல் உள்ள எழுத்துகள் மங்கிப்போய், இன்னும் அப்பாவின் புத்தகங்கள் மத்தியில் மறைந்திருந்தன. கருணா சித்தப்பாவிற்கு மொழிநடை, சிறப்பாக வராத நாளில். தலைமறைவாய் இருந்த நாட்களில் எழுதிய, பெரிய தத்துவவிவாதம் போல எத்தனையோ கடிதங்கள் (அவை அனைத்தையும் கிழித்துப்போடாமல் அப்பா அவற்றை மறைத்துவைத்திருப்பது எனக்கு மேலும் ஆச்சரியம்) அந்தக் கடிதங்கள் முழுக்கச் சித்தப்பாவின் யோசனைகள், ஆசைகள், அனுபவங்கள், கடிதங்களில் எனக்கு நன்றாக நினைவிலிருக்கிற சிலவரிகள் இவ்வாறு தொடங்குகின்றன:

ராஜண்ணா,

எப்படி இருக்கிறாய், மதினி எப்படி இருக்கிறார். என்னிட மிருந்து கடிதம் உனக்கு, ஆச்சரியத்தை (உன் நெற்றியின் மேல் சுருக்கங்கள், கோபம் போன்ற, சலிப்பு போன்ற பெருமூச்சு) தந்திருக்கும்.

போன் செய்யாமல் கடிதமே எழுதுகிறேன். எதற்கென்றால், உனக்குக் கடிதம் எழுதினால் இது எனக்கு நானே செய்யும் உரையாடல். அனுபவங்கள் என் முன்பு விரிந்து எனக்கு நானே கேட்கும் கேள்விகள். நீண்ட நாட்களாக நிசப்தமாக இருந்து விட்டு, மீண்டும் விழித்தெழுந்து நான் செய்கிற ஒரு சிந்தனை இந்தக் கடிதம்.

உன் கட்டுரைகளில், சொற்பொழிவுகளில், எல்லா இடங்களிலும், 'தலித்துகளின் இருப்பு' என்று பார்க்கிறேன். தலித்துகளின் அவமானம், தலித்துகளின் வாழ்க்கை வரலாறு என்று நீ பேசுகிறாய் அல்லவா? நேற்று சாயந்தரம் நம்ம ஊர் ஜெயிலில் பதினாறு தண்டோரோ இளைஞர்களைக் கைது செய்து, நான்கு மணிநேரம் லத்தியால் அடித்து அடித்து... பிணம் போலச் செல்லில் படுத்துக் கிடந்தார்கள். அந்தச் செய்தி நாளிதழில் வரவில்லை. டீவியிலும் வரவில்லை. எவ்வளவோ கட்டுப்பாடாக இருந்தாலும் நான் ஒரேயடியாகப் பொங்கி யெழுந்தேன். கம்பீரமாக அமைதியாக இருக்க வேண்டும் என்ற யோசனையைத் தலைவர்கள் பக்கத்தில் வைத்துவிட்டு இதயத்தை அதிரவைக்கும்படி அழுதேன். இந்த முழுச்சம்பவமும் எனக்கு ஒரு சோகமான நிகழ்வு, இதை உனக்குத் தெரியப்படுத்துவதற்குச் சொல்கிறேன். விசாரணைக்காக என்னைக் கழுத்தில் கையை வைத்து வெளியே தள்ளிக்கொண்டு வந்தார் இன்ஸ்பெக்டர். பெரிதாகக் கத்தி, அருவருப்பான கெட்ட வார்த்தைகளால் திட்டினார். அவருக்கு அவ்வளவு வெறி எதற்கோ எனக்குப் புரியவில்லை. சுற்றியிருக்கிற கிராமங்களிலிருந்து ஐநூறுபேர்

வரை, ஸ்டேசனைச் சுற்றிச் சூழ்ந்ததும், அவரின் ஆக்ரோஷம் கொஞ்சம் குறைந்தது.

இப்படிப்பட்ட சம்பவங்களை உன் சொற்பொழிவில் எதற்குச் சொல்லவில்லை. பிறக்கும்போதே ஒரு பாகுபாட்டைக் கொண்டு வந்தவர்கள்மீது உனக்கு ஏன் அபிமானம்?

நீ எப்பொழுதும் என்னைத் திட்டிக்கொண்டிருக்கிறாய், பள்ளிப் படிப்பைக் கைவிட்டதற்கு. பத்தாம் வகுப்பில் இருந்த பொழுது, சுந்தரராமய்யா மாஸ்டரிடம் பிரச்சினை ஆனது. "மாதிகா தேவடியாப் பசங்க" என்று திட்டினார். எனக்குத் தாங்கமுடியாத கோபம் வந்தது. அதை எதிர்க்கணும்னு நினைத்தேன். தைரியம் போதவில்லை. ஹெட்மாஸ்டர்கிட்ட சொன்னேன். கேட்காத மாதிரி இருந்தார். அம்மாவிடம் சொன்னேன். அவரை நாலு சாப வார்த்தைப் போட்டுவிட்டு அமைதியாகிவிட்டாள். அன்றைக்கு ராத்திரி பன்னிரண்டு மணிக்கு, பை முழுக்கச் சரளைக் கற்களைப் போட்டுக்கொண்டு, சுந்தரராமையா வீட்டுமேல் கல்லெறிந்தேன். எனக்குத் திருப்தி யாகவில்லை. எனக்கு இன்னும் கோபமாக இருந்தது. மறுநாள் இரண்டாவது பீரியடு ஒன்பதாவது 'பி' வகுப்பில் பாடம் நடத்திக்கொண்டிருந்தார். திடீரென்று வகுப்புக்குள்ளே போய், "சுந்தரி என் மவனே" என்று சத்தம்போட்டுத் திட்டினேன். (எனக்கே ஆச்சர்யம், அவ்வளவு தைரியம் எப்படி வந்ததென்று) அதன்பிறகு இரண்டு நிமிடமாக எனக்குத் தெரிந்த எல்லாக் கெட்டவார்த்தைகளாலும் அவரைத் திட்டினேன். திட்டின பிறகு எனக்குள் ஓர் அமைதி. வழக்கமாக என்றால் அவரைத் திட்டி, அங்கிருந்து ஓடவைக்க வேண்டும் என்று என் திட்டம். அப்படிச் செய்யாமல், ஹீரோபோலக் கைகளை டவுசர் பாக்கெட்டில் வைத்துக்கொண்டு நடந்து வந்தேன்.

"I have a dream" என்றார் லூதர் கிங் பல ஆண்டுகளுக்கு முன்பு. அவர் ஏற்றிவைத்த கனவு ஓர் இயக்கமாக ஆனது. நாம் ஒரு கனவு கண்டோம். நம் தந்தையர்கள், தாத்தாக்களின் கனவு, நாளுக்கு நாள் இறந்த குழந்தைகள்போல நம் கனவுகள், நம் கிராமங்களிலேயே அடித்துச் செல்லப்பட்டுக் குப்பை மேட்டில் வீசப்பட்டது போல்.

இத்தனை நாட்களுக்குப்பிறகு ஒரு சந்தர்ப்பம், ஓர் இயக்கம், ஒரு விழிப்பு, ராஜண்ணா, யோசியுங்கள். கொஞ்சநேரம் அந்தக் காலத்து ராஜசுந்தரம்போல யோசியுங்கள். ஆசிரியர் சங்கத் தலைவராக இருந்தபொழுது, உங்கள் குரலில் எத்தனை கனவுகள், நம்பிக்கைகள் இருந்தன என்பதை நினைவுபடுத்திக் கொள்ளுங்கள்.

டாக்டர். வி. சந்திரசேகர ராவ்

ஆத்மாக்கள் தூங்கக் கூடாது. நெருப்புத் துகள்களாகக் கபகப என நாம் இருக்க வேண்டும். ஆத்மாவை எழச்செய். நெருப்பு நீ ராஜய்யா, ஒரு கனவை ஒளிரச்செய்.

அன்புடன்
கருணா.

இன்னொரு கடிதம், பல வருடங்களுக்கு முன் எழுதியது. அப்பா ஆசிரியராக வேலைபார்த்தபொழுது எழுதியது:

ராஜண்ணா,

கவலைப்படாதே. எல்லாப் பக்கத்திலிருந்தும் அவமானங் களே என்று வருத்தப்படாதே. மனச்சோர்வு அடைய வேண்டாம். எதிர்த்து நில். கண்கள் சிவக்க வேண்டும். அது ஒன்றே நம் ஆயுதம். நாம் பயப்படுவது தெரிந்தால், அவர்கள் உற்சாகமாக இருப்பார்கள். கடந்தவாரம் கிராமத்தில் நான்குபேர்களுக்குக் காலரா வந்தது. அரசு மருத்துவமனைக்குச் சென்றனர். "உள்ளே கொண்டுவராதே, வெளியே வரண்டாவில்கூட வேண்டாம், காலரா இல்லையா, உங்க வீட்டிலேயே வைத்துக் கொள்ளுங்கள்" என்றனர். இளைஞர்கள் பத்துப்பேர். முன்னால் நான். கைகளில் அம்பு, கம்பு, கழுத்தில் சிவப்புத்துண்டு (கம்யூனிஸ்ட் கட்சியில் சேர்ந்திருந்தேன்). இரண்டு கத்தலுக்குப் பயந்து மருத்துவமனையில் சேர்த்துக்கொண்டனர். (படுக்கை இல்லையென்று வராந்தாவில் படுக்க வைத்தனர்) காலரா வந்தவர்களின் பேதியைத் துடைத்த துணியை டாக்டர் வீட்டு வாசலில் எறிந்துவிட்டு வந்தேன்.

புகைப்பிடிப்பவன், ரவுடி இவையெல்லாம் எனக்குப் பெயர்கள். எனினும் நான் பொருட்படுத்தவில்லை. யார் முன்னாலும் தலைகுனியக்கூடாது என்பதே என் சித்தாந்தம். முன்பு ஒருமுறை, ராத்திரி வேளை, மாற்றுப்பாதையில் தனியாக வந்தபொழுது என்மேல் தாக்குதல் நடந்தது. கைகளைப் பின்பக்கம் முறுக்கிக் கட்டி, கழுத்து மேல் கால்களால் மிதித்து, விலா எலும்பில் ஒரு கத்தியால் குத்திவிட்டுப் போய்விட்டனர். நானதை சட்டை செய்யவில்லை. பயப்படுவேன் என்று நினைத்தார்கள். "பழிவாங்குவோம் ஜாக்கிரதை" என்று ஊரெல்லாம் சுவரொட்டி ஒட்டினேன். இருபதுபேர் ஊர்வலமாகக் கிளம்பினோம். என் வயிற்றைச் சுற்றி வெள்ளை பாண்டேஜ். அப்படியே ஊர்வலத்தில் நடந்தேன். சாயங்காலம் நாலுமணிக்குத் தொடங்கிய ஊர்வலம், ராத்திரி எட்டுமணிவரை சென்றது. ஊர்வலத்தின் மத்தியில் நாலுபேரை அடித்துப்போட்டோம். போலீஸ், கைது–அது வேற கதை. "இந்த மவன்கள் சும்மா இருக்க மாட்டாங்க" என்று அவர்கள் நினைக்கும்படியாகச்

செய்தோம். நம்ம மக ஒருத்தி வயலிலிருந்து வரும்போது எவனோ ஒருத்தன் அவள் கையைப் பிடித்து இழுக்க, அவள் அழுதுகொண்டே ஓடினாள். மறுநாள் அவனை அடையாளம் கண்டு மறைந்துநின்று அவன் கண்களில் மிளகாய்பொடியைத் தூவி, துவரைக் கொல்லைக்கு நடுவுல இழுத்துச் சென்று முகத்தின் மேல் கத்தியால் கிழித்து... ஊரில் பெரிய பிரச்சினை ஆகிவிட்டது. மறுபடியும் போலீஸ், கைது.

இவையெல்லாம் என் கதைகள். அஞ்சுவதையும் கவலைப் படுவதையும் மறந்துவிட்டேன். இன்னைக்கு இல்லன்னா நாளைக்கு ரெண்டு. என் தலை நிமிர்ந்து இருக்கணும். இறக்கிற சமயமாயிருந்தாலும் சரி. அது என் சித்தாந்தம்.

நீ எனக்குச் சொல்றயா அப்படீன்னு நினைக்காத. ப்ரோவோ மை பிரதர். என் கம்யூனிஸ்ட்தனம், எப்பொழுதும் சொல்ற முழக்கம் "போராடினால் நஷ்டமில்லை, அடையாளத்தைத் தவிர" இந்த வார்த்தைகளை நூறுமுறை மந்திரம் போல நினைத்துக்கொள்.

லால் சலாம்
கருணா.

இன்னொரு கடிதம், தலைமறைவு வாசத்தில் இருந்த பொழுது எழுதியது.

ராஜண்ணா,

குண்டூரில் என்ன செய்தி?

எனக்குள் என்னென்னவோ யோசனைகள். எங்கே தொடங்குவது என்று தெரியவில்லை. ஒரு புதிய பிரயாணம். காந்தம், பிள்ளைகள் எல்லோரையும் விட்டுவிட்டு.

இப்பொழுது நேரம், ராத்திரி பதினொரு மணி. நிலா வெளிச்சத்தில் எழுதுகிற கடிதம் இது. நாம் நம் முரண்பட்ட பயணத்தில், இப்பொழுது உன்னைப் புதிதாகப் பார்ப்பது போலிருக்கிறது. என் விசாலமான ஆயுதங்கள் மத்தியில், உன்னை அருகே கட்டிப்பிடிப்பதுபோல.

என்னைச் சுற்றி நிறையப் புத்தகங்கள். சித்தாந்த நூல்கள், கட்சி மேனிபெஸ்ட்டோ, செயல்திட்டம், கவிதைப் புத்தகங்கள். எனக்குள் ஏதோ ஒளி. உள்ளுக்குள் அமைதி. சித்தார்த்தன் புத்தராக மாறின கணத்தில் எப்படி இருந்தாரோ எனக்கு இப்பொழுது புரிகிறது. எனக்குள் எத்தனை மாற்றங்கள்? கிராமத்தில் சுற்றிக்கொண்டிருந்தால் எவ்வளவு கௌரவமாக

இருந்திருக்கும் சூரேடண்ணா (என் இன்னொரு பெயர் அது) என்று, எவ்வளவு அன்பு? எவ்வளவு வரவேற்பு,

இதற்கிடையில் ஆப்ரிக்க எழுத்தாளர்களின் புத்தகத்தைப் படித்துக்கொண்டிருக்கிறேன். அதிலிருந்து எவ்வளவு கற்றுக் கொள்ளவேண்டும் நாம்? அவர்களின் அனுபவங்கள் நமக்கு ஞானதீபங்கள். முக்கியமாக, தலித் இலக்கியம் ஓர் இயக்கமாக இருக்க வேண்டும். அதுதான் உண்மை. மாயா ஏஞ்சலோ என்ற கறுப்பின எழுத்தாளர் சொன்னார் *"You had better learn for create yourself; because, if you don't someone else will do it for you"*. அந்த வார்த்தைகளைப் படித்ததும் எனக்கு நீயே நினைவுக்கு வந்தாய். நீ கவிதைகள் எழுதிய நாட்கள் நினைவுக்கு வந்தன. எவ்வளவு சிறப்பாக எழுதியவன் நீ. அந்தக் கவிதைகள், அந்த நாட்கள், அந்த ராஜசுந்தரம் இப்பொழுது எங்கே? ராஜண்ணா, நாம் இரண்டு கதைகளாகப் பிரிந்துவிட்டோம். இரண்டு பயணங்கள். "இது எங்கள் தந்தைகளின் புத்தகம்" என்று நம் பிள்ளைகள், நம் வாழ்க்கையைத் திறக்கலாம். அவர்கள் முன் எத்தனையோ கேள்விகள். அடக்குமுறை, அவமானம், நிலவறைகள், தூக்குமேடைகள், வாக்கு அரசியல், தலித் பிராமணர்கள் – தலித்தில் உயர்ந்தோர் குழாம், நாம் நடந்த பாதைகள், நம் கண்ணீர், எதிர்காலத்தை நாம் எப்படித் தரிசித்தோம்; எல்லாவற்றையும் அவர்கள் எப்படிப் பார்ப்பார்கள்?

ராஜண்ணா,

உறுதியான இதயம் கொண்ட மனிதனே. ஆத்மா வளரட்டும். எல்லாரும் ஒன்றாகச் சேர்ந்து அடக்குமுறையை மறுப்போம். அடிமைகள் அல்ல. நாம் நாளைய தலைவர்கள் என்று அறிவிப்போம்

அன்பாக, இஷ்டமாக
கருணா (சிவப்புச்சூரியன்)

இரவானது. வீட்டில் யாரும் இல்லை. வெளியே இருள். விளக்கைக்கூடப் போடாமல், அப்படியே அமர்ந்திருந்தேன். தூரத்தில் இருந்து சப்தங்கள். மனிதர்கள் யாரோ சத்தமாகப் பேசிக்கொண்டு, இரைந்துகொண்டு! சாலையின்மேல் பிள்ளைகள் இன்னும் விளையாடிக்கொண்டிருந்தனர். "பௌவ் பௌவ்" என்று கத்தினர். படிப்படியாக அந்தச் சத்தங்களின் அடர்த்தி குறைந்துபோனது. பயத்தைத் தருகிற நிசப்தம் அமைதியைத் தள்ளிக்கொண்டு வந்தது. விரும்பத்தகாத வாசனைகள் என்னைச் சுற்றியிருந்தன. வயிற்றுக்குள் குடல்கள் அங்கும் இங்கும் அசைந்து, வாந்தி வந்ததுபோல ஆனது.

என்ன வாசனை இது? சகிக்கமுடியவில்லை. சடலத்திலிருந்து வரும் தாங்கமுடியாத நாற்றம் போல. அதிர்ச்சியடைந்தேன். எங்கேயிருந்து வருகிறது? ஓர் அபசகுனம் போல. அம்மா சர்ச்சுக்குச் சென்றாள். அப்பா, உலகத்தின்மேல் கோபித்தவர் போல, கட்சி அலுவலகத்திற்குச் செல்வதை விட்டுவிட்டார். சாயங்காலத்தில் கிளப்பில் பொழுதுபோக்கினார். ரூமியை எதிர்பார்த்திருந்தேன். அவன் காலையில் எப்பொழுதோ சென்றான்.

அறையிலிருந்து வெளியே வந்தேன். வராந்தாவில் கொஞ்ச நேரம் நடந்தேன். அப்புறம் அதைக் கடந்து தோட்டத் துக்கு வந்தேன். திடீரென்று நகரம் நிசப்தமாக ஆனது போல, யுத்தம் முடிந்ததும் வீரர்கள் சவத்தை எடுத்துக்கொண்டுவருவது போல காற்று வீசுவதுகூட நின்றுவிட்டது. கொஞ்சநேரம் செடிகளின் மத்தியில் நடந்தேன். என் காலடிச் சப்தத்திற்குத் திடுக்கிட்டு இறக்கையை விரித்து அங்கும் இங்கும் அலைந்து அடிக்க மீண்டும் தூக்கத்திற்கு முயன்றன பறவைகள்.

அம்மா சர்ச்சிலிருந்து வந்தாள். வராந்தாவில் ஒரு மூலையில் அமர்ந்திருந்த என்னைப் பார்த்தாளென்றாலும், எதுவும் பேசவில்லை. வீட்டில் விளக்குகள் எரிந்தன. சமையல் அறையிலிருந்து சப்தங்கள். காரணமின்றி ஓர் அசௌகரியம். வராந்தாவில் அமர்ந்து தலையை முழங்காலின்மேல் வைத்த போது மெதுவாகத் தூக்கம் வருவதை உணர்ந்தேன். தூக்கநிலையில்... எங்கிருந்தோ அலறல்கள், கத்தல்கள், எவரோ விம்மி விம்மி அழுதுகொண்டிருந்தார். அவர்கள் மத்தியில் ரூமிகூட. அக்கா, அக்கா என்று அழுதுகொண்டிருந்தான். விழுந்து விழுந்து அழுதுகொண்டிருந்தான். "அக்கா! சித்தப்பாவைக் கொன்னுட்டாங்க அக்கா!" என்று அழுதுகொண்டிருந்தான். திடுக்கிட்டு எழுந்தேன். கனவு இல்லை. நிஜமே. வீட்டிலிருந்து அழுகை கேட்டுக்கொண்டிருந்தது. ஆமாம். ரூமியின் குரல்தான். அறையில் நுழைந்ததுமே என்னைக் கட்டிக்கொண்டு, பெரிதாக அழுதான். அம்மா நம்பாதவளாக, கனவுபோல, "என்ன இது, நீ சொல்றது நிஜம்தானா" என்று அழுகைக் குரலில் கேட்டாள். "ஆமாம்மா, சித்தப்பாவைக் கொலைசெஞ்சுட்டாங்க" என்று சத்தமாக அழுதான். அம்மா தரையில் விழுந்து, "கருணய்யா, கருணய்யா" என்று பெரிதாக அழத் தொடங்கினாள். ஒரேயடி யாகச் சரிந்துவிட்டேன் நான். தாங்க முடியாத துக்கத்தில் அழுது மார்பில் அடித்துக்கொண்டு, பதினோரு மணி கடந்த பிறகும், அப்பா வீட்டுக்கு வரவில்லை. ரூமியும் நானும் கல்ச்சுரல் சென்டருக்குக் கிளம்பினோம். ஐம்பதுபேருக்கும் மேலாக அங்கே கூடியிருந்தனர். வெற்றுப் பார்வையால், கல்லாக

டாக்டர். வி. சந்திரசேகர ராவ்

குறிச்சேடுவிலிருந்து போன். தண்டோரா இளைஞர்கள் பேசிக்கொண்டிருந்தார்கள்.

"கருணா சாருக்கு நேற்றிலிருந்து காய்ச்சல். வேண்டாம்னு சொன்னாலும் கேட்காமல் குறிச்சேடு கூட்டத்திற்குக் கிளம்பினார். மனிதர் சோர்வாக இருந்தார். ஜீப்பில் கிளம்பினோம். சுற்றி நம் இளைஞர்கள் எல்லாம் இருந்தோம். மந்தமாக, கண்களை மூடிக்கொண்டு, முக்கியமான சங்கதிகளையெல்லாம் பேசிக் கொண்டு இருந்தார். பல்கலைக்கழகத்தில் இருந்து மாணவர்களை அழைத்துச் செமினார் வைக்கலாம் என்று சொன்னார். சாயந்தரம் ஆனது. கொஞ்சம் கொஞ்சமாக இருள் பரவியது. கருணா சார் இடைவிடாமல் பேசிக்கொண்டே இருந்தார். பக்கத்துல இருந்தவங்க, "ஊம்" அப்படின்னு சொல்லிட்டே இருந்தாங்க. வரப்போகிற நாட்கள் பற்றிப் பேசிக்கொண்டிருந்தார். ஒரு தீர்க்கதரிசிபோல ஆவேசமா பேசினார். மாதிகா ஜாதி மொத்தம், எப்படி விடுதலை ஆகிறதோ, அதற்கு வேண்டிய நடவடிக்கை களை எல்லாம் விவரித்துக்கொண்டிருந்தார். பெரிய நம்பிக்கை, ஆசை, வரப்போகிற காலத்தின் மேல் நம்பிக்கை. கருணா சார் பேசுவதை நிறுத்திய பிறகு பின்னால் அமர்ந்திருந்த இளைஞன் ஒருவன் "ஆமென்" என்றான். ஜீப் வேகமாகச் சென்றது. ரோட்டின் அருகில் கருவேல மரத்தின்மேல் பறவைகள் க்கீ . . . க்கீ . . . என்றன. பறவைகள் இறக்கைகளை விரித்துப் படபடவென்று, திடீரென்று பறவைகளில் குழப்பம், ஒரேயடி யாக மேலே எழுந்து, க்ரீச் . . . க்ரீச் . . . என்று பயங்கரமாகக் கத்தின. தூரத்தில் சர்ச்சிலிருந்து மணி நிற்காமல் அடித்தது. திடீர் பிரேக்போட்டு ஜீப் நின்றது. ரோட்டுக்குக் குறுக்காக இரண்டு பனை மரங்கள் விழுந்து கிடந்தன. எனக்குச் சந்தேகம் வந்தது. "டேவிட் நிற்காதே" என்று கத்தினேன். அவன் ஸ்டார்ட் செய்ய ஆரம்பித்தவுடனேயே மரத்தின் மறைவில் இருந்து முப்பது நாற்பது பேர் கத்திகளோடு . . .

கருணா சார், கண்களை மூடிக்கொண்டு, ஏதோ தீவிரமாக யோசித்துக்கொண்டிருந்தார். அவர்கூட ஒரேயடியாகத் திடுக்கிட்டார். நம் இளைஞர்கள் எச்சரிக்கை அடைவதற்கு முன்பே அவர்கள் ஜீப்பைத் தாக்கினர். கருணா சார் சத்தம் போட்டுக் கத்தினார். "தண்டோரா மனிதர்கள் நாங்கள். உங்களவர்கள். உங்களுக்காகப் போராடுகிறோம்" என்று! பேச்சை முடிப்பதற்குள், அவரின் தலைமேல் இரும்பு பைப் பட் என்றது. வரிசையாகப் பத்து அடிகள் அவரின் உடலின்மேல். இளைஞர்கள் அவரைக் காப்பாற்றமுடியாமல் போனார்கள். டேவிட்டை, ராஜண்ணாவைக் கத்தியால் குத்தினர். எல்லாம் ஐந்து நிமிடத்தில் நடந்துவிட்டது. ரோட்டுக்கு குறுக்காகக்

கருணா சார் விழுந்து கிடந்தார். இருபது மைலுக்கு அப்பால் கூட்டத்தில் ஆயிரம் பேர் அவரை எதிர்ப்பார்த்து...

கருணா சாரைத் தோள்மீது போட்டுக்கொண்டு, அருகிலே ஏதாவது ஆஸ்பத்திரி இருக்கிறதா என்று தேடினோம். வயல்களுக்குக் குறுக்காகப் பக்கத்து ஊருக்குச் செய்தி போனது. நூறு, ஆயிரமாகச் சாலையில் மனித சமுத்திரம் ஆனது. டாக்டர், கருணாசார் உயிர் எப்பொழுதோ போய்விட்டது என்று அறிவித்தார். மக்கள் எல்லாம் அங்கேயே அழுது...

"நம்பிக்கையைக் காட்டி மாயமாகப் போனது எதுக்கய்யா", "எங்கள் திக்கு நீதான், எங்கள் அய்யா, எங்கள் ஏசய்யா", "இருட்டுல ரோட்டுக்கு மத்தியில் இப்படி உன்னைக் கொன்னுட்டாங்களே" "நாலுபேருக்காக வாழ்ந்தவன் நீ" இரவு முழுக்க அழுகைகள், கத்தல்கள். சாலை முழுக்க, சுற்றியிருக்கிற வயல் முழுக்க ஜனங்கள். தண்டோரா இளைஞர்கள் சோகத்தோடு இருந்தனர். கோபமாக இருந்தனர். ஆபத்து ஞாபகத்துக்கு வரவில்லையே என்று வருந்தினார்கள். கட்டுப்படுத்தமுடியாத உக்கிரத்தில் சாலையில் சென்ற இரண்டு பஸ்களை எரித்தனர். உயிர் பிரிந்தாலும், கருணா சாரின் கண்கள் திறந்தே இருந்தன. அந்தக் கண்கள் கனவுகளைக் கண்டு கொண்டே இருந்தன.

15

ஜூன் மாதம். எல்லாச் சோகமும் மறந்து போகும் என்று நினைத்துக்கொண்டோம். ஆனால் சாத்தியப்படவில்லை. எங்கள் மனதைப் போலவே சூழ்நிலையில் நிறைய மாற்றங்கள் வந்தன. கோடை வெயில் நின்றுவிட்டது. வழக்கமான மழையோடு சேர்ந்து புயலும் வந்தது. சாரல் மழை. காற்றுவீசி, எல்லாவற்றையும் துவம்சம் செய்தது. முற்றத்தில் இருந்த மரங்கள் அனைத்தும் சாய்ந்தன. நந்தி வர்த்தனம் மரம் சாய்ந்தது. செம்பருத்திச்செடி அடித்துச் செல்லப்பட்டது. கடைசியில் என் ஜன்னலில் இருந்த மல்லிகைச் செடியும் அறுபட்டது. கொல்லைப்புறச் சுவர் சாய்ந்துவிட்டது. போர்க்கால அழிவு நினைவுக்கு வந்ததுபோலிருந்தது வீடு.

வீடு தனிமையாக, திகிலாக ஆகிவிட்டது. வீடுமுழுக்க மௌனத்தின் சாம்ராஜ்யம். அம்மா தன் படுக்கையிலேயே அடைபட்டுக்கிடந்தாள். எப்பொழுதோ ஒன்றிரண்டு வார்த்தைகள் பேசினாள். அவை சத்தம் இல்லா வார்த்தைகள். மூச்சு வருகிறது என்றாலும், முணுமுணுப்பதுபோல அம்மாவின் பேச்சு இருந்தது. அம்மாவின் முகத்திலே தெரிகிற மெல்லிய புன்னகை இப்பொழுது இல்லை. பூஜைகள் நிறுத்தப்பட்ட கோயில்போல மாறிப்போனாள்.

அம்மா எங்களுக்குச் சாப்பாடு பரிமாறி பல நாட்கள் ஆகிவிட்டது. மேசைமேல் சமைத்த உணவுகள் இருந்தன. யாருக்கு வேண்டுமோ அவர்களே எடுத்துப்போட்டுக்கொள்ள வேண்டும். பெரிய பேரழிவு ஏதோ நம்மைச் சூழப்போவது போல இருந்தது வீட்டில். இதெல்லாம் வெறும் கனவாக இருந்தால் நன்றாக இருக்குமே என்று நினைத்துக்கொண்டேன். சாய்ந்து விழுந்த மரங்கள்,

உடைந்த சுவர், சித்தப்பாவின் மரணம், இப்பொழுது கனவுகள்கூட எங்களைப் பார்த்துச் சிரிக்கின்றன. வீடு முழுக்க அமைதியாகச் சுற்றி வருகிறேன். சுவர்மேல் இருந்த ஆதெம்மாவின் போட்டோவை யும் சித்தப்பாவின் போட்டோவையும் மணிக்கணக்காகப் பார்க்கிறேன். எல்லாம் புதிதாக இருந்தன. இப்படி மனிதர்கள் இறக்காமல் இருந்து, நம்மிடையே திரிவதுபோல. நம்மோடு உரையாடுவதுபோல, இடைக்கால நாட்டுப்புறக் கதைத் தலைவராகச் சித்தப்பா நினைவுக்கு வந்தார். எதையும் கணக்கில் எடுத்துக்கொள்ளாத ஒரு யுவராஜா. மறைந்திருந்து தாக்குதலை (அவர்மீது) நடத்த வேண்டிய கட்டாயம். இவையெல்லாம், கதையின் சம்பவங்கள் எனப் பொருத்தமாக இருக்கின்றன. ரூமி, தன் அறையைத் தாண்டி வெளியே வருவது இல்லை. தண்டோரா இயக்கம் நிறுத்தப்பட்டது. வெற்றி ஊர்வலம் நடத்தப்பட்டு அனைத்தையும் நிறுத்திவிட்டனர். கல்சூரல் சென்டரை மூடிவிட்டனர். டில்லி, காலிப், ஷபிதா அவர்கள் எல்லோரும் எங்கேயோ மாயமாகிப்போனார்கள். சில வருடங்கள் எங்களுடன் கழித்தபிறகு மீண்டும் தங்கள் உலகத்திற்குச் சென்ற கந்தர்வர்கள்போலத் தண்டோராவிற்கு அனுகூலமாகச் சட்டசபைத் தீர்மானம் அமைந்தது. இதெல்லாம் சொர்க்கமே என்று எல்லாரும் நினைத்தார்கள் (வாழ்க்கை எப்பொழுதும்போல இருக்கிறது. பசி, வலி, அவமானம், எதுவும் மாறவில்லை). கிராமங்களிலிருந்து, ஆயிரக்கணக்கில் வந்தவர்கள் எல்லாம் எங்கே? அந்தப் பாடல்களெல்லாம் மறைந்துவிட்டன. சிந்துப் பாடல்கள், தப்பட்டை முழக்கங்கள், போன வருடம் பனித்துளியாய் அழுத, தலைவர்கள் எல்லாரும் எங்கே, என்ன ஆனார்கள்? கறுப்புக்கொடி என்ன ஆனது, கொடி நிறத்தில் உதிக்கிற சூரியன் என்ன ஆனான்?

அப்பா பல நாட்களாக வெளியே செல்லவில்லை. உண்மையில் தன் அறையைக்கூடத் திறக்கவில்லை. கதவுக்குத் தாழ்போட்டுக்கொண்டு, உள்ளே என்ன செய்கிறார் என்று ஊகிக்கக்கூட முடியவில்லை. மௌனமாகக் கிசுகிசுத்து, இல்லையென்றால் சத்தமாக அழுது அல்லது ஆவேசமாக ஆத்மாவின் பாடலைச் சத்தமாகப் பேசிக்கொண்டு, இல்லை யென்றால் தன் சுயசரிதையை எழுதிக்கொண்டு, இல்லை யென்றால் பச்சாதாபம் கொண்டு ஊகூம், அவரைப் பற்றி அறிய இயலவில்லை. இரண்டு மூன்று முறை அவருக்காக டாக்டர் வந்தார். மைக்ரேன் வலி என்று சொன்னார் (தலையின் உள்ளே விழுவது போல, தலையில் எவரோ கத்தியால் குத்தி, சித்திரவதை செய்வது போன்று.

மூடப்பட்ட தொழிற்சாலைகள் மீண்டும் திறக்கப் பட்டன. அரசியல் வட்டாரத்தில் மீண்டும் எம்.எல்.ஏவாக அப்பாவின் பெயர் அடிபட்டது. ஆனால் மேலிடத்திலிருந்து வெளிப்படையான உத்தரவாதம் எதுவும் வழங்கப்படவில்லை. அப்பா நம்பிக்கைக்கும் விரக்திக்கும் இடையில் இருந்தார். நீண்ட நாட்களுக்குப்பிறகு, நாளிதழ்களில் மீண்டும் கட்டுரைகள் வந்தன (கறுப்பு பேனா... இது தலைப்பின் பெயர்). வாரந்தோறும் உரிமைகள் பற்றி அப்பா நடத்திய பத்திரிகை, ஆறு மாதங் களுக்குப் பிறகு மீண்டும் பிரசுரம் ஆனது (சித்தப்பாவின் முகச்சித்திரமாக வெளிப்பட்டது. நம் காலத்திய தலைவனுக்கு அஞ்சலி என்ற தலைப்பில்!) அந்தப் பத்திரிகையைக் கிராமத்தில் தொடங்க நினைத்தார்.ஆனால் சித்தியின் கண் சிவப்புக்குப் பயந்து நின்றுவிட்டார்.

சித்தப்பா இறந்துபோன ஒரு மாதத்திற்குப் பிறகு, அப்பா தன் அறையிலிருந்து வெளியே வந்தார். எப்பொழுதும்போல, உற்சாகம் நிறைந்த குரலில், “ரூமி, கமலி” என்று கத்தினார். “வாங்க, இன்றைக்கு அனைவரும் சேர்ந்து சாப்பிடுவோம்” என்று அழைத்தார். ரூமி தன் அறைக் கதவைத் திறக்கவில்லை. நான் உயிரற்ற பொம்மைபோல அடிவைத்து வந்தேன். அம்மா வரவில்லை. அப்பா பல விசயங்களைப் பேசவேண்டும் என்று நினைத்தார். நான் தலை நிமிரவில்லை. அப்பா கொஞ்சமே சாப்பிட்டார். நீண்ட நாட்களுக்குப் பிறகு அலுவலகம் கிளம்பினார். என் பக்கம் திரும்பி, போய்விட்டுவருகிறேன் என்பதுபோலச் சைகை செய்தார். அப்பொழுது பார்த்தேன் அப்பாவின் முகத்தை; முகம் முழுக்க உப்பியிருந்தது. கண்கள் சிவப்பு நெருப்பாய் இருந்தது (ராத்திரிவேளை ரகசியமாக விஸ்கி குடிக்கிறார் என்று ரூமி சொன்னான்.)

காந்தம் சித்தி ஒருமுறை வீட்டுக்கு வந்தார், அருணாவை மருத்துவமனையில் காட்டுவதற்கு. சித்தப்பா இறந்தபொழுது அருணா அவரின் உடல் அருகிலேயே இருந்தாள். அந்த அதிர்ச்சியில் அவளுக்குப் பேச்சுப் போய்விட்டது. சித்தியின் அருகிலேயே அமர்ந்திருந்தேன். அந்த நாள் முழுக்க, பேச்சுக்குப் பேச்சு அவள் முகத்தைப் பார்த்தேன். அவள் முகத்தில் வந்த மாற்றத்திற்காக (மரணத்தை அருகில் பார்த்தவர்களுக்கு வரும் அதிர்ச்சிக்காக). சித்தியின் முகம் உறுதியாக இருந்தாலும் யுத்தத்தில் தோல்வியடைந்ததுபோல இருந்தது. ஆனால் இழந்ததை மறுபடியும் கட்ட முயற்சிசெய்வதுபோல் உள்ளது. (கறுப்புநிறச் சேலை கட்டியிருந்தாள். சித்தி நடக்கும்போது, எதிர்ப்புக் கொடி ஒன்று அசைந்து செல்வது போன்று தோன்றியது.)

அருணாவின் கண்களில் பயம் இருந்தது. திக்குத் தெரியாதவள் போலப் பார்த்தாள். (என் வீட்டிலேயே இருக்கட்டும் என்று சொன்னாள் அம்மா. சித்தி ஒப்புக்கொள்ளவில்லை). அப்பா சித்தியைப் பார்த்து அதிர்ச்சியடைந்தார். கற்சிலைபோல விறைத்து நின்றார். சித்தியின் எதிரில் அமர்ந்து கண்ணீர் வடித்தார். சித்தி மௌனமாகப் பார்த்தாள். அருணாவை அருகில் எடுத்து மறுபடியும் அழுதார். இரண்டு லட்சரூபாய் காசோலையைச் சித்திக்குக் கொடுத்தார், செலவுக்கு வைத்துக் கொள் என்று. சித்தி மென்மையாக நிராகரித்தாள் (தண்டோரா இயக்கத் தலைவர்கள் கொடுத்த பத்து லட்சரூபாயைக் கூடச் சித்தி வாங்கவில்லை). அருணாவை உளவியல் மருத்துவரிடம் காட்டினார். (சம்பவம் நடந்ததிலிருந்து அருணா பேசுவதை விட்டுவிட்டாள்). ரொம்பப் பயந்துவிட்டாள் என்றும் சீக்கிரத்தில் குணமடைவாள் என்றும் சொன்னார் டாக்டர். அருணா ரகசியத்தை மறைப்பதுபோலப் பார்த்தாள். ரூமி அந்த நாள் முழுக்கச் சித்தியுடனேயே இருந்தான். சித்திக்கு அருகிலிருந்து சாப்பாட்டைப் பரிமாறினான். அந்தச் சிறிது நேரம் தவிர, அவன் மறுபடியும் இயல்புநிலைக்கு எப்பொழுதும் போலக் கம்பீரமாகத் திரும்பினான். கல்லூரி தொடங்கியதென்றாலும், அவன் செல்ல முயற்சிசெய்யவில்லை (காயம் ஆறவேண்டும், சிலநாட்கள் அவனைக் கட்டாயப்படுத்தவேண்டாம் என்றாள் அம்மா).

ரூமி பற்றிப் பிரத்தியேகமாக ஆலோசிக்க வேண்டிய நிலைமை. அவன் பல மணிநேரமாகத் தன் அறையிலேயே அமர்ந்திருக்கிறான். கண்களில் அமைதி, எந்தப் பக்கமோ காணப்படாத உலகத்தின் பக்கம் பார்ப்பவன் போல இருந்தான்.

அம்மாவிற்காக வீட்டில் பிரார்த்தனைக் கூட்டத்தை ஏற்பாடு செய்தார் அப்பா. பிரசித்திபெற்ற சர்ச் ஃபாதரை வரவழைத்தார். அம்மாவுக்குத் தெரிந்த நண்பர்கள் அனைவரையும் அழைத்தார். எப்பொழுதும் இல்லாமல், அன்றைய ஜபக் கூட்டத்தில் அப்பா அமர்ந்திருந்தார். அவர் கைகள் நடுங்குவதை நான் கவனித்தேன். முகமெல்லாம் வியர்வை வழிந்து, துக்கத்தைச் சுமக்கிறவர்போலக் காணப்பட்டார். ரூமிகூட வந்து அமர்ந்தான். ஃபாதர், இறுதிப் பிரார்த்தனை செய்த பொழுது ரூமி, விம்மி விம்மி அழுவதைக் கவனித்தேன். என்னுள்ளே ஒரு துக்கம், கண்ணிலிருந்து அமைதியாக வடிந்த கண்ணீர்.

அப்பா ஒரு நாளிதழைத் தொடங்கப்போகிறார் என்ற செய்தி வந்தது. மூடப்போகிற அந்த நாளிதழை விலைக்கு வாங்கினார் என்று தெரிந்தது. எல்லா இடத்திலும் அது பற்றிய

அறிவிப்பே. மீண்டும் எப்பொழுதும் போல சுறுசுறுப்பாகச் செயல்படலானார் அப்பா. தேர்தலுக்கு முன்பே நாளிதழைக் கொண்டுவரவேண்டும் என்ற முயற்சி.

அதற்கு மறுநாள், அப்பாவின் தொழிற்சாலை சுவர்மேல் விசித்திரமான எழுத்துக் காணப்பட்டது. அப்பாவின் படத்தை வரைந்து அதன் பக்கத்திலே, "ராஜசுந்தரம் துரோகி! குற்றவாளி!" என்று எழுதியிருந்தது. அதன் கீழே தண்டோரா சேனை என்றும் இருந்தது. டவுன் முழுக்கத் திகைத்தது. அப்பா போலீஸில் புகார் கொடுத்தார். சுவர் மேலிருந்த வாசகங்களை அழித்தனர்.

தண்டோரா இயக்கம் சார்பாகச் சித்தப்பாவின் சிலையைத் திறக்க நாஸ் சென்டரில் ஏற்பாடு செய்தனர். அந்த நாள் மாத்திரம் ரூமி வெளியே வந்தான். தண்டோரா இளைஞர்கள் அனைவரையும் சந்தித்தான். காலிப், டில்லி, ஷபிதா, மனோகர் போன்ற இளைஞர்களால் தில்லோகலப்பட்டது நாஸ் சென்டர். அப்பாவை வைத்து, விக்கிரகத் திறப்புச் செய்யலாம் என்றனர் தலைவர்கள். (அப்பாவும் அவரின் கட்சியும் இப்பொழுது தண்டோரா இயக்கத்தை ஆதரிக்கின்றனர்.) இளைஞர்கள் தீவிரமாக எதிர்த்தனர். கடைசியில், சித்தியையும் அருணாவையும் வைத்து சிலையைத் திறக்கலாம் என்று முடிவெடுத்தோம். அந்தச் சாயங்காலம் பிரமாதமான கூட்டம் நடந்தது. தபிதா(ஷபிதா)வும் நானும் கூட்டத்திற்காக ஒரு பாட்டுக் கற்றுக்கொண்டோம். என் பழைய டிரங் பெட்டியிலிருந்து தப்பட்டையை வெளியே எடுத்தேன். கொல்லைப்புறத்தில் விறகுக்கட்டையில் நெருப்பைப் பற்ற வைத்துத் தப்பட்டையைச் சூடாக்கினான் ரூமி.

"என் கறுப்புச் செம்பருத்தி" என்று தொடங்கியது பாட்டு. கூட்டம் தொடங்குவதற்கு முன்பு என் பாட்டு ஏற்பாடானது. தப்பட்டையின்மேல் கை பட்டதும் சரீரத்துக்குள், மின்சாரம் ஏதோ நுழைந்ததுபோல ஆனது. ஆச்சி சொன்ன ஆத்மகதை நிஜமே எனத் தோன்றியது. கண்முன் ஆதெம்மா தெரிந்தாள். முந்தானையை உயர்த்திக்கட்டி வயலை உழுகிற காட்சி. கருணா சித்தப்பா தெரிந்தார். ஆவேசமாகச் சொற்பொழிவு செய்து, நான் எப்பொழுதும் பார்க்காத என் முன்னோர்கள் எத்தனையோ பேர் என் கண்முன் காட்சி தந்தனர். நான் நானாக இல்லாமல், நூறாயிரமான முன்னோர்களாக மாறிப் போனேன். ஆத்மாக்கள் எல்லாம் என் குரலோடு பாடுவதுபோல, தப்பட்டை புதுமையாக இருந்தது. என்றைக்கும் கேட்காத புத்தம் புதிய சத்தம். ஜஜ்னக்கா ... ஜஜ்னக்கா ... கூட்டம் ஒரு மந்திர மகிமைக்குள் சென்றுவிட்டது. ஒரு பாட்டே என்று

நினைத்த நாங்கள், எவ்வளவோ நேரம் பாடினோம். கூட்டத்தில் ஒரு பெரிய உத்வேகம்.

அப்பாகூடக் கூட்டத்திற்கு வந்தார் (அவரைப் பேச விடாமல் நிறுத்த வேண்டும் என்று பார்த்தான் ரூமி. ஆனால் முடியவில்லை) அப்பா, சித்தப்பாவின் பால்யம் குறித்துப் பேசினார். அவமானங்களை, நசுக்கப்படுவதைச் சகித்த சித்தப்பாவின் மனநிலை பற்றி சொன்னார். சொற்பொழிவை முடித்துப் பெரிதாக அழுதார். கூட்டத்தில் அது ஓர் உற்சாகமான கட்டம். அப்பா சொற்பொழிவை முடித்தபொழுது பெரிதாகக் கைத்தட்டல்கள். கைத்தட்டல் மத்தியிலே பூனைக் கத்தல்கள், 'ஷேம், ஷேம்' என்ற கத்தல்கள் கேட்டன. கைத்தட்டலின் சத்தத்தில் அவற்றை யாரும் பொருட்படுத்தவில்லை. அருணாவோடு (பயப்படுகிற கண்களால் குழப்பமாகப் பார்க்கிற) சிலையைத் திறந்தனர். "ஜோஹரு, கருணா குமார் மாதிகா" என்ற கோஷம் ஆகாசத்தைத் தொட்டது. "ஆத்மா ஆகாயத்தில் உண்டென்பது நிஜமானால், சித்தப்பாவிற்கு அந்த முழக்கத்தின் சத்தம் கேட்டுக்கொண்டிருக்கும். ராத்திரி பத்துவரை நடந்தது கூட்டம். அதற்குப் பிறகு ஆயிரக்கணக்கான கலைஞர்களின் பாடல்கள், சிந்துகள். அந்த ராத்திரி அந்தச் சபை சமுத்திரமானது. எல்லோரும் சென்றதும், நானும் ரூமியும் அந்தச் சிலை அருகிலேயே நீண்டநேரம் அமர்ந்திருந்தோம். (ராத்திரி அங்கேயே படுக்கலாம் என்றான் ரூமி.) என்னோடுகூட நிறையப்பேர் கலைஞர்கள் அங்கேயே கழித்தனர். மெல்லிய தப்பட்டை அடித்து, பாடலும் தொடர, அந்த ராத்திரி மறுபடியும் எங்களுக்குள் கொஞ்சம் உற்சாகத்தை வரவைத்தது. ராத்திரி முழுக்கச் சிலை அருகிலேயே படுத்துக்கொண்டு, விடிந்ததும் வீட்டுக்கு வந்தோம். வீட்டின் அருகே பயம் தருகிற காட்சி. வீட்டுச்சுவரின் மேல், மீண்டும் கறுப்பு நிறம் காட்சிகொடுத்தது. இதுவரைக்கும் வெளிப்புறச் சுவரிலேயே எழுதினர். இந்தமுறை உள்சுவரில் எழுதியிருந்தனர்... அடர்த்தியான கறுப்பு. மரணத்தைக் காட்டுகிற கறுப்பு. பெரிய சோகத்தைக் குறிக்கிற கறுப்பு. சந்தோசத்தைக் குறிக்கிற கறுப்பு. வெளிர் வெயிலில் கறுப்புச் சுவர்கள். துக்கம் உறைந்தது போலிருந்தது. "ராஜசுந்தரம் மாதிகா ஜாதிக்கே அவமானம்" என்று பெரிய பெரிய எழுத்துக்களால் சுவர்மேல் எழுதியிருந்தது. அப்பாவின் முகம் முதல்முறையாக வெளிறிப்போனது. வீட்டைச் சுற்றிலும் போலீஸ் காவல் இருந்தனர். வாட்ச்மேன் ராத்திரி முழுக்க விழித்து இருந்தார் (கறுப்பு வண்ணம் மர்மமாக இருந்தது.) ராஜசுந்தரத்தை வாழ்த்த, அனுதாபம் காட்ட, இதை ஓர் அவகாசமாகப் பாவித்து, செயற்பாட்டாளர்கள், பிரஸ்மீட்

வைத்து, இந்தச் சம்பவத்தைக் கண்டித்தனர். கொஞ்சம் யோசித்தால் கறுப்பு வண்ண பெயிண்ட் சங்கதி மர்மம் போலத் தெரிந்தது. மந்திரவாதி யாரோ நம்மிடையே சுற்றிவருகிறான் என்று தோன்றியது.

அன்றைக்குக் காலையில் இருந்தே அம்மா படபடப்பாக இருந்தாள். ஓய்வின்றி நடந்துகொண்டிருந்தாள். ரூமி, அருணாவையும் சித்தியையும் அழைத்துக்கொண்டு டாக்டரிடம் சென்றான். வீட்டின் வெளியே பத்துப்பேர் வண்ணம் பூசுபவர்கள், வண்ணத்தை அழித்துக்கொண்டிருந்தனர். கறுப்பு வண்ணக்கதை ஊரெல்லாம் பரவியது. சாலையில் பலர்கூடி வீட்டைப் பற்றிப் பேசிக்கொண்டிருந்தனர். சாலையின் நடுவே நின்று நூற்றுக்கணக்கான கண்கள் எங்களைச் சோதனை செய்வது போல் பார்ப்பதாகத் தோன்றியது.

அம்மா குளித்துவிட்டு, வெளியே செல்வதற்குத் தயாரானாள். “எங்கே?” கேட்டேன். “மனசு சரியில்லை. சர்ச்சுக்குப் போய்விட்டு வருகிறேன்” என்று கிளம்பினாள். “இன்றைக்கு ஞாயிற்றுக்கிழமை கிடையாதே” என்று நிறுத்தினேன். அம்மா கேட்டைத் திறந்து வெளியே வந்தாள். நான் அம்மாவின் பின்னே கிளம்பினேன். ஆட்டோவை, ஊர்க்கடைசியில் உள்ள பழைமையான சர்ச்சுக்குச் செல் என்று சொன்னாள். நான் அமைதியாக அமர்ந்திருந்தேன். அம்மா இருந்து இருந்து கண்களை மூடிக்கொண்டாள். தெரியாத துக்கம் ஏதோ ஒன்று அலைக்கழிப்பதாக இருந்தது. இன்றைக்குத் தூக்கத்திலிருந்து எழுந்த உடனேயே, சித்தியும் அருணாவும் இருக்கிற அறைக்குச் சென்றாள். அருணாவைக் கட்டிப்பிடித்துக்கொண்டு சத்தமாக அழுதாள். அருணா வெற்றுப் பார்வையால் அம்மாவை அப்படியே பார்த்துக்கொண்டிருந்தாள். அருணாவிற்காகச் சர்ச்சிலே பிரார்த்தனை செய்கிறேன் என்று சித்தியிடம் சொன்னாள். ஊர்க்கடைசியில் இருக்கிற சேரிப்பகுதி அது. புறம்போக்கு இடத்தை ஆக்கிரமித்து கட்டப்பட்ட வீடுகளே (குடிசைகள்) இருந்தன. கிட்டத்தட்ட எல்லாரும் தலித்துகளே (மாலா, மாதிகா, சில ரெல்லி சாதிக்காரர்கள் இருந்தனர்). அந்தக் குடிசைகளின் மத்தியில் ஒரு வயதான பாஸ்டர், குடிசையில் மணி கட்டி சட்டகங்களில் நாணல் கொண்டு வேய்ந்து ஜபவீடு என்று பெயரிட்டிருந்தார். ஞாயிற்றுக்கிழமை பிரார்த்தனையைத் தொடங்கினார். அங்கே சென்றால் நோய்கள் குணமாகும் என்று ஒரு பிரச்சாரம்கூட வந்தது. இன்றைக்கு ஞாயிற்றுக்கிழமை இல்லையென்றாலும், நிறைய ஆட்டோக்கள், ரிக்ஷாக்கள் அங்கே இருந்தன. சர்ச்சின் உள்ளே நிறைய பேர் முழங்காலிட்டு அமர்ந்திருந்தனர். பெண்கள் சத்தமாகப்

பாடல்கள் பாடிக்கொண்டு, அந்தப் பிரதேசம் முழுக்கக் கோலாகலமாக, சின்னப் பிள்ளைகளைக் கக்கத்தில் வைத்திருக்கிற தாய்மார்கள், வயதானவர்கள், மகிமைக்காக எதிர்பார்க்கிறவர்கள் போல ஆகாசத்தை நோக்கிக் கைகளை நீட்டி, தீனமாகப் பிரார்த்தித்துக் கொண்டிருந்தார்கள். "அதோ ஒளி" என்று ஒரு வயதான அம்மா கத்தினாள். கணப்பொழுதுப் பரபரப்பு.

அம்மாவும் நானும் சர்ச்சுக்கு வெளியே பலாச மரத்துக்குக் கீழே அமர்ந்திருந்தோம். மரம் முழுக்கப் பூக்கள். சிவப்புத் துப்பட்டாவை மூடிக்கொண்டதுபோல இருந்தது மரம். பூக்கள் தரைமேல் உதிர்ந்து, சிவப்பு பூமி நெருப்பில் தகதகவென்று ஒளிர்ந்தது. எங்கள் மேல் சிவப்புப் பூமழை பெய்ததுபோல. அம்மா கண்கள் மூடி அமர்ந்திருந்தாள். அவளின் உடம்பு நடுங்குவதைக் கவனித்துக்கொண்டிருந்தேன். அம்மாவின் தோளைச் சுற்றிக் கைகளைப் போட்டு அருகில் இழுத்தேன். என் தோள்மேல் தலை சாய்த்துப் பெரிதாக அழுதாள். அப்படி எவ்வளவு நேரம் அழுதாளோ நினைவில்லை. சர்ச் காலியாக இருந்தது. பிரார்த்தனைகள் முடிந்துவிட்டன. உள்ளே இரண்டு, மூன்று பிள்ளைகள் ஆடிக்கொண்டிருந்தனர். வயதான ஃபாதர் எங்களைப் பார்த்துக்கொண்டிருந்தார். பிரார்த்தனை செய்யலாம் என்று சொல்ல, அம்மா வேண்டாம் என்றாள். மதியம்வரை அங்கேயே அமர்ந்திருந்து கிளம்பினோம். கிளம்பும்போது சர்ச் ஃபாதர் அழைத்தார். "சர்ச்சுக்குள் எதற்கு வரவில்லை" என்று கேட்டார். "வாங்க, உங்களுக்காகப் பிரார்த்தனை செய்கிறேன்" என்றார். அம்மா கண்களை மூடிக்கொண்டாள். நான் அந்தப் பிரார்த்தனை செய்கிற மனிதரையே பார்த்துக்கொண்டிருந்தேன். எவ்வளவு அமைதி யாக இருக்கின்றன அவரின் கண்கள். முகத்தில் ஒளி, அவர் பேசும்போது உதட்டின்மேல் மெல்லிய புன்னகை. அவர் பிரார்த்தனையை முடித்ததும் அம்மா, தரையின் மேல் அமர்ந்து பெரிதாக அழத்தொடங்கினாள். ஃபாதர் அம்மாவின் அருகிலேயே அமர்ந்து தலையை உயர்த்தி "சமாதானம் ஏற்படுவதாக! சமாதானம் ஏற்படுவதாக!" என்று ஆறுதல் கூறினார்.

வீட்டின் வெளியே வண்ணம் பூசுபவர்களின் பரபரப்புத் தொடர்கிறது. உள்ளே யாரும் இல்லை. ரூமியின் அறையில் இருந்து பாடல்கள் கேட்டுக்கொண்டிருந்தன. அம்மா சோர்வாக இருக்கிறது என்று சொல்லி அவளின் அறைக்குச் சென்று படுத்தாள். சமையலறைக்குப்போய்ச் சமையல் என்ன செய்து இருக்கிறார்களோ என்று பார்த்தேன். கொஞ்சம் சோற்றில் குழம்பைப் பிசைந்து எடுத்துக்கொண்டு அம்மாவின் அறைக்குச் சென்றேன். அம்மா வேண்டாம் என்று சொல்லாமல்

சாப்பிட்டாள். சாப்பிட்டுக்கொண்டே நடுவில் எனக்கு உருண்டை பிடித்துக் கொடுத்தாள்.

அம்மாவைத் தூங்கவைத்துவிட்டு வெளியே வந்தேன். வீடு முழுக்கப் பெயிண்டிங் வாசனையே வந்தது. அந்த வாசனையோடு சேர்ந்து குளிர்ந்த காற்றுக்கூட வீசியது. புதரின் மேலிருந்து எங்கிருந்தோ தும்பியின் ரீங்காரம் கேட்டது. நடுஅறையில் போன் அடித்தது. கர்ணக் கொடூரமாக அடித்தது. போனை எடுக்கத் தோன்றவில்லை. போன் அடித்து நின்றுவிட்டது. வெளியே கார்மேகங்கள் சூழந்தன. மெல்லிய சாரல். காலையில் கோபமாகச் சுட்டெரித்த வெயில் மாயமானது.

16

காலையிலேயே கடுமையான பனி பெய்தது. தாலுகா அலுவலகம் எதிரில் ராத்திரியோடு ராத்திரியாக ஒரு கூடாரம் முளைத்தது. கூடாரத்தைச் சுற்றி இளைஞர்களின் ஆரவாரம் தொடங்கியது. பேனர்களைக் கட்டி, பதாகைகளை எழுதி, நாற்காலிகளை நகர்த்தி, ராஜசுந்தரத்தின் உயரமான போட்டோ, பெரிய ப்ளக்ஸ் பேனர், சாமியானா ஒரு பக்கம் முழுக்க ஆக்கிரமித்திருந்தது. நூறு மடங்கு வளர்ந்த ராஜசுந்தரம் (இல்லை இல்லை, அது ராஜசுந்தரத்தின் விஸ்வரூபம்) எல்லாருக்கும் கட்டளையிடுவதுபோலப் பார்க்கிறார். இன்றிலிருந்து காலவரையற்ற உண்ணாவிரதம் தொடங்க இருக்கிறார் அப்பா. ராத்திரியோடு ராத்திரி எடுத்த நிர்ணயம் இது. அதிகாரக் கட்சியிடம், அவரின் பதவியை ராஜினாமா செய்து தண்டோரா இயக்கத்தில் சேரப்போவதாக அறிக்கைவிட்டார். இந்த உண்ணாவிரதத்தை, "மாதிகாவின் மஹாகர்ஜனையாக" விவரித்தார். அரசாங்கம் இறங்கிவரும்வரை, அவரின் உண்ணா விரதத்தை நிறுத்துவது இல்லையென்றும், தேவை யென்றால் உயிர்த்தியாகம் செய்வேன் என்றும் அறிக்கைவிட்டார் அப்பா. சாமியானாவில் மெத்தை களை விரித்தனர். அப்பாவுடன் கூட்டாகச் சேர்ந்து பல்கலைக்கழக மாணவர்களும்கூட உண்ணா விரதம் இருந்தனர்.

பஜார்கள் தூக்கத்திலிருந்து விழித்தன. மின்சாரக் கொடிக்கம்பியில் பறவைகள் உடலைப் படபடத்து இறக்கைகளைச் சத்தமாக அடித்துக் கொண்டு, பனியைக் கிழித்துக்கொண்டு, எல்லாப் பக்கத்திலேயும் நீந்திக்கொண்டிருந்தன. பத்துவயது சிறுவன் ஒருவன், கூடாரத்துக்கு வெளியே வெறுமனே பார்த்துக்கொண்டு நின்றுகொண்டிருந்தான். சுற்றியிருக்கிற ஊர்களிலிருந்து லாரியில் அழைத்து

வரப்பட்ட மாதிகா குடும்பங்களின் இளைஞர்கள். முழுமையாக விடியாத அதிகாலையில், பனியால் நிறைந்த சாலைமேல், இன்னும் எரிகிற தெருவிளக்குக்குக் கீழே, செயலற்றுப் பற்றின்மையோடு நின்றுகொண்டிருந்தான் அவன். முகத்தின் மேலிருந்த பனியின் ஈரத்தைத் திரும்பத் திரும்பத் துடைத்துக் கொண்டிருந்தான். அவன் முகத்தில் அவ்வளவு பற்றின்மை இருப்பது எனக்கு ஆச்சரியமாக இருந்தது. சாமியானாவைச் சுற்றி சூழ்ந்திருக்கிற நூற்றுக்கணக்கான மக்கள், அகன்ற சாலை, உடல் விரித்த பட்டணம், எதுவும் அவனுக்கு ஆச்சரியத்தைத் தரவில்லை. அவனுக்குத் தண்டோரா பற்றியாவது தெரியுமா என்ற சந்தேகம் வந்தது எனக்கு.

"என் பிள்ளைகளுக்கு இரண்டு உருண்டை அன்னம் வைங்க. அம்பேத்கர் கொடுத்த வரத்தை எங்களுக்குப் பகிர்ந்து கொடுங்கள்" என்று சுவரின்மேல் நீண்ட முழக்கத்தை எழுதிக் கொண்டிருந்தான் ரூமி. வெள்ளைப் பின்னணியில் கறுப்பு எழுத்துக்கள். ஒவ்வொரு எழுத்தாகப் படித்து அந்த முழக்கத்தை மேலும் படித்துக்கொண்டிருந்தாள் அறுபது வயதுக் கிழவி. "முன்பு இப்படித்தான் நம்ம ஊரு சுவருல சிவப்பு எழுத்தால முழக்கத்தை எழுதுனாங்க உன் வயதுள்ள பிள்ளைகள். ராத்திரி யோடு ராத்திரி சுவரின்மேல் சிவப்பு வண்ண முழக்கங்கள் காணப்பட்டன" என்றாள் கிழவி. கூடாரம் அருகில் பரபரப்பு. ராஜசுந்தரம் வருகிறார் என்ற செய்தி வந்தது. மீடியாக்காரர்கள், கேமராக்களைத் தயார் நிலையில் வைத்திருந்தனர். அந்த விடியற்காலையிலேயே நூற்றுக்கணக்கான ஜனங்கள். அனைவரிலும் ஓர் ஆராதனை, கொண்டாட்டம். ஒரு தீர்க்க தரிசியின் வருகைக்கு எதிர்பார்த்துக் காத்திருப்பது போல. ராத்திரியோடு ராத்திரி எவ்வளவு மாற்றம். நேற்றுவரை துரோகி என்று அழைக்கப்பட்ட ராஜசுந்தரம், இன்றைக்கு மெசியா (விடுதலை அளிப்பவர்) போல. ஆனால், இதெல்லாம் உண்மை தானா, ராஜசுந்தரத்தின் மாற்றத்தை நம்ப முடியுமா, சந்தேகங்கள் உள்ளன. ஒரு நம்பிக்கைகூட இருந்தது. ரூமி இந்த மாற்றத்தை உறுதியாக நம்பினான். கூடாரத்தில் அமர்ந்திருந்த பெண்கள் ராஜசுந்தரம் பற்றிய எத்தனையோ கதைகளைச் செய்திகளாகப் பேசிக்கொண்டிருந்தனர். ராஜசுந்தரத்தின் பேச்சிலிருந்து அவரின் வாழ்க்கையைப் பற்றிய பேச்சுகள் கேட்டுக்கொண்டிருந்தன. தத்தமது கிராமக்கதைகள். அவமானங்களின் கதைகள். காலை வேளை காற்றுப் பலமாக வீசியது. கதைகளில் இருந்து மனிதர்கள் உதயமாகிறார்கள். அந்தப் பிரதேசம் முழுக்கக் கதைகளின் மனிதர்களே. வயல்வரப்புகளில் பெண்களின்மேல் நடந்த அவமானங்கள். கூலி நிர்ணயத்தின் மேல் நடந்த யுத்தங்கள், போலீஸ் வழக்குகள், வீடுகள் எரிக்கப்பட்டதைப்பற்றி,

தாக்குதலில் இறந்து போனவர்கள், வீரர்கள், தற்கொலைகள் செய்து கொண்டவர்கள், கதைகளில் நிலைத்துப்போனவர்கள், ஒரே நேரத்தில் மேலெழுந்து புழுதியிலிருந்து, நூற்றுக்கணக் கானவர்கள் அங்கே சுற்றித்திரிகிற உணர்வு.

அந்த உதயம், இனிமையான பாடல்போல இருந்தது. அந்தப் பெண்கள் நடந்த இடத்தில் நானும் நடப்பது பெரிய சந்தோஷத்தைத் தந்தது. தூய்மையான, தெய்வீகக் கனவுகள் போன்ற அந்த மனிதர்கள் மாத்திரமே இருக்கிற காலையில் அப்பாவைத் தொடர்புபடுத்திப் பரபரப்புத் தொடங்கியது.

மேகமூட்டம் கூடியிருக்கிற உதயம், நடைபாதையில் கூட்டமாக ஜனம், ஆரத்தி, உற்சாகம், கோபம், நூற்றுக்கணக் கான – ஆயிரக்கணக்கான குரல்கள், சமுத்திரத்தைப் பார்த்தது போல் இருந்தது. ஒவ்வொருவர் கைகளிலும் ஒரு பதாகை, கொடி, பேனர். அவையெல்லாம் வெற்று அலங்காரமாக இல்லாமல் அவர்களிடமிருந்து உருவான அவமதிப்பின் உச்சத்திற்குக் குறியீடாக அவை. போர் ஆயுதங்களை வைத்திருப்பவர்கள் போல, அவர்களின் முகங்களில் ஒளி, முழக்கங்கள், கூச்சல்கள் வெள்ளங்களாக. ராஜசுந்தரத்திற்கு வரவிருக்கும் வெற்றி பற்றிப் பெரும் நம்பிக்கை. அரசாங்கம் முன்னுக்கு வந்து வகைப்பாட்டை அங்கீகரிக்கும் என்று அவர்களின் நம்பகம்.

ஆனால் எனக்கென்றால் இதெல்லாம் ஒரு மாயாஜாலச் செயலாகவே தோன்றியது. ராஜசுந்தரத்தை என்னைவிட அதிகமாக யார் படித்திருக்க முடியும்? (ஒருவேளை, எம்.எல்.ஏ சீட்டுத்தரமாட்டேன் என்றனர். அதற்காக இது இன்னொரு அவதாரமோ என்னவோ!) காலையில் தெருவிளக்கின் கீழே தனியாக நின்றிருந்த பத்துவயதுச் சிறுவன் இப்போது கூடாரத்தின் நடுவில் காட்சியளித்தான். இனிய முகம், சிவந்த அவனின் கழுத்தில் பூமாலை, தலையைச் சுற்றிக் கறுப்பு ரிப்பன் கட்டியிருந்தான். எதற்கோ கவலை வந்தது. அப்பாவிடம் மாற்றம் நிஜமாகயிருந்தால் நன்றாக இருக்குமே என்று தோன்றியது. எல்லாரிடமும் பெரிதாகக் கத்திச் சொல்ல வேண்டும் என்று தோன்றியது. இந்த ராஜசுந்தரம் ரகசியமான அஜெண்டாவை பையில் மறைத்து வைத்திருக்கிற மந்திரவாதி என்று சத்தம் போட்டுக் கத்தவேண்டும் என்று தோன்றியது. அப்பப்பா காலம் என்ற ஓர் அசுரன் வழுக்கும் பாறைமேலிருந்து எதற்கு இப்படி வழுக்கி... வழுக்கி...

காலை சற்று நகர்ந்து, மணி பத்துப் பதினொன்று ஆனதும் அங்கே ஒரு மாற்றத்தை உணர்ந்தேன். அரசாங்க கார் ஒன்று கூடாரத்துக்குத் தூரமாக நின்றது. நான்கு அதிகாரிகள்

கூடாரத்தின் உள்ளே சென்று ராஜசுந்தரத்திடம் ரகசியமாக உரையாடிவிட்டுப் போயினர். அவர்கள் வந்து போனதும் சூழ்நிலையின் தீவிரம் அதிகரித்தது. முழக்கங்களின் சத்தம் அதிகரித்தது. காட்டுக்கத்தலான கோஷம் போன்ற முழக்கங்கள். ராஜசுந்தரம் அமைதியாக நாளிதழ் படித்துக்கொண்டிருந்தார்.

ஒரு திகில் காட்சி ஏதோ என் மனத்தில் பளிச்சென்றது. அதிர்ச்சியடைந்தேன், தூரத்திலிருந்து வாகனங்களின் சத்தம் கேட்கத் தொடங்கியது. போலீஸ் சைரன்கள், மைக்கில் அறிவிப்புகள், பூட்ஸ்களின் சத்தம்... ஒரேயடியாக அந்தப் பிரதேசம் அதிர்ந்தது.

இந்த வரிசைப்படுத்தல் ஆச்சரியம் தந்தது எனக்கு. கொஞ்சம் பயம்கூட எடுத்தது. நடக்கவிருக்கிற காட்சிபுரிந்தது. எனக்குள் கொஞ்சம் பதற்றம். ரூமியின் பக்கம் பார்த்தேன். அவன் கவலைவேண்டாம் என்பதுபோலப் பார்த்தான். எந்த எச்சரிக்கையையும் தராமல் லத்திசார்ஜ் தொடங்கினர். அந்தப் பகுதியிலே உண்ணாவிரதத்திற்கு அனுமதி வழங்கப்பட வில்லை என்பது போலீஸின் வாதம். குழப்பம், அங்கும் இங்கும் ஓடுகிற கிராம மக்கள். கத்தல்கள், அழுகைகள், இரைச்சல்கள், தலைகள் உடைகிற சத்தம். பயத்தில் ஓடுகிற ஜனங்கள், ரோட்டின்மேல் ரத்தக் கறைகள், ராஜசுந்தரத்தைச் சுற்றிக் கவசமாகப் பத்து இளைஞர்கள். "தயவுசெய்து நிறுத்துங்கள்" என்று போலீசாரிடம் கோரிக்கை விடுத்தார் ராஜசுந்தரம்.

இதிலே ஓர் ஆச்சர்யம், பயம், கூடாரத்தில் வெற்றுப் பார்வையோடு செயலற்று அமர்ந்திருந்த பத்துவயது சிறுவன், ஏதோ செய்வதுபோலக் கூடாரத்துக்கு வெளியே ஓடினான். அவனின் கையில் ப்ளாஸ்டிக் கேன். அதிலிருந்த பெட்ரோலை, உடலின் மேல் ஊற்ற... மக்கள் பயப்பட்டார்கள் 'வேண்டாம்! வேண்டாம்!' என்று கத்தினார்கள். ரூமி அவனின் பக்கம் ஓடுவதற்குள் நெருப்பு எரிந்தது. கண்முன்பே எரிந்தது, நீரை ஊற்றி, கோணிச் சாக்கைப் போர்த்தினாலும் அந்தச் சிறுவன் எரிந்துகொண்டே இருந்தான். மக்களின் அலறல்கள், கத்தல் களைக் கேட்காததுபோல் மனுஷன் எரிகிற காட்சி. நடுசாலை யின்மேல் மரண வாசனை, துர்நாற்றம். கடவுள் இறக்கும் காட்சி, மார்பில் அடித்துக்கொண்டு, அனைவரும் அந்தப்பக்கம் ஓடினர். நடைபாதை மேலிருந்து, ஓவர்பிரிட்ஜ் சந்திலிருந்து, நின்றிருந்த போலீஸ்ஜீப்பின் மத்தியிலிருந்து, காக்கிச் சீருடைகள் மத்தியிலிருந்து, மக்கள் தள்ளிக்கொண்டு வந்தார்கள். தீயை அணைக்கும் நேரத்தில் அந்தச் சிறுவன் இறந்துவிட்டான். அவனின் நம்பிக்கை இறக்கவில்லை. கோணித்துணியில் சுற்றி மருத்துவமனைக்கு ஓடினர். அங்கு இரண்டுமணிநேரம்

காத்திருந்தபிறகு, சிறுவனின் மரணம் அதிகாரப்பூர்வமாக அறிவிக்கப்பட்டது. மருத்துவமனை முழுக்க மரண வாசனை. யுத்தபூமியின் மேலிருந்து வந்த வாசனை. ராஜசுந்தரம் அழுதார். மருத்துவமனைப் படியின் மேல் அமர்ந்து விம்மி விம்மி அழுதார். "அவன் என் குழந்தை. என் வயிற்றில் பிறந்த குழந்தை" என்று மார்பில் அடித்துக்கொண்டார்.

"வாங்க அவனைக் குளிப்பாட்டுவோம், புதிய ஆடையை அவனுக்குப் போட்டுச் சட்டசபைக்கு எடுத்துக்கொண்டு போவோம். மாநிலம் முழுக்கச் சுற்றுவோம். ஏ.பி.சி.டி (சாதிகளிடையிலான உட்பிரிவுகளைக் குறிக்கும் வகைப்பாடு) மேல சட்டம் செய்றவரை, அவனை நாம் புதைக்கக்கூடாது. அவன் இறக்கவில்லை. நம் அனைவருக்குள்ளும் வாழ்கிறான்" என்றார்.

ஜனங்கள் ஆச்சர்யமாக ராஜசுந்தரத்தின் பேச்சைக் கேட்டனர். சிறுவனை ஊர்வலமாக எடுத்துச் செல்ல ஏற்பாடு தொடங்கியது.

என் பக்கத்தில் நின்றிருந்த ரூமி "உண்மையில் அவன் கைக்குப் பெட்ரோல் கேன் எப்படி வந்தது" என்றான், சிவந்த கண்களால் கோபமாக.

17

அப்பா, ஒரு சூறாவளியாக மாறினார். கிராமம் கிராமமாகச் சுற்றிவந்தார். சாதிப் பெரியவர்களைச் சந்தித்தார். மேதாவிகளை, ஐ.ஏ.எஸ்களைச் சந்தித்தார். தினப்பத்திரிகைகளில் அவரின் கட்டுரைகள். அவரின் முகத்தில் ஒரு 'காட்டுத்தனம்'. அவரின் வார்த்தைகள் தீவிரமான தொனியில் ஓர் அவமதிப்புக் குரலாகக் கேட்டது. குடினி (பிரபலமான மந்திரவாதி) போல, அவர் ஒரு சொப்பனத்தைச் சிருஷ்டித்து, அதனைக் கிராமத்தின் மேல், மாதிகா மக்கள் மேல் ஏவி விட்டார். கொஞ்சம் தாடி வளர்த்து, சிவந்த கண்களால், அவர் ஒரு தத்துவவாதியாகத் தரிசனம் கொடுத்தார். எப்பொழுதும் தீர்க்கமாக ஆலோசித்து, ஓர் ஆனந்த சூனியத்துக்குள் பார்ப்பதுபோல இருந்தார். அவரைச் சுற்றி ஒரு பரபரப்பு, சந்தடி. ஒரு தீர்க்கதரிசியாக உருவாகும் பாணியில் இருந்தார்.

ஆனாலும் ராத்திரி வீட்டுக்கு வரும் நேரத்திற்கு, வீடு நிசப்தபூமியாக அவருக்கு எதிர்ப் பட்டது. எங்கள் வீட்டில் ராத்திரிகள் தங்களுடைய மரணத்தைப் பிரகடனப்படுத்துகின்றன. சித்தப்பாவைக் கொலைசெய்த கொலையாளிகள் பிடிபட்டனர். அவர்கள் ஒரு பயங்கரமான நிஜத்தைச் சொன்னார்கள். சித்தப்பாவின் கொலையை எழுதியவர் அப்பாதான் என்று. அந்த உண்மை உலகத்திற்குத் தெரியவில்லை. அந்த நிஜம் போலீஸ் ஸ்டேசன் சுவர்களுக்கு நடுவிலேயே நின்று விட்டது. ஆனால் தெரியவேண்டிய இருவருக்குத் தெரிந்தது. அவர்கள் காந்தம் சித்தி, அம்மா. அந்தச் செய்தி தெரிந்த பிறகு, அம்மா தனது அறையில், சாவிற்குப் பிறகு இருக்கும் துக்கத் துயரங்களைப் போல, வெளியே வரவில்லை. யாரிடமும் பேச வில்லை. முதலில் அம்மாவின் மௌனத்தைப் பார்த்து, அப்பா உக்கிரமூர்த்தி ஆனார். உரத்த

கூச்சலுடன் பல்லைக் கடித்து, கண்ணாடிகளை வீசி, தாக்கி, தபதபவென்று, முஷ்டியால் அம்மாவின் வயிற்றின்மேல், முதுகின் மேல் குத்தினார். அம்மா எந்த எதிர்ப்பையும் காட்டவில்லை. அழுவது கிடையாது, அசைவின்றி வெற்றிடத்தை நோக்கி இருந்து விட்டாள். எங்கள் வீட்டில் ஒரு துக்கமேகம் சூழ்ந்தது. ரூமி அப்பா வீட்டில் இருந்த சமயத்தில் வெளியே சென்றுவிடுவான். கல்லறையைத் தோண்டி ஒரு சாவுக்காக எதிர்காத்திருப்பவன் போல இருந்தான்.

அம்மா வாரத்திற்கு ஒருநாள் வெளியே வந்தாள். ஊர்க் கடைசியில் உள்ள சர்ச்சுக்குச் சென்றாள். அது வெறிச்சோடிய சர்ச். மேலே கூரைகூட இல்லாத பனையோலையால் கட்டப்பட்ட, மேலே அதே ஓலைகளால் மூடப்பட்ட பகுதி. அம்மா ஒருத்தியே காலை முதல் இரவு இருள்சூழ்கிறவரை, அங்கேயே அமர்ந்திருந்தாள் உண்ணாமல். காயம் ஏதோ பலமாக வலித்ததுபோல, விம்மி விம்மி அழுதாள். இரண்டு கைகளையும் மேலே உயர்த்திப் பெரிதாகப் பிரார்த்தனை செய்தாள். அது பிரார்த்தனை கிடையாது, துக்கத்தின் அறிக்கை. காற்று அம்மாவின் துக்கத்தை நாலுதிசைகளுக்கும் கொண்டு சென்றது. அழுது அழுது அம்மா அங்கேயே நினைவிழந்து போனாள். ராத்திரி பத்துமணிக்கு, தம்பி ரிக்‌ஷாவில், அம்மாவைத் தூக்கிப் போட்டுக்கொண்டு வந்தான். ராஜசுந்தரம் அப்பொழுதான் வீட்டுக்கு வந்தார். என்ன நடந்ததென்று அவருக்குப் புரிய வில்லை. அவர் பொறுமையின்றி மாறினார். அவருக்குள் ஒரு சந்தேகம். அவரின் உலகம் ஏதோ, படிப்படியாக அவரிடம் இருந்து தூரமாவதுபோலப் பெரிதாகக் கத்தினார். “யாரும் பேசமாட்டுகீறீங்க? என்ன ஆச்சு உங்களுக்கு, பேய் புடிச்சுருக்கா?” என்று கர்ஜித்தார். அவரின் கத்தல்கள், இரைச்சல்கள் சுவர்களில் உடைந்து, எழுத்து எழுத்தாகச் சுருண்டு தரைமேல் உதிர்ந்தன.

அம்மா தன் அறையில் உண்ணாமல் படுத்திருந்தாள். சாப்பாடு சாப்பிடவில்லை. பொறுக்கமுடியவில்லை, வேண்டாம் என்றாள். என்னை அருகில் அழைத்து, “கடவுளின் கருணை நம்மேல் இருப்பதற்கு எந்த ஆதாரமும் இல்லை. அவர் நம் கைகளை விட்டுவிட்டார். நாம் கடவுளின் அனாதைகள்” என்று உரக்க அழுதாள். அம்மாவின் அறையில் அந்த மூலையில் ரூமி, இந்த மூலையில் நான், சுவரில் சாய்ந்துகொண்டு, முழங்காலின்மேல் தலையை வைத்துக்கொண்டு, மௌனமாக, துக்கமாக, சபிக்கப்பட்ட கிறித்தவனாக, அறைக்கு அப்பால் அப்பாவின் பொறுமையற்ற வார்த்தைகள் நிகழ்வுகள் கேட்டுக் கொண்டே இருந்தன.

என் அறையில், படுக்கைக்குக் கீழே இருக்கிற நினைவுப் பெட்டி, தானே திறந்துகொண்டது. அதிலிருந்து தப்பட்டை, அதன்மேல் மெல்லிய ஒளி வருகிறது. மெல்லிய சப்தமாகத் தொடங்கி, அதிபிரளய பயங்கரமாக முழங்கியது. சாவு தப்பு போலத் தத்திநக... தத்திநக என்று சித்தப்பாவின் சவம் வீட்டின் மத்தியிலே தோன்றியது. சித்தப்பாவின் சரீரத்தில் இருந்து ரத்தம் வழிந்து, வீடுமுழுக்கப் பரவி, எங்கள் கைகள் ஈரமாகி, ஒட்டிக்கொண்டன. பெட்ரோல் ஊற்றிக்கொண்டு எரிந்த சிறுவனின் சவம்கூட எங்கள் மத்தியிலேயே இருப்பதுபோல், சரீரம் எரிகிற வாசனை, கமருகிற வாசனை, கணக்கற்ற சாவு வாசனை, தப்பட்டை ராத்திரி முழுக்க அடித்துக்கொண்டே இருந்தது. "நிறுத்துங்க, அர்த்தராத்திரி தப்பட்டை அடிக்கிறது எதுக்கு?" என்று அப்பா தன் அறையிலிருந்து கத்திக்கொண் டிருந்தார். ராத்திரி முழுக்க அந்த ஓசைகள் கேட்டுக்கொண்டே இருந்தன. அந்தச் சந்தங்களைக் கேட்டு, சூனியத்துக்குள் பார்த்து, அந்த நடுச்சாமத்தில். அப்படியே சாய்ந்து தூங்கி னோம், பயத்தைத் தந்த ஒரு கனவு முகத்தின்மேல் படாரென்று அடித்து, தூக்கத்திலிருந்து எழுப்பியது.

நேற்று இரவு ஒரு பயங்கரமான கனவு.

கனவு முழுக்க, தப்பட்டைகளின் சத்தம், கோரஸாக, சூறாவளி போலக் கனவு தொடர்ந்தது. அம்மா வெள்ளைப் பட்டுப்புடவையில், புது மணப்பெண் போல, தேவதை போல ஜொலித்தாள். அம்மாவைச் சுற்றித் தாத்தா, பாட்டி, தூரத்தில் இருந்து திருமணத்தில் பாடும் பாடல்கள், பிருந்தாகானம் போல, சாயங்கால வேளை. ஒளி மறைகிற சமயம். திரைதிரையாக இருள் புன்னகைக்கிறது. இருட்டைக் கிழித்துக்கொண்டு, ஒரு மனிதன், கறுப்பு மேகம் போல, அவர்தான் மாப்பிள்ளை. அவரின் அருகே வரும் அளவு, தப்பட்டை மிகவும் சூடாக இருந்தது. மாப்பிள்ளை பக்கத்தில் வந்தார். அவரைச் சுற்றிக் கறுப்புத் தூபம். அம்மா தன் கையில் இருந்த பூமாலையை, மாப்பிள்ளையின் கழுத்தில் போடுவதற்கு முன்னால் நடந்தாள். வெண்மையான திகைப்பூட்டும் ஒளியின் ரேகைபோல அம்மா, நேர்த்தியான பூமாலை, தெய்வத்தின் மலர்மாலை, முன்னோக்கி வளைந்து, பூமாலையை மணமகள் கழுத்தில் அணிவிக்கும் நிலையில், ஐயோ, கடவுளே, மணமகனின் சிரசு துண்டிக்கப்பட்டிருந்தது. தனிமையான முண்டம், ரத்தம் கசிந்து, துண்டிக்கப்பட்ட சிரசு மேலிருந்து நழுவி, அம்மாவின் கைகளுக்கு இடையே விழுந்து, சுற்றியிருந்த மக்கள் அலறினர். தூக்கத்திலிருந்து எழுந்த சமயம் வீடெல்லாம் சந்தடியாக இருந்தது, சிரிப்புகள், கத்தல்கள், இனிமையான வாசனைகள், சங்கீத நாதங்கள், வீட்டில் பண்டிகை

ஏதோ நடப்பதுபோல் “தலித் சூரியனம்மா இவர்...” வெளியே பாடகர் யாரோ மெல்லிசையாகப் பாடினார். நடுநடுவே, ‘ராஜசுந்தரத்திற்கு ஜெய்!’ என்ற கோஷங்கள்.

ஜன்னலைத் திறந்து வெளியே பார்த்தேன். வெளியே உத்சவம் போன்ற சூழல் “தலித்துகளின் சூரியன் ராஜசுந்தரத் திற்குப் பிறந்தநாள் வாழ்த்துகள்’ என்று பெரிய பேனர், தெருவின் ஆரம்பத்தில். ஆம். இன்று அப்பாவின் பிறந்த தினம் (இது அவரின் திருமண நாளும்கூட) திடீரென்று ராத்திரி கண்ட கனவு நினைவுக்கு வந்தது. இதயத்தில் மெல்லிய நடுக்கம். ஏதோ அபசகுனம்.

என் அடியில் இருந்த நிலம், இலைப்பச்சையாக, இப்பொழுதே நிலத்திலிருந்து துளிர்விட்டது போல். நிலம் என் பாதத்தை முத்தம் இட்டதுபோல், விசித்திரமாக வீட்டின் வெளியே இருந்த பண்டிகைச் சூழல், எனக்கு உற்சாகத்தைத் தந்தது. அந்த இரவு பயங்களைக் கைகளால் பக்கத்தில் ஒதுக்கி, காலை உற்சாகமாக நுழைய வேண்டும் என்ற விருப்பம். இந்தப் புதிய உற்சாகத்திற்குக் காரணம் அம்மா. அம்மா இன்று புத்தம் புதிதாகத் தெரிந்தாள். புதிய சேலை அணிந்திருந்தாள். அவள் முகம் முழுக்க ஒளி. சமையல் அவளே செய்தாள். எனக்கும் தம்பிக்கும் அவளே ஊட்டினாள். பலமுறை ரூமியைப் பார்த்தேன் “என்னடா விசேஷம்” என்று. அவன் கண்களில் மெல்லிய ஒளி. வெளியே உள்ள கோலாகலத்திற்குச் சம்பந்தம் இல்லாமல், சமையலறை, எங்கள் ஆனந்த நிலையம் ஆனது. சுமார் எட்டுமணிக்கு, அம்மா என்னை அருகில் அழைத்தாள். விடைபெறுவதற்குத் தயார் ஆனவள் போல, என்னை இறுக்கி அணைத்துக்கொண்டாள். தாயின் சூடான ஸ்பரிசம். ரூமி, அம்மாவின் சூட்கேஸை எடுத்துக்கொண்டு நின்றிருந்தான். எதிர்பாராத ஒன்று நடக்கப் போகிறது என்று தோன்றியது. அம்மாவின் முகத்தில் ஒரு தெளிவு, மெல்லிய சிறுபுன்னகை, வெளிச்சம். “ஒரு முக்கியமான நிர்ணயம் எடுத்துக்கொண்டேன். வீட்டை விட்டுப் போகிறேன். கொடூரமான வன்முறை. செத்துப் போய்விடலாமா என்று தோன்றியது. ஆனால், எனக்கு வாழவேண்டும் என்று இருக்கிறது. அதற்குத்தான் போகிறேன்”

அம்மா அழுத்தமாகப் பெருமூச்சுவிட்டாள். இந்த வீட்டில் இதுதான் கடைசிநாள். சிலநாட்கள் காந்தத்துடன் இருக்கிறேன். எனக்காகக் கான்வென்ட்டில் ஓர் உத்தியோகம் பார்த்து வைத்திருக்கிறாள் காந்தம் என்று அம்மா ஒரேயடியாக அழுதாள். அவள் உடலில் நடுக்கம். என்னைப் பத்திரமாக, விருப்பமாக அணைத்துக்கொண்டாள்.

வீட்டின் பின்புற வாசலில் இருந்து அம்மா கிளம்பினாள். வெளியே டாக்ஸி. அம்மாவின் கண் நிறையக் கண்ணீர். ஆனால் அம்மாவின் முகத்தில் ஒரு புதிய ஒளி. அம்மா சென்று விட்டாள். அவள் அமர்ந்திருந்த டாக்ஸி, சாலையில் செல்லக் கூடிய தூரம் வரை வெளிச்சத்தில் பிரகாசித்தது.

அம்மா ஏறிய டாக்ஸியின் இன்ஜின் சப்தம் என் தலையில் இன்னும். வீட்டின் வெளியே அருவருப்பான பண்டிகைச் சூழல். அம்மாவின் அறையில் மூலையில் அமர்ந்து, வீடு குறித்த என் ஞாபகங்கள் மறைந்து போகின்றன. வெறுமையாக, தனியாக, எல்லாவற்றையும் இழந்தது போல, வலுவான கை என் தோளின் மேல். ரூமி, அவனைப் பார்த்ததும் எனக்குள்ளிருந்த துக்கம் வெளியே வந்தது. அவன் பிடிப்பில்லாத பார்வையுடன் "அக்கா நீ போய்விடு, இந்த வீடு செத்துப்போய்விட்டது. சாவு வாசனை அடிக்கிறது. நீ இங்கே இருக்க வேண்டாம், அம்மா கூடவே போ" என்றான். அவன் கண்களில் அடர்நீலம். குரல் கரகரப்பானது. பெரியமனிதன்போல ஆறுதல் கூறினான். அவன் கண்களில் அடர்நீலம் பிரகாசிக்கிறது. சிவப்பு வண்ண டீசர்ட், சிவப்பு விளக்கு நடப்பது போல.

அப்பாவைச் சுற்றி நூற்றுக்கணக்கான மலர்மாலைகள், ஜேஜேக்கள், புகழ்மொழிகள், அவரைப் பாராட்டி பாடல்கள், அப்பாவின் முகம், திருப்தியாக இருந்தது. உத்வேகமாக இருந்தது. இரண்டு கைகளை அங்கே கூடியிருந்த ஜனங்களின் பக்கம் கூப்பி, "பெரிய கர்ஜனையை இன்று தொடங்குகிறோம்" என்றார். ஜனங்களின் கத்தல்கள் "ஊர் ஊராக உண்ணாவிரதப் போராட்டம், கலெக்டர் ஆபீஸை முற்றுகை செய்வோம். அரசாங்கத்தை ஸ்தம்பிக்க வைப்போம்" மக்களின் கைத் தட்டல்கள், கோஷங்கள். "இன்றைக்கு என் பிறந்த நாள். இன்றைக்கு ஹைதராபாத்திலே உண்ணாவிரதப்போராட்டம் ஆரம்பிக்கிறேன். என் சாவோ வகைப்பாடோ... ஏதோ ஒன்று நடக்கட்டும். இது கடைசிப் போராட்டம், அரசாங்கம் இறங்கி வரவேண்டும். அசெம்பிளியில் தீர்மானம் நிறைவேற்ற வில்லையென்றால் மேலும் இந்த வீட்டுக்கு என் சவமே திரும்பி வரும்" என்றார் உறுதியான குரலில். 'ராஜசுந்தரத்திற்கு ஜெய்!' என்று எல்லாப் பக்கத்திலிருந்தும் கோஷங்கள் முழங்கின.

திடீரென்று, ரூமி சமுத்திரத்தைக் கிழித்த மோசஸ்போல, அந்தக் கூட்டத்தைப் பக்கத்தில் தள்ளிக்கொண்டு, முன்னே வந்தான். அப்பாவின் எதிரில் நின்றான். அப்பாவின் கண்களில் ஆச்சரியம், சலிப்பு.

"சார், இந்த டிராமாவை நிறுத்துங்க சார். தண்டோராவை இன்னொருமுறை கொன்னுடாதீங்க சார். இத்தனை ஆண்டுகளை

எதிர்நோக்கிய பிறகு, ஓர் இயக்கம், ஒரு நம்பிக்கை, ஓர் ஆத்ம விசுவாசம், இவைகளைத் துவம்சம் செய்யக்கூடாது. தண்டோராவை உங்கள் அரசியலுக்கு ஏணியாகப் பயன் படுத்தக்கூடாது. தண்டோரா எங்களுக்கு ஒரு மதம் ஆனது. அடிமைத்தனத்தை நிராகரிக்கக் கற்றுக் கொடுத்தது. நூற்றுக் கணக்கான பாகங்கள் சேர்ந்து ஓர் அணைப்பாக மாறிய சந்தர்ப்பம் இது. சார் இன்னொரு முறை எங்களை மோசம் செய்யாதீர்கள்."

அப்பா அதிர்ச்சியுடன் பார்த்துக்கொண்டிருந்தார். நான் மட்டும் இல்லை, அங்கிருந்த அனைவரும் ஸ்தம்பித்து நின்றனர். யாரோ ரூமியைப் பக்கத்தில் இழுக்கப் போயினர். ரூமி எரியும் சுடராக இருந்தான். ஆவேசத்தில் அவனின் இளம்முகம் வெளிறியது. "உங்களுக்கு என்ன வேண்டும் சார், பதவியா, பணமா, போகட்டும். எங்க உயிரா..." என்று ஒரேயடியாக, அவன் தோளில் இருந்த ஷோல்டர் பேக்கைத் திறந்து, அதிலிருந்து, பெட்ரோல் நிரம்பிய தம்ஸ்அப் பாட்டிலை வெளியே எடுத்து, என்ன நடக்கிறதோ என்று ஜனங்களுக்கு அர்த்தமாகிறதுக் குள்ளாக, அந்தப் பெட்ரோலைத் தன் சரீரத்தின் மேல் ஊற்றிக்கொண்டு, கணப்பொழுதில், நெருப்பைப் பற்றவைத்து – ஜனம் அலைமோதியது. அவன் சரீரத்தில் இருந்து, ஓர் அக்னி விசை பக்கென்று, அய்யோ ரூமி, ரூமி என்னடா இந்தக் கோரம், யாரும் அருகில் நெருங்கமுடியாத பயங்கரமான ஜ்வாலைகள் – அய்யோ, இது நிஜம், கனவு கிடையாது, நான், அதிகமாகக் கத்தி அழுது அவனை நோக்கி ஓடினேன். பத்தோ, இருபதோ கைகள் என்னைப் பின்னே இழுத்தன. ரூமியைக் காப்பாற்ற வேண்டும் என்று அவர்கள். ஆனால்... கிட்ட செல்லமுடியாத படி நெருப்பு. 'ரூமி ருமி' எவரோ கத்தினார், இதயம் நொறுங்குவதுபோல யாரோ கத்தினார். நீலவண்ண நெருப்பு. மனித நிற நெருப்பு. துக்க நிற நெருப்பு – சாதி நிற நெருப்பு.

என் கருமிளகுக்கொடி எரிந்து போகிறது. இளந் திராட்சைப் பந்தல் எரிந்து போகிறது. என் தம்பி, என் உயிர், சில நிமிடத்துக்கு முன்பு, என் கைகளில் சூடாக அசைந்தவன். அவனுக்கு இனி உருவம் இல்லை. சிவப்புச் சாவு நிற நெருப்பு போல, ரூமி, ரூமி இதுதான் முடிவாடா, அம்மா இன்னும் வயல்வெளியைக்கூடக் கடக்கவில்லை. அம்மா செய்த புதிய பிரயாணம், சில மைல்கள் கூடக் கடப்பதற்கு முன்பே, இது என்ன முடிவடா! எல்லா நம்பிக்கைகளும் உடைந்துபோய் விட்டன. எல்லாமும் மரணத்தோட்டம் போல் அனைத்தையும் விட்டு.

நமக்கு இனி உயிர்த்தெழுதல் இல்லையென்பதுபோல...

மொழிபெயர்ப்பாளர் குறிப்பு

ரத்தத்தில் குளித்த தப்பட்டைச் சத்தம்...

இந்தியச் சமூக அமைப்பு, வர்க்கங்களாலும் சாதிகளாலும் பின்னிப் பிணைந்தது. ஆதிப்பழங்குடிச் சமூகத்திற்குப் பிறகு நிறுவனமயமாக்கப்பட்ட சமூக அமைப்பு தோன்றிய காலத்திலிருந்தே சாதியின் வேர்கள் முளைவிடத் தொடங்கிவிட்டன. நமது செவ்வியல் பிரதிகளுக்குள் ஆங்காங்கே வைதீகத்தின் தாக்கம் வேரும் மண்ணுமாய்க் கிடப்பதை இலக்கண இலக்கியப் பிரதிகள் வழி பார்க்கலாம். பழந்தமிழ்ப் பிரதிகளான தொல்காப்பியம், புறநானூறு, நீதி நூல்கள் வழியாக இதனை நாம் தரிசிக்க முடியும். அறமும் அதிகாரமும் ஆளும் வலிமைமிக்கவர் களைச் சார்ந்திருப்பதை மறுப்பதற்கில்லை. வைதீகத்தினுடைய உச்சபட்சக் கட்டமைப்புதான் சாதியக் கட்டமைப்பை வலுவாக உருவாக்கியது (அல்லது) அஸ்திவாரம் போட்டது என்பதை மறுப்பதற்கில்லை. ஐவகைத் திணை சார்ந்த நிலப்பரப்புக்கான வரையறுக்கப்பட்ட கடவுளுக்குப் பிறகு (முருகன், இந்திரன், வருணன், கொற்றவை, திருமால்) வைதீகப் பக்தி, வைதீகம் சார்ந்த புராணங்கள், புதிய கடவுள்களை உருவாக்கின. இந்தப் புதிய கடவுள்களின் வருகையால் சாதியத்தின் வேர்கள் ஆலமரமாகி அடர்த்தியான விழுதுகளை உருவாக்கின.

நமது இந்தியத் தத்துவ மரபு உலகாயதம், ஆசீவகம், சமணம், பௌத்தம் எனத் தொடர்ச்சியான

தத்துவ மரபாக இருந்தாலும் வைதீகம் தலையெடுக்கத் தொடங்கியபோது பதி, பசு, பாசத்தை முன்வைத்தது. சொர்க்கம், நரகம், வினைக் கோட்பாடுகளைத் திணித்தது. பத்தொன்பதாம் நூற்றாண்டு இறுதிப் பகுதியில் காலனிய ஆதிக்கத்தின் தாக்கம் நம் மண்ணைத் தழுவி வெளியே செல்லும்போது நம் மண்ணுக்குச் சொந்தமான கலைகள், தொன்மங்கள், செவிவழி–வாய்மொழிக் கதைகளெல்லாம் அழிக்கப்பட்டன. விளிம்புநிலை அடித்தட்டு மக்களின் வரலாறுகள் அழிக்கப்பட்டு அதிகாரத்தின் வரலாறு முன்வைக்கப்பட்டது. எடுத்துக்காட்டாக, விளிம்பு நிலை மக்களின் பறையிசைக்குப் பதிலாகப் பரதநாட்டியம் முன்வைக்கப்பட்டது. காலனியம்கூட ஒடுக்கப்பட்ட மக்களுக்கு மதம் மாற்றப்பட்ட விடுதலையைக் கொடுத்தாலும் சாதியத்தின் வேர்களைச் சரிசெய்ய விரும்பவில்லை. ஆட்சிமுறைக்கு அவர்களுக்கு ஒருவிதத்தில் இது சௌகரியமாக இருந்தது. காலனியம் நாட்டை விட்டு அகன்று சுதந்திரக் காற்றைச் சுவாசிக்கத் தொடங்கிய பிறகுகூடக் காலனியத்தின் எச்சமும் உட்காலனியத்தின் தாக்கமும் நம்மை விட்டு அகலவில்லை. இந்தப் புள்ளியிலிருந்துதான் இந்த நாவல் பிரதியின் உள்ளே நுழைய முடியும்.

பிற்படுத்தப்பட்ட வகுப்பினருக்கு வழங்கப்பட்ட உள் ஒதுக்கீட்டைப் போலவே மாதிகா சாதியினரும் அட்டவணைப் படுத்தப்பட்ட பிரிவுக்குள் தங்களுக்கும் உள் ஒதுக்கீட்டை வழங்க வேண்டும் என்று கோரினர். ஆனால் அரசாங்கம் செவிசாய்க்கவில்லை. இதற்கான போராட்டம்தான் 'மாதிகா தண்டோரா இயக்கம்' ஆகும். இந்தப் போராட்டம் ஆந்திரா முழுவதும் முன்னெடுக்கப்பட்டது. குறிப்பாக குண்டூர், கிருஷ்ணா மாவட்டங்களிலும் கடலோர ஆந்திரப் பகுதிகளிலும் இதன் தீவிரம் காணப்பட்டது. அன்றைய ஆந்திரத்தின் தலைநகரான ஹைதராபாத்தில் நடந்த மிகப் பெரிய மாதிகா ஊர்வலம் மக்களின் கவனத்தை ஈர்த்தது. அன்றைய முதலமைச்சர் சந்திரபாபு நாயுடு, கமிஷன் ஒன்றை அமைத்து அதை நீர்த்துப்போகச் செய்தார். இன்றளவும் எந்த முடிவும் எட்டப்படாமல் இந்தக் கோரிக்கை கிடப்பில் போடப்பட்டுள்ளது. இந்த மாதிகா தண்டோரா போராட்டத்தை மையமாக வைத்து உயிர்ப்பான நாவலாக இதை எழுதியிருக்கிறார் நாவலாசிரியர்.

'கருமிளகுக் கொடி' ரத்தமும் சதையுமான ஒரு யதார்த்த வாழ்க்கைச் சித்திரிப்பைப் படையல்போட்டுக் காட்டுகிறது. ஆசிரியரின் நேரடித் தலையீடு இல்லாமல் ஓர் இளம்பெண்ணின் பார்வையில் இந்த நாவல் ஒன்றுபடும் புள்ளிகளாகவும்

வேறுபடும் புள்ளிகளாகவும் நகர்கிறது. மாதிகா (அருந்ததியினர்) சாதி மக்களுக்கான, விளிம்பிலும் விளிம்பான மக்களுக்கான உள் ஒதுக்கீடு போராட்டத்தை மையப்படுத்தி இந்தக் கதை நகர்கிறது. தெற்காசிய நாடுகளில் வெளிப்படுகிற போரும் போருக்குப் பின்னுமான வாழ்வும் இருப்பும், இருப்புக்குப் பின்னுமான வாழ்வுமான தாக்கத்தின் அளவிற்கு இந்த நாவல் வாசகரின் மனத்தில் ரசாயன மாற்றங்களை உருவாக்கும் வலுவுடையதாக இருப்பதை நான் உணர்கிறேன். நாவலில் ஆதிப்பழங்குடிச் சமூகத்தினுடைய கோபங்கள், வீரங்கள், பச்சாதாபங்கள், அழுகையின் குரல்கள் இவையெல்லாம் வெவ்வேறு கோணங்களில் வெவ்வேறு கதாபாத்திரங்கள் வழி வெளிப்படுகின்றன. ஒடுக்கப்பட்ட விளிம்புநிலைச் சாதிகளின் போராட்டக் களத்திற்குள் எப்போதும் ஒரு மேனிலையாக்க மனநிலையோடு உள்ள மனிதர் இருப்பார். இங்கும் நாவலின் முக்கியக் கதாபாத்திரமான பள்ளிக்கூட ஆசிரியர் பல்வேறு விதமான வடிவங்களில் அதிகாரத்தை இணைத்துக்கொண்டு தீக்கனலில் கிடந்து போராடக்கூடிய இயக்கத்தை, அந்த இயக்கத்தோடு தொடர்புடைய தனது மகனை, தனது தம்பியை வன்மத்தோடு பார்க்கின்ற பார்வை இந்த நாவலில் மிகச் சிறப்பாக முன்வைக்கப்படுவதைப் பார்க்கலாம்.

நாவலின் நகர்வு போராட்டக் களத்தை மட்டுமே சார்ந்து இல்லாமல் நினைவுப் பரப்பில் மேற்கொள்ளும் பயணமாகப் பால்யகால ஓர்மைகளிலிருந்து தொடங்கி, அந்தச் சமூகத்தின் இனவரைவியல் அடையாளங்களுக்குள் நுழைந்து வாசகரை அணைத்துக்கொண்டு தப்பட்டை அடிக்க வைக்கிறது. செடி, கொடிகளின் உலகம், புறாக்கள் குறித்த உறவோடு உள்ள மனநிலை இவையெல்லாம் வள்ளலாரின் மனநிலையோடு காட்சி ஓவியமாகவே நம் கண்முன்னே விரிகின்றன. தடையில்லாத வாசிப்புக்கு இவையெல்லாம் உதவுகின்றன. ஒரு சமூகத்தின் தொழிற்படு உபகரணங்களும் புழங்குபொருள் அடையாளங்களும் பண்பாட்டுக் கூறுகளும் விரவிக் கிடக்கிற தாம்பூலத்தட்டாய் இந்த நாவல் இருக்கிறது. தப்பட்டை குறித்த ஞாபக வெளிகளில் எந்தெந்தச் சூழலில் தப்பட்டை அடிக்கும்போது அதன் மன உலகப் பிம்பங்கள் வெளிப்படுகின்றன என்று ஆசிரியர் உணர்த்துகிறார். மிக முக்கியமாக அரச பயங்கரவாதச் சார்பு நிலையோடு இருக்கும் ஒரு கூட்டம். இன்னொரு பக்கம் அரச பயங்கரவாதத்தை எதிர்க்கிற நக்சலைட் மனநிலைக் கூட்டம். இவர்களுக்குள் நடக்கிற பண்பாட்டுப் போர்தான் இந்த நாவலின் மையம்

என்று சொல்லலாம். இந்த நாவலை மொழிபெயர்க்கையில் பல இரவுகள் எனது பேனா ருத்ர தாண்டவம் ஆடுவதை உணர்ந்திருக்கிறேன். பேனாவில் மைக்குப் பதிலாகக் கண்ணீர்ச் சொட்டுகள் சிந்துவதையும் பார்த்திருக்கிறேன். படியுங்கள், உரையாடுங்கள், பேசுவோம்.

இந்நூல் மொழிபெயர்ப்பை, என்னை கைப்பிடித்து அன்னைத் தமிழுக்கு அழைத்துவந்த, நினைவில் வாழும் அன்பு அப்பா ரா. கணபதி அவர்களுக்குச் சமர்ப்பிக்கிறேன்.

இந்த நாவலை மொழிபெயர்க்கத் தூண்டிய பேராசிரியர் பி. திருப்பதி ராவ் அவர்களுக்கும், இந்த நாவலை மொழிபெயர்க்க அனுமதியளித்த வி. சந்திரசேகர ராவ் அவர்களின் மனைவி பிரசுனா அவர்களுக்கும், இந்த நாவலை வெளிக்கொண்டு வந்திருக்கிற காலச்சுவடு பதிப்பகத்திற்கும், என் மொழிபெயர்ப்பை ஊக்கப்படுத்துகிற அண்ணாச்சி சா. தேவதாஸ் அவர்களுக்கும், தோழர் நட. சிவகுமார் அவர்களுக்கும், தெலுங்கு மொழியில் சந்தேகம் வரும்பொழுதெல்லாம் அதை நீக்குகிற பேராசிரியர் ஜெயபிரகாஷ் அவர்களுக்கும், என் முனைவர் பட்ட ஆய்வு மாணவர் சு. கார்த்திக்கிற்கும், நான் அதிக நேரம் மொழிபெயர்ப்பில் நேரத்தைச் செலவிடும்பொழுதெல்லாம் பொறுத்துக்கொண்ட என் மனைவி தி. ராஜலட்சுமிக்கும் என் மகள் மா. கவிகாவிற்கும் என் நன்றிகள்.

க. மாரியப்பன்